சாயாவனம்

சாயாவனம்

சா. கந்தசாமி (1940–2020)

தஞ்சை மாவட்டம் மயிலாடுதுறையில் பிறந்தார். 25ஆவது வயதில் 'சாயாவனம்' நாவலை எழுதினார். இந்நாவல் 1969இல் வெளிவந்தது. 150க்கும் மேற்பட்ட சிறுகதைகளையும் 11 நாவல்களையும் எழுதியிருக்கிறார். நுண்கலைகள், ஆவணப் படங்களில் ஆர்வம் கொண்டவர். சுடுமண் சிலைகள் பற்றிய இவரது ஆவணப் படம் சர்வதேச விருது பெற்றது. 'சாயாவனம்', 'சூரிய வம்சம்', 'விசாரணைக் கமிஷன்' ஆகிய நூல்கள் ஆங்கிலத்திலும் பல இந்திய மொழிகளிலும் மொழிபெயர்க்கப் பட்டுள்ளன. 'விசாரணைக் கமிஷன்' நாவலுக்காக 1998இல் சாகித்திய அகாதெமி விருது வழங்கப்பட்டது.

சா. கந்தசாமி

சாயாவனம்

காலச்சுவடு பதிப்பகம்

அன்பார்ந்த வாசகருக்கு,

வணக்கம்.

காலச்சுவடு நூலை வாங்கியமைக்கு நன்றி.

நூலின் உள்ளடக்கம், உருவாக்கம், அட்டைப்படம் இன்ன பிற அம்சங்கள் பற்றிய உங்கள் கருத்துகளையும் ஆலோசனைகளையும் காலச்சுவடு வரவேற்கிறது. தகவல், எழுத்து, வாக்கியப் பிழைகள் தென்பட்டால் அவசியம் தெரிவித்து உதவுங்கள். நூல் தயாரிப்பில் கடும் குறைபாடு இருப்பின் மாற்றுப் பிரதி உங்களுக்குக் கிடைக்கக் காலச்சுவடு ஏற்பாடு செய்யும்.

மின்னஞ்சல்: **publisher@kalachuvadu.com**

காலச்சுவடு நாகர்கோவில் அலுவலகத்திற்குக் கடிதம் அனுப்பலாம்.

தங்கள்
எஸ்.ஆர். சுந்தரம் (கண்ணன்)
பதிப்பாளர் — நிர்வாக இயக்குநர்

சாயாவனம் ◆ நாவல் ◆ ஆசிரியர்: சா. கந்தசாமி ◆ © K. ரோகிணி, K. சரவணன், T. தமிழ்செல்வி, K. முரளிதரன் ◆ முதல் பதிப்பு: டிசம்பர் 1969 ◆ காலச்சுவடு முதல் பதிப்பு: டிசம்பர் 2008, பதினைந்தாம் பதிப்பு: ஏப்ரல் 2025 ◆ வெளியீடு: காலச்சுவடு பப்ளிகேஷன்ஸ் (பி) லிட்., 669, கே. பி. சாலை, நாகர்கோவில் 629001 ◆ உள்பக்க ஓவியங்கள்: சிவா

caayaavanam ◆ Novel ◆ Author: Sa. Kandasamy ◆ © K.Rohini, K. Saravanan, T. Tamilselvi, K. Muralidharan ◆ Language: Tamil ◆ First Edition: December 1969 ◆ Kalachuvadu First Edition: December 2008, Fifteenth Edition: April 2025 ◆ Size: Demy 1 x 8 ◆ Paper: 18.6 kg maplitho ◆ Pages: 200

Published by Kalachuvadu Publications Pvt.Ltd., 669, K.P. Road, Nagercoil 629001, India ◆ Phone: 91-4652-278525 ◆ e-mail: publications@kalachuvadu.com ◆ Inside Drawings: Siva ◆ Printed at Clicto Print, Jaleel Towers, 42 KB Dasan Road, Teynampet Chennai 600018

ISBN: 978-81-89945-58-9

04/2025/S.No. 269, kcp. 5731, 18.6 (15) uss

ஸ்ரீமதி ராஜி சுப்பிரமணியம்

முன்னுரை

அழிவும் ஆக்கமும்

ஓர் இயந்திரம் மனித வாழ்வுக்குத் துணையானதா அல்லது எதிரானதா என்கிற கேள்விக்கு வரையறுக்கப்பட்ட விடையைக் கூறுவது எளிதல்ல. வெறும் கைகளால் மண்ணைத் தோண்டிக்கொண்டிருந்த ஆதிமனிதன், வலிமையும் கூர்மையும் பொருந்திய கல்லாலும் கட்டையாலும் வேகமாகவும் அதிகமாகவும் மண்ணை அகழ்ந்தெடுக்க முடியும் என்பதைக் கண்டறிந்த கணத்தில் அவன் நிச்சயமாக ஆனந்தக் கூத்தாடியிருப்பான். முரட்டுத்தனமான அந்த ஆயுதங்களை மெல்ல உருமாற்றி உருமாற்றி மண் வெட்டியாக வளர்த்தெடுத்தது அவனுடைய மாபெரும் சாதனை. அதன் தொழில்நுட்பம் மென்மேலும் செழுமைப் படுத்தப்பட்டு மின்சாரத்தால் இயக்கப்படும் மண்நீக்கியாக இன்று மாபெரும் உருவத்துடன் வடிவமைக்கப்பட்டதும் மானுடனின் மதிநுட்பமே. தோற்றத்தில் மண்வெட்டி ஒரு சின்ன ஆயுதமாக இருந்தாலும் அது மனிதக் கைகளின் நீட்சியாகவும் விரல்களாகவுமே வேலை செய்கிறது. அக் கணத்தில் அவனுக்கு அது அருந்துணை. நூறு மனிதர்களின் கைவிரல்கள் ஒரே சமயத்தில் இணைந்து வேலை செய்வதுபோன்ற வேகத்தைக்கொண்டது இயந்திர மண் நீக்கி. ஒருவகையில் நூறு மனிதர்களின் உழைப்பை அது தன்னந்தனியாக ஈடு செய்கிறது. தன் உழைப்புக்குப் பதிலியாக வந்து நிற்கிற ஓர் இயந்திர மண்நீக்கியே, உழைப்பையே நம்பியிருப்பவனின் பார்வையில் எதிரியாகக் காட்சியளிப்பது தவிர்க்கமுடியாத ஒன்று.

பல இயந்திரங்கள் கூடி ஓர் ஆலையாக நிறுவப்பட்டு தொழிற்புரட்சிக்கு வித்திட்ட காலம் இருவிதமான விளைவுகளை இந்த மண்ணில் நிகழ்த்தியது. ஒரு பக்கம் அளவுகடந்த உற்பத்தி. மறுபக்கத்தில் அழிவுகள். சிதைவுகள். பெரு

மூச்சுகள். இந்த முரண் இயக்கமென்னும் சாலையின் வழியாகத்தான் நேற்று முதல் இன்றுவரை மனிதர்கள் நடந்துகொண்டே இருக் கிறார்கள். அழிவும் ஆக்கமும் ஒரே நாணயத்தின் இரண்டு பக்கங் களாகி விட்டன.

அழிவின் சித்திரத்தைத் துல்லியமான நிறங்களுடன் தீட்டிக் காட்டும் தமிழ்ப்படைப்பு 'சாயாவனம்'. காவேரிக்கரையை ஒட்டிய பல நூறு கிராமங்களில் ஒன்று சாயாவனம். வனம்போல அடர்ந்த புளியந்தோப்பும் திசைகளோ வானமோ தெரியாத அளவுக்கு அடர்ந்த பலவகையான மரங்களும் கொடிகளும் எல்லையாக நிற்கிற கிராமம். ஊமையாகப் பிறந்த பிள்ளை பதினாறு வயதில் அமுதகானம் பொழிந்த அதிசயத்தைக் கண்ட மகாராணி அவனுக்கு மனமுவந்து சாசனமாக அளித்த ஊர். அந்த ஊரின் வனம்போல அடர்ந்த தோப்பைப் பணம்கொடுத்து வாங்குகிறான் சிதம்பரம். ஒரு கரும்பாலையையும் ஆலையில் வேலை செய்கிறவர்களுக்காக ஒரு குடியிருப்பையும் கட்டியெழுப்புவதற்காக அந்தப் புளியந்தோப்பு சிதைக்கப்படுகிறது. இரவுபகலாக அது சிதைக்கப்படும் சித்திரங்கள் நாவலின் பல்வேறு காட்சிகளாகக் கட்டமைக்கப்பட்டிருக்கின்றன. திசைதெரியாத அளவுக்கு எங்கெங்கும் அடர்ந்து படர்ந்திருக்கிற கொடிகள் அறுபடுகின்றன. புதர்கள் அழிக்கப்படுகின்றன. பிறகு, பச்சை மரங்கள் வெட்டி அகற்றப்படுகின்றன. மூங்கில் மரங்களை வெட்டுவது எளிதல்ல என்பதால் தோப்புக்குத் தீவைக்கப்படுகிறது. பல நாட்களாகத் தொடர்ந்து எரிந்த தீ வனத்தையே கரியாக்கிவிட்டு மொட்டையாக்கிவிடுகிறது. பிறகு அவற்றை எளிதாகத் துண்டு துண்டாக அறுத்தெடுக்கிறார்கள். மரங்கள் அகற்றப்பட்ட மொத்த நிலப்பரப்பும் வெட்டவெளியாக நிற்கிறது. இறுதியில் ஆலைக்கான கூடம் எழுப்பப்பட்டு கரும்பாலை இயங்கத் தொடங்குகிறது. பண்ட மாற்றுகளால் இயங்கிக்கொண்டிருந்த வாழ்வின் ஒவ்வொரு பொருளுக்கும் பணமதிப்புச் சூட்டப்படுகிறது. தன் கனவைத் தவிர வேறொன்றையும் பொருட்படுத்தாத ஒருவனுடைய நடவடிக்கை களைத் தொகுத்துக் காட்டி நிற்கிறது 'சாயாவனம்.'

'புளியந்தோப்பின் முகப்பில் நின்று வானத்தை ஊடுருவி நோக்கினான் சிதம்பரம்' என்று தொடங்குகிறது நாவல். ஒரு வகையில் இது மிக முக்கியமான வரி. ஒன்றை ஊடுருவி வளைத்துச் சிதைத்துத் தன் கட்டுப்பாட்டின்கீழ் கொண்டுவரும் உத்வேகமும் சக்தியும் கொண்டவன் அவன். பிஞ்சுப் பருவத்தில் கிராமத்தை விட்டு வெளியேறியவன் இளமைப்பருவத்தில் சாயாவனத்தில் ஊடுருவுகிறான். வெயிலால் ஊடுருவ முடியாத புளியந்தோப்பை விலைகொடுத்து வாங்கி அழித்து தன் ஆசைக் கனவை நிறை வேற்றிக்கொள்கிறான். நிறுவப்பட்ட ஆலைக்குக் கரும்பின் விளைச்சல் மிகமுக்கியம். தன்னைச் சுற்றியிருப்பவர்கள் கரும்பு பயிரிடத் தயங்குகிறார்கள் என்பதைக் கண்டு, தானே பயிரிட புறம்போக்கு நிலத்தை ஊடுருவி வளைக்கிறான். சம்பந்தப்பட்ட

அதிகாரியின் வீட்டுக்கு வெல்லமூட்டைகளை அனுப்பி ஆட்சி வளையத்தையே ஊடுருவி வளைத்துக்கொள்கிறான். வாழ்க்கை என்பது ஒவ்வொரு கட்டத்தையும் ஊடுருவிச் சென்று தனதாக்கிய படி உயர்கிற பேரின்ப விளையாட்டாக இருக்கிறது அவனுக்கு.

அந்த மனஅமைப்புதான் நாவல். இயற்கையறிவும் நிதானமும் கொண்ட சிவனாண்டித் தேவரின் ஆளுமை உள்ளூர அவனை அசைத்துப் பார்க்கிற ஒன்றெனினும், ஆத்திரத்தால் அவரை உதறிவிடாது, இறுதிவரை தன் இலக்கைநோக்கிய பயணத்திற்குத் துணையாகப் பயன்படுத்திக்கொள்ளத் திட்டமிடுகிறது அவன் மனம். சாயாவனத்தில் உழைப்பாளர்கள் அனைவரும் அக் கிராமத்தின் மேல்சாதிக்காரர்களுக்குக் கட்டுப்பட்டவர்கள் என்று அறியவந்த நிலையில் சிறுவர்களின் உழைப்பைப் பயன்படுத்திக் கொள்ள அனுமதி வேண்டி அவர்களைப் பார்த்துப் பேச எவ்விதத் தயக்கமும் காட்டாமல் செயல்படுகிறது அவன் மனம். பணம் வழியான விற்பனைச் செயல்பாடு புதியதாதலால் உள்ளூர்க் கடைக் காரர்கள் தொழிலாளிகளுக்கு உப்பு, புளி தர மறுக்கும் நிலையில் பணம் வழியான விற்பனை முறையைக் கடைப்பிடிக்கிற கடையைத் தானே முன்னின்று திறந்து நடத்தும் வேகத்தை உடையது அவன் மனம். ஏணிப்படிகளில் மெதுமெதுவாக ஏறித் தன் வெற்றியைக் கண்ணாரத் துய்க்கும் ஆவல் உடையது அவன் மனம். தன் வெற்றியை விரிவாக்கிக்கொள்ள நெறிகளைப் புறந்தள்ளி சமரசம் மேற்கொள்ளவும் தயங்காதது அவன் மனம். பல நிறம் காட்டும் மாயக்கதிர்போல மின்னுகிறது அவன் மனம்.

ஒவ்வொரு அத்தியாயத்தின் தொடக்கத்திலும் வனத்தை அழிக்கும் புதுப்புதுத் திட்டங்களும் பின்னடைவுகளும் முன்னேற்றங் களும் கட்டியெழுப்பப்படும் காட்சிகளே, ஒருவகையில் இந்த நாவலின் மையப்புள்ளிகள். ஒவ்வொரு பகுதியிலும் சிறுகச்சிறுக அவன் வெற்றியை நோக்கி நகரும் முன்னேற்றம் ஒவ்வொரு பகுதியிலும் பதிவாகிறது. தடைதாண்டும் ஓட்டத்தில் ஒவ்வொரு தடையாக ஓட்டப்பந்தய வீரன் தாண்டித்தாண்டி ஓடிக்கொண் டிருக்கும் சித்திரத்துக்கு நிகரான காட்சி அது. அடுத்த காட்சியில் புதுவிதமான பிரச்சனையொன்றை அவன் எதிர்கொள்கிறான். அதை எதிர்கொள்ளப் புதுவிதமாகத் திட்டமிடுகிறான். அடுத்தடுத்து பற்பல ஏற்றங்கள். இறக்கங்கள். சறுக்கல்கள். சமாளிப்புகள். ஒரே ஒரு அங்குலமாவது தன் இலட்சியத்தை நோக்கி நகர்ந்தால்கூட அதை மாபெரும் சாதனையாக எண்ணிக் களிக்கிறான் அவன். சற்றே மூர்க்கமாகவே வெளிப்படுகிறது இயற்கையுடனான அவன் மோதல். வெல்லவேண்டும் என்கிற உத்வேகம் அவனை எதிர்காலத்தை நோக்கி நம்பிக்கையோடு உந்தித் தள்ளுகிறது. இயந்திரங்களைக்கொண்ட ஒரு தொழிலை நிறுவி, கிராமத்து மக்களை விழிவிரிய ஆச்சரியத்தோடு பார்க்கச் செய்யும் ஆவேசம்

அவனிடம் உள்ளது. அந்த ஆவேசத்தின் முன் சில வெற்றிகள். சில இழப்புகள். சில மேன்மைகள். சில சரிவுகள். இந்தச் சமன்பாடே நாவலின் தரிசனமாக மேலெழுந்து வருகிறது.

தேர்ந்தெடுக்கப்பட்ட காட்சிகள், துல்லியமான தகவல்கள் மற்றும் உரையாடல்கள் வழியாக முன்னகரும் கந்தசாமியின் கலை ஆளுமை கவனத்துக்குரியது. அவர் விட்டுச் செல்லும் இடைவெளிகள் நம் கற்பனைக்கு முழுஅளவில் இடமளிக்கின்றன. மரங்களோடு பின்னிப்பிணைந்து வேர்கள் எங்கிருக்கின்றன எனக் கண்டறிய இயலாதவண்ணம் அடர்ந்து வளர்ந்து செழித்திருக்கும் பலவகையான கொடிகளை அறுத்தல், தேனடையைக் கலைத்தல் என நாவலில் இடம்பெறும் ஒவ்வொரு காட்சியும் தன்னளவில் குறியீட்டுத்தன்மை கொண்டதாகவே உள்ளது. இப்படி ஒரு தோப்பை அங்குலம்அங்குலமாக அழிக்கும் காட்சிகளை ஒரு படைப்பாளி தொகுத்து எழுதவேண்டிய அவசியம் என்ன என்கிற கேள்வியை முன்வைத்து யோசிக்கும்போது அதன் படிம எல்லை களை நாம் பல நிலைகளில் விரிவாக்கிக்கொள்ள முடியும். சாயாவனம் ஒரு தோப்பு அல்ல, நம் நாடு, நம் மண் எனக் குறியீடாகப் பார்க்கும்போது, இந்த அழிவின் வலியை நம்மால் ஆழமாகப் புரிந்துகொள்ள முடியும். விவசாயச் சமூகத்தில் இயந்திரங்களை மூலதனமாகக் கொண்ட தொழில் சமூகத்தின் நுழைவால் நிகழ்ந்த ஆதாயங்களையும் இழப்புகளையும் தொகுத்துக்கொள்ளவும் முடியும். தன்னை நிலைநாட்டிக் கொள்ளும் முனைப்பில் இரண்டு யுகங்கள் மோதி ஏதோ ஒரு சமரசப்புள்ளியில் இரண்டாவது யுகம் தன் பயணத்தைத் தொடங்கிவிடுகிறது. புளியந்தோப்பு அழிந்த பிறகுகூடப் புளி கிடைக்கிறது. ஆனால் அது ஒரே மரம் வழங்கும் தூய புளி அல்ல. விற்பனைக்காகப் பல நூறு இடங்களிலிருந்து திரட்டப்பட்டுத் தொகுக்கப்பட்டு மூட்டை மூட்டையாகப் பிரிக்கப்பட்டு அனுப்பப்படும் சிறு சரக்கு. தூய புளியின் ருசிக்குப் பழகிய நாக்குக்கு அதன் பன்மை ருசியை ஏற்றுக்கொள்வது அசாத்தியமாக இருக்கிறது. 'புளியெ வாயிலெ வைக்க முடியல்லே' என்று நாவலின் இறுதிக் காட்சியில் குறைபட்டுக்கொள்ளும் ஆச்சியின் குரல் முக்கியமானது. 'அதான் எல்லாத்தியும் கருக்கிட்டியே! இன்னமெ எங்கெயிருந்து அனுப்பப் போறே' என்று சுட்டிக் காட்டும் ஆச்சியின் ஆற்றாமைக் குரல் இனி ஒருபோதும் திரும்பாத இறந்த காலத்தையும் பன்மை ருசிக்குப் பழகி மானுடம் வாழவேண்டிய நெருக்கடிகளைக் கொண்ட நிகழ்காலத்தையும் முன்வைக்கிறது.

சிதம்பரத்தின் வெற்றியையும் அகச்சரிவையும் இணைத்தே நாம் காணவேண்டியிருக்கிறது. வெற்றி என்னும் ஏணியில் ஒவ்வொரு படியாக ஏறஏற, அவன் மனத்தளவில் ஒவ்வொரு படியாக இறங்கிச் சரிகிறான். நிழல்மண்டிய காட்டை அழிக்கத் தொடங்கிய முதல்

நாளில் துணைக்கு ஆளின்றித் தானே தொரட்டியை எடுத்து மரங்களைப் பற்றி ஏறியிருக்கும் கொடிகளையெல்லாம் இழுத்து வெட்டி வீசும் காட்சியில் ஒரு முக்கியமான சம்பவம் இடம் பெறுகிறது. அவன் தொரட்டியை இழுத்த வேகத்தில் தழைகள் உதிர்கின்றன. பிறகு காட்டு மலர்கள் பொலபொலவெனக் கொட்டு கின்றன. இன்னும் இன்னுமென்று இழுக்க, மேற்கிளையில் இருந்த குருவிக்கூடொன்று சரிந்து விழுகிறது. ஒரு சின்னஞ்சிறு குருவியின் பரிதாபக்குரல் இடைவிடாது கேட்டபடியே இருக்கிறது. தொடக்கத்தில் அவன் அதைப் பொருட்படுத்தவில்லை. தன் வேலையிலேயே மூழ்கியவனாக இருக்கிறான். ஆனாலும் வேதனை மிகுந்த அக்குரலின் அழைப்பை வெகுநேரம் கேட்க இயலாமல் தொரட்டியை அப்படியே விட்டுவிட்டு, உடம்பெல்லாம் முட்கள் கீற உள்ளே செல்கிறான். இறக்கை முளைக்காத குஞ்சொன்று வெட்டுண்ட ஒரு கிளையின் நுனியில் செருகிக்கொண்டு கிடப்பதைப் பார்க்கிறான். அவன் கண்களில் நீர்திரண்டு நிற்கிறது. உடம்பில் முள் கீறுவதையும் பொருட்படுத்தாமல் தலைகுனிந்தபடியே வெளியே வந்து ஒரு மரத்தடியில் தலைகவிழ்ந்து உட்கார்கிறான். ஒருவகையான குற்றஉணர்வால் அவன் மனத்தில் வேதனை படர்கிறது. குருவிகளையொத்த பறவைகள் சுதந்திரமாகத் திரிந்து வாழக்கூடிய அதன் இருப்பிடத்தைத் தன் பேராசையால் கைப்பற்றிக் கொண்டதை நினைத்து அவன் மனம் ஒரு கணம் குழம்பித் தவிக்கிறது. நாவலின் இறுதியில் இன்னொரு காட்சி இடம் பெறுகிறது. ஆலை தொடர்ந்து இயங்க, தொடர்ச்சியாகக் கரும்பு தேவைப்பட்டபடி இருக்கிறது. அக்கம்பக்கத்தில் உள்ள கிராமங் களில் பயிரிடப்பட்ட கரும்பையெல்லாம் அவனே கொள்முதல் செய்கிறான். அதற்காகவே வண்டிகள் இயக்கப்படுகின்றன. ஒருநாள் வெளியூரிலிருந்து கரும்புக்கட்டுகளை வண்டியில் ஏற்றிக்கொண்டு ஆற்றைக் கடந்துவரும்போது வெள்ளத்தின் இழுப்பில் அகப்பட்டு உயிர்விடும் இளைஞனின் மரணச்செய்தியை ஒரு தகவல் என்கிற அளவில்மட்டுமே அவன் உள்வாங்கிக்கொள்கிறான். அப்போது இரக்கமோ, குற்றஉணர்ச்சியோ எதுவுமற்ற உலர்ந்த மனத் தவனாக அவனைத் தகவமைத்துவிடுகிறது காலம். மனத்தளவில் நிகழும் அகச்சரிவுக்கு இது ஒரு எடுத்துக்காட்டு.

வனத்தையொட்டி ஓடும் வெட்டாற்றங்கரையில் ஒரு பிள்ளையார் கோயில் இடம்பெற்றிருக்கிறது. மனம் கொந்தளிக்கும் ஒரு நாள் பஞ்சவர்ணத்தின் வீட்டில் இரவைக் கழித்துவிட்டுத் திரும்பும் சிதம்பரம், பிள்ளையார் கோயில் துறையில்தான் நெடு நேரம் நீந்திக் குளித்து தன் மனவெப்பத்தைத் தவிர்த்துக் கொள்கிறான். தனக்குள் கொழுந்துவிட்டெரிவது காமமென்னும் தீயல்ல, வெற்றியைச் சுவைக்கும் ஆசைத்தீ என்பதை அக்கணம் உணர்கிறது அவன் மனம். மதத்தில் கலவையானவன் என்பதால்

பிள்ளையாரை அவன் ஏறிட்டுப் பார்க்கவில்லை. ஆனால் அதே சிதம்பரம் நாவலின் இறுதிக்காட்சியில் அக்கோயிலைப் பார்த்தபடி நிற்கிறான். 'அதான் எல்லாத்தியும் கருக்கிட்டியே! இன்னமே எங்கெயிருந்து அனுப்பப் போறே' என்றபடி பட்டுப்புடவையைப் பிழிந்து தோளில் போட்டுக்கொண்டு கோயிலுக்குள் செல்லும் ஆச்சியையே அப்போது பார்க்கிறான். தெய்வமே பெண்ணுருவில் வந்து சொல்லிவிட்டுக் கருவறைக்குள் சென்றுவிட்டதைப் போல இருக்கிறது நமக்கு. தொடக்கத்தில் ஆறு, அதையொட்டிக் கோயில், அதையொட்டிய தோப்பு என்று காட்சியளித்த இடத்தில் இப்போது ஆறும் கோயிலும் மட்டுமே உள்ளன. தோப்பு மறைந்துவிட்டது. தன்னால் மறுபடியும் உருவாக்கித்தர முடியாத ஒன்றை மனிதன் அழிப்பது துயரமானது. ஆனால் வெற்றியைச் சுவைக்கும் ஆசைத்தீ அவன் கண்களை மறைத்துவிடுகிறது. ஒரு காலத்தில் தனக்குச் சாசனமாகக் கிட்டிய வனத்தைப் பற்றிய கவனமே இல்லாமல் காலம்முழுதும் அமுத கானத்தைப் பொழிந்தபடிய வாழ்ந்தவனைக் கண்டது அந்தக் கோயில். தன் கனவை நனவாக்கிக்கொள்ளும் வேகத்தில் பணம் கொடுத்து வாங்கிய தோப்பை அணுஅணுவாக அழித்துச் சாம்பலாக்கிய வனையும் கண்டது அந்தக் கோயில். மானுடனின் அகச்சரிவைப் பதித்துவைத்திருக்கும் காலத்தின் சாட்சியாக ஆற்றங்கரையில் அமைதியாக வீற்றிருக்கிறது அக்கோயில்.

'சாயாவனம்' நாவலில் கந்தசாமி காட்டியுள்ள நுட்பம் தமிழின் முக்கியமான ஒரு சாதனை. சிதம்பரம் போலத் தனிப்பட்ட ஆட்களின் கனவுகளால் விளைந்த சின்னச்சின்னத் தொழிற்சாலை களில் பெரும்பான்மையானவை இன்று அழிந்துபோய்விட்டன. பெரிய தொழிற்சாலைகளின் உற்பத்திப் பெருக்கத்தையும் வணிக வளையத்தையும் மீறி, உற்பத்திப் பொருட்களைச் சந்தைப் படுத்த இயலாத அவலத்தாலும் உற்பத்தியைத் தொடரமுடியாத இயலாமையாலும் நசிந்துவிட்டன. முதலில் சந்தையை உறுதிப் படுத்திக்கொண்டு மாபெரும் முதலீடுகளோடு தொழில்போட்டியில் பன்னாட்டு நிறுவனங்கள் கால்வைத்திருக்கும் இன்றைய இந்தியப் பின்னணியில் பெரிய தொழிற்சாலைகள்கூடக் காலூன்றி நிற்க முடியாமல் ஆட்டம் கண்டு தொடர இயலாமல் ஓய்ந்துபோகின்றன அல்லது இறுதிமூச்சைச் சுவாசித்தபடி உயிருக்குத் தத்தளிக்கின்றன. இப்படி ஒன்றையழித்து ஒன்றாக, புதுயுகமென மாறிமாறி முகம் காட்டி முன்னகர்ந்தபடி இருக்கிறது காலம். ஒன்று அழிந்து இன்னொன்று தோற்றம் கொள்கிறது. 'சாயாவனம்' நாவல் அழியாத ஒரு குறியீடாக அதைச் சுட்டிக்காட்டியபடி நிற்கிறது.

பாவண்ணன்

(காலச்சுவடு கிளாசிக் பதிப்புக்காக எழுதப்பட்ட முன்னுரை.)

1

புளியந்தோப்பின் முகப்பில் நின்று வானத்தை ஊடுருவி நோக்கினான் சிதம்பரம். ஒரு மடையான் கூட்டம் தாழப் பறந்து சென்றது. அதைத் தொடர்ந்து கழுத்தை முன்னே நீட்டியபடி ஒரு கொக்குக் கூட்டம். ஒரு தனி செம்பொத்து. இரண்டு பச்சைக்கிளிக் கூட்டங்கள்.

சற்றைக்கெல்லாம் வானம் நிர்மலமாகியது.

சிதம்பரம் குத்துக் குத்தாய் வளர்ந்திருக்கும் காரைச் செடிகளைத் தள்ளிக்கொண்டு, நாயுருவி கீற ஒற்றை யடிப்பாதைக்கு வந்தான்.

வனம் போன்ற தோட்டத்தில் இடையறாது திரியும் மாட்டுக்காரப் பிள்ளைகள் ஏற்படுத்திய பாதை அது. கோடையிலும் கார்காலத்திலும் இடம் மாறும், நீளும்; குறையும், வளையும்; தனித்துப் போகும். ஆனால் ஒற்றையடிப் பாதைகளில் பல சிறியவை. வளைந்து வளைந்து சென்றாலும், நெடுந்தூரம் தொடர்ச்சியாகச் செல்வதில்லை. பருவ மாறுதல்களுக்கும் மாட்டுக்காரப் பிள்ளைகளின் உணர்ச்சிகளுக்கும் ஏற்ப அமைவதால், ஒன்று சேராமலும் நீளாமலும் போய்விடுகின்றன. ஒவ்வொரு ஒற்றையடிப் பாதையும் கூப்பிடு தூரந்தான்.

பெரிய சாலையிலிருந்து கிளிமூக்கு மாமரம் வரையில் ஒரு கொடிப் பாதை; ஆலமரத்திலிருந்து முனீஸ்வரன் தூங்குமூஞ்சி மரம் வரையில் ஒரு பாதை; அப்புறம் இலுப்பை மரத்திலிருந்து, கொய்யா மரம் வரையில் இன்னொரு பாதை. அதற்குப் பின்னால் பாதையேதும் கிடையாது. மனிதர்கள் தொடர்ச்சியாகச் சென்றதன் தடயம் ஏதும் புலனாகாது. தேவையும் அவசியமும் வந்தால், நொச்சியையும் காரையையும் தள்ளிக்கொண்டு புல்லிதழ்களைத் துவைத்தவாறு நடக்க வேண்டும்.

சாயாவனத்தின் ஓர் அரணாகவும், எல்லைக் கோடாகவும் இருக்கும் தோட்டத்தில் வளரும் மரஞ்செடி கொடிகளைப் பற்றி யாருக்கும் சரியாக ஒன்றும் தெரியாது. அதனுள் சென்று திரும்பி வந்தவர்கள் இல்லை. ஒன்பது வருடத்திற்கு முன்னே பெரிய கருப்பண்ணத் தேவர் மாடு தேடிக்கொண்டு உருமத்தில் போனார். கொஞ்ச தூரத்திற்கு மேல் அவரால் நடக்க முடிய வில்லை. என்னவோ வழி மறைப்பது மாதிரி இருந்தது. இரத்தம் கக்கிக்கொண்டே திரும்பி வந்தார். மூன்றாவது நாள் உயிர் பிரிந்துவிட்டது.

இது நடந்த பிறகு, தோட்டத்திற்குள் போவது அநேகமாகக் குறைந்துவிட்டது. தோட்டத்தின் முன்னே இருக்கும் புளிய மரத்தைத் தாண்டி யாரும் போவதில்லை. அது, தானாகவே ஓர் எல்லையாகிவிட்டது.

புளிய மரத்திலிருந்து பழம் விழ ஆரம்பித்ததும் மாட்டுக் காரப் பிள்ளைகள் சிவனாண்டித் தேவரிடம் வந்து விவரம் தெரிவிப்பார்கள்.

ஐந்தாறு நாட்கள் கழித்து, சிவனாண்டித் தேவர் தனியாகப் போய், நாலா பக்கமும் சுற்றிப் பார்ப்பார். கைக்கு எட்டிய கிளையைப் பிடித்து உலுக்குவார். புளியம்பழங்கள் சடசடவென உதிரும். அங்குமிங்கும் சிதறிக் காரையிலும் கருநொச்சியிலும் சிக்கிக்கொண்டிருக்கும். சோட்டான்களைப் பொறுக்கி மரத் தடியில் போட்டுவிட்டுப் போய் ஆட்படைகளோடு திரும்பி வருவார். அவர் வந்ததும் வனம் அதிரும். ஒவ்வொரு கிளையும் சிம்பும் ஊழிக்காற்றில் சிக்கியது மாதிரி நிலைகுலையும். ஆனாலும் புளி உலுக்குவதில் அவருக்கு ஒரு வரிசை உண்டு. தெற்கிலிருந்து தொடங்கி, தென் கிழக்காய்ப் போய், வடக்கே போவார். ஏனென்று காரணம் சொல்லத் தெரியாது அவருக்கு. அவர் தகப்பனாரும், தாத்தாவும், அவருக்கு முந்தியவர்களும் போன முறை அது. அந்தச் சுவடு பிசகாமல் சிவனாண்டித் தேவரும் போய்க்கொண்டிருந்தார்.

ஒவ்வொரு மரத்திலிருந்தும் ஒவ்வொரு குடும்பத்திற்குப் புளி. தெற்கே இருக்கிற தித்திப்புப் புளிய மரத்திலிருந்து புளி சாம்பமூர்த்தி ஐயர் வீட்டிற்கு. குட்டை மரத்திலிருந்து பெரிய பண்ணைக்கு. தென்கிழக்கு காத்தவராயன் மரத்துப் புளி பதஞ்சலி சாஸ்திரி வீட்டிற்கு. நெட்டை மரத்துப் புளி பார்த்த சாரதி ஐயங்கார் வீட்டிற்கு. ஒவ்வொரு மரத்தையும் தனித் தனியாக உலுக்குவார். ஒரு மரத்துச் சோட்டானோடு இன்னொரு மரத்துச் சோட்டான் கலக்காது. ஆரவாரத்திற்கும் பரபரப்பிற்கும் இடையே கவனமாகவும், நிதானமாகவும் அதைச் செய்வார்.

சுமார் ஏழெட்டு நாள்களுக்கு முதலீடு புளி உலுக்கும் வரையில் தோட்டம் அதம் படும். அப்புறம் அடுத்த புளி விழும் வரையில், வியக்கத்தகு அமைதியில் தோட்டம் ஆழும்.

வெட்டாற்றுக் கரையில், ஒற்றைப் பனை மரத்தில் சாய்ந்து கொண்டு, பார்வையை வெகுதூரம் வரையில் செலுத்தினான் சிதம்பரம்.

சலங்கையொலி மெல்லக் கேட்டது. தலையை உயர்த்திக் கண்களை இடுக்கிக்கொண்டு, மேலும் மேலும் பார்த்தான். மாடோ, வண்டியோ தெரியவில்லை. ஆனால், சலங்கையொலி மட்டும் கூடிக்கொண்டே வந்தது.

வெட்டாற்றின் கரையை விட்டிறங்கி, வண்டிகள் சென்று சென்று அழுந்திய பாதையில் நடந்து, புன்னை மரத்தடிக்குச் சென்றான் சிதம்பரம்.

சாம்பமூர்த்தி ஐயர் வில் வண்டியிலிருந்து இறங்கினார். வண்டியைப் பிடித்துக்கொண்டு, சற்று ஒதுங்கி நின்றான் கணக்குப்பிள்ளை. கூட இன்னும் யாராவது இருக்கிறார்களா என்று ஆர்வத்தோடும் கலக்கத்தோடும் பார்த்தான் சிதம்பரம். யாருமில்லை. ஐயர் கணக்குப்பிள்ளையோடு வந்திருப்பது அவனுக்கு மகிழ்ச்சியளித்தது; கரம் கூப்பி நமஸ்காரம் பண்ணினான்.

முன்னே விழுந்த துண்டை அள்ளிப் போட்டுக்கொண்டு ஐயர், "என்ன சிதம்பரம், முன்னாடியே வந்துட்டியா? வர வழியிலே ஒரு ஜோலி; அண்ணாசாமி வந்துட்டான். செத்த நாழியாயிடுத்து . . ." என்றார்.

"இப்பத்தான் நான் வாரேன். நான் வந்து நிக்கவும், நீங்க வரவும் சரியா இருக்கு."

"அப்படியா?"

சிதம்பரம் கிராப்பைத் தள்ளிவிட்டுக்கொண்டு ஐயரை நோட்டமிட்டான். முன்பக்கம் மழித்த பெரிய குடுமி; அழகும் நேர்த்தியும் ஜொலிக்கும் பெரிய முகம்; பெரிய கண்; பெரிய காது; காதில் வெள்ளைக் கடுக்கன் – வைரக் கடுக்கன்; கணக்குப்பிள்ளை கடுக்கனைவிடப் பெரியது. ஒரு மடங்கு, ஒன்றரை மடங்கு பெரியது. திரும்பும் போதெல்லாம் பளிச்சென்று ஒளி வீசியது.

"உங்களுக்குக் கடுக்கன் ரொம்ப நல்லா இருக்கு" என்றான் சிதம்பரம்.

“நினைவு தெரிஞ்சப்போ இருந்து கடுக்கன் போட்டுண்டு வர்ரேன்.”

“அதான் . . .”

“தோப்பனாருக்கு இன்னும் ஜோரா இருக்கும் . . .”

“ . . . ம் . . .”

“தோப்பனார், தினுசு தினுசா போட்டுண்டு இருப்பார்.”

அவன் வியப்போடு தலையசைத்தான்.

“பொழுது சாயுதுங்க, சாமி” என்று கணக்குப்பிள்ளை சொன்னதும் ஐயர், “ஆமாம், ஆமாம்” என்று தலையசைத்துக் கொண்டு, வேட்டியைத் தூக்கிப் பிடித்தவாறு முன்னே நடந்தார்.

அநேகமாக இரண்டாவது முறையாகவோ மூன்றாவது முறையாகவோ தோட்டத்திற்கு வருகிறார் சாம்பமூர்த்தி ஐயர். தோட்டம் அளவற்ற ஆச்சரியமளித்தது அவருக்கு. வனப்பும் செழிப்பும் மிகுந்த தோட்டத்தை மனமொன்றிய நிலையில் பார்த்துக்கொண்டே இருந்தார்.

காட்டாமணக்கு இலையைக் கிள்ளி, பாலை உதறிவிட்டுக் கொண்டு, புன்னையும் கொய்யாவும் நிறைந்த மேட்டுப் பூமியில் ஏறினார் சாம்பமூர்த்தி. சற்றே உயர்ந்த பூமி. அங்கிருந்தபடி தோட்டம் முழுவதையும் பார்க்க முடியாவிட்டாலும், முன்னே இருக்கும் மரஞ்செடி கொடிகளைப் பார்க்கலாம். விண்ணுக்கும் மண்ணுக்கும் சரஞ்சரமாய்ப் பச்சைக் கயிறு பிடித்தாற்போலப் புளிய மரத்தையும் இலுப்பை மரத்தையும் பலா மரத்தையும் மீறிக்கொண்டு நெட்டிலிங்க மரங்கள் வளர்ந்திருந்தன.

செடியும் கொடியும், வீசும் காற்றில் அசைந்தாடியது, தன்னை வரவேற்பதற்காக என்று எண்ணிச் சாம்பமூர்த்தி ஐயர் குதூகலமுற்றார். அவர் மனம் சந்தோஷத்தால் நிறைந்து வழிந்தது. தன்னைப் பற்றியும் தன் குடும்பத்தைப் பற்றியும் முன்னோர்களைப் பற்றியும் திடீரென்று அவருக்கு நினைவு வந்தது. சிதம்பரத்தின் பக்கம் திரும்பினார். மனத்தில் பல காட்சிகள் வேகமாக ஓடிக்கொண்டு இருந்தன.

சிதம்பரம், “சொல்லுங்க” என்றான்.

அவர் தலையசைத்தார்.

குரலில் உணர்ச்சி பொங்கியது.

“இது எங்க பூர்வீகச் சொத்து. பூர்வீகம்ன்னா முப்பது நாப்பது வருஷமில்லே; நூறு நூத்தம்பது வருஷமில்லே;

அதுக்கு மேலே . . . ரொம்ப மேலே. அப்பலேர்ந்து இந்தத் தோட்டம் எங்ககிட்டடத்தான் இருந்து வர்றது.

"எங்காத்திலே இதப்பத்தி ஒரு கதை சொல்லுவா. எங்காத்திலே என்ன? பக்கத்தாத்திலே சொல்லுவா; எதுத் தாத்திலே சொல்லுவா. ஏன்? ஊர் முழுக்கச் சொல்லுவா."

"என் காதுலேகூடக் கொஞ்சம் விழுந்தது."

"இருக்கும், இருக்கும். ரொம்ப காலத்துக்கு முந்தி இந்த வூர்லே அப்பண்ணா, அப்பண்ணான்னு ஒருத்தர் இருந்தார். அவருக்கு ஒரே ஒரு பையன். சாம்பமூர்த்தின்னு பேர். அவர்

பேர்தான் எனக்கும். வரமான வரமிருந்து, திருத்தலமெல்லாம் போய்ப் பிறந்த பிள்ளை. நல்ல தேஜஸ். முகம் ஜிலுஜிலுன்னு சூரியன் மாதிரி பிரகாசிக்கும். அப்படி ஒரு அழகு; தேஜஸ்! இருந்து என்ன? ஒண்ணு இருந்தா இன்னொண்ணு இருக்காதுங்கறது அவர் விஷயத்திலே சரியா ஆயிடுத்து.

"குழந்தைக்கு எட்டு வயசு வரைக்கும் பேச்சு வர்லே. அப்பா அம்மான்னு ஒரு வார்த்தை வர்லே. அப்பண்ணா தவிச்சுப் போயிட்டார்; தாளமுடியலே. பகவான் அனுக்கிரகத்தால் பிறந்த பிள்ளை, பேச்சு இல்லாம இருந்தது. என்ன பண்ணுவார் அப்பண்ணா? பகவான் அனுக்கிரகம் யாருக்குப் புரியறது. தாரை தாரையாகக் கண்ணீர் சொரிந்து நாலு வீதியும் சுற்றிச் சுற்றி வந்தார். தான தர்மம் நிறையப் பண்ணினார். என்ன பண்ணி என்ன? பகவான் கிருபை பையன் மேல் படவேயில்லை. அவர் படற பாட்டைப் பாத்து தர்ம பத்தினி இடிஞ்சு பைத்தியமா போயிட்டா...

"வாய் வர்லியே தவிர மத்தபடி குழந்தை ரொம்ப சமத்து. கோவில் வேலையெல்லாம் அதுதான் கவனிச்சுண்டது.

"இன்னும் ஒரு வருஷம் போச்சு; குழந்தைக்குப் பேச்சு வர்லே. அம்மா கண்ணை மூடிட்டா... அவ போன எட்டாம் நாள் – கர்மங்கூட இன்னும் ஆகலே... குழந்தை இல்லே. எங்கே போச்சு, யார் அழச்சுண்டு போனா... ஒருத்தருக்கும் தெரியலே. தெருவிலே நின்னுண்டு இருந்த குழந்தையைக் காணோம். தேடாத இடமில்லை. ஆறு குளமெல்லாம் தேடிப் பார்த்துட்டா. குழந்தை கிடைக்கலே.

"அப்பண்ணா இடிஞ்சு போயிட்டார். வாய் அடைத்துப் போயிடுச்சு. ரெண்டு மாசம்போலத் தெருத் தெருவா அலைஞ் சார்."

கணக்குப்பிள்ளை கொட்டாவி விட்டான்.

"காலம் என்னமா ஓடறது. ஊமையா, ஒருத்தருக்கும் தெரியாமப் போன பிள்ளை, பதினாறாம் வயசுல அமுத கானம் பொழிஞ்சுண்டு வந்து நின்னுது. அதோட வீடு இடிஞ்சு குட்டிச் சுவராகக் கிடந்தது. தலைமுறை தலைமுறையா எரிஞ் சுண்டிருந்த விளக்கு அணைஞ்சு போயிடுத்து. குழந்தை கொஞ்ச நேரம் பாழ்மனையைப் பார்த்துண்டே நின்னான்.

"அப்புறம் தாரைதாரையாகக் கண்ணீர் விட்டுண்டே காவிரிக்கரைக்குப் போய், அரசமரத்தடியில் உட்கார்ந்தான். அன்றைக்கு முழுவதும் பேச்சில்லே. அடுத்த நாள், விடியறதுக்கு முன்னேயிருந்து ரெண்டு நாளைக்கு விடாத கானம். பாட்டு...

அடடா! என்ன பாட்டு! பொங்கிப் பெருகிய ஆறு அப்படியே அடங்கித் தவழ்ந்துண்டு போனது...”

சிதம்பரம் நன்றாக இலுப்பை மரத்தில் சாய்ந்துகொண்டான்.

“ஒரு நாள் போச்சு; ரெண்டு நாள் போச்சு; மூணு நாளும் போச்சு; பாட்டு நிக்கலே; அவன் பாடிண்டே இருந்தான். நாரதரே நேராப் பூலோகத்துக்கு வந்துட்டார். குழந்தையின் பாட்டு இஞ்ச நாரதரைக் கொண்டு வந்துடுத்து. ஆனா, குழந்தை எதற்குப் பாடறான்; யாருக்குப் பாடறாங்கறது ஒருத்தருக்கும் தெரியாது.

“பத்து நாட்களுக்கு அப்புறம் வெட்டாற்றங்கரையை விட்டுட்டு, சிவன் கோவிலுக்குப் போனான். பின்னால் ரொம்ப வருஷங்களுக்கு அதுவே வாசஸ்தலமாக இருந்தது. உப்பில்லாத சாதத்தைச் சாப்பிட்டுட்டு, எப்பொழுதாவது நினைத்துக் கொண்டால் இரவென்றும் பகலென்றும் பாராமல் பாடிக் கொண்டே இருப்பான். நாளாக ஆக, அதுகூடக் குறைந்து கொண்டே வந்தது.

“ஒரு நாள், பிச்சைப் பாத்திரத்தோடு அக்ரஹாரத்தில் அலைந்துகொண்டிருந்தபோது, ராஜாவிடமிருந்து பல்லக்கு வந்தது. அவன் கண்ணெடுத்துப் பார்க்கவில்லை. மூன்று முறைகள் இப்படியே நடந்தன. கடைசியில் மகாராணி வந்தாள். இவன், பல்லக்கு ஏறாமல் நடந்தே அரண்மனைக்குப் போனான். ஆனா, போன எட்டாம் நாளே, கதறிக்கொண்டு ஓடி வந்துட்டான்.

‘நான் ஆண்டி, பரதேசி – பிராமணன், உன்னை ஆசீர்வதிக்கிறேன்’ என்றான்.

“மகாராணி உருகிப் போனாள். தான் பெரிய அபசாரத்தைச் செய்துவிட்டது போலக் குழந்தை காலில் விழுந்து நமஸ்கரித்தாள்:

‘சுவாமி, பேதையை மன்னிக்க வேண்டும்!’

‘ஆண்டவா! இதுவென்ன விளையாட்டு...’

“மீண்டும் குழந்தை பாட ஆரம்பித்தது, இதுவரையில் பாடாத பாட்டு. யாருமே கேளாத கானம். மகாராணி மனங் குளிர்ந்து, சாயாவனத்தை அவர் பேருக்குச் சாஸனம் பண்ணி வைத்தாள்.”

ஆதி சாம்பமூர்த்தியைப் பற்றி எத்தனையோ கதைகள் உண்டு. ஒவ்வொரு கதையின் உள்ளூரையும் அவர் பக்திக்கு விளக்கமாகவும், சங்கீதத்துக்கு உரையாகவும் இலங்கும். அவர்

கதை இடைவிடாமல் வாய்மொழியாகச் சொல்லப்பட்டு வருவதால் கற்பனையின் சௌந்தர்யமும் வனப்பும் கொண்டிருக்கலாம்; நிகழ்ச்சிகள் முன்னும் பின்னுமாகக் கோக்கப்பட்டிருக்கலாம். ஆனால், கதை உண்மை; உயர்ந்த சீலமும், நெறி பிறழாத வாழ்வும் நடத்தி, ராம நாமத்தையே இடைவிடாது உபதேசித்து ஒடுங்கிய ஞானியின் ஜீவன் நிறைந்த கதை. ஒவ்வொரு தலைமுறையிலும் புத்தொளி பெற்று மிளிர்கிறது.

அந்தப் பரம்பரையில் வந்த சாம்பமூர்த்தியிடம் நான்கு புளியந்தோப்பும், இருபது வேலி நன்செய்யும் கொஞ்சம் புன் செய்யும், பெயரும் — எஞ்சியிருந்தன.

தோட்டம் விலைக்கு வந்திருக்கிறது.

"ரொம்ப அற்புதமா கதை சொல்லுறீங்க!" என்று சிதம்பரம் புகழ்ந்துரைத்தான்.

"சாமி கதை சொன்னா... இன்னைக்கெல்லாம் கேட்கலாம்."

"நம்பள மூச்சுவிட முடியாம கதை சொல்லுறாங்க."

"கதை இல்லே, நிஜம் அதான்!"

"ஆமாம், ஆமாம்."

மேட்டிலிருந்து இறங்கிப் புன்னை மரத்தடிக்கு வந்தார்கள். அக்காக் குருவி, பரிதாபமாக, கூவிக்கொண்டு தலைக்கு மேலே பறந்து சென்றது.

சாம்பமூர்த்தி ஐயர், "ச்சை!" என்று கையை உதறினார்.

"இந்தக் காட்டுலே உங்களுக்கு என்ன கிடைக்குது?" என்று கேட்டான் சிதம்பரம்.

"வெறுங்காடு. காட்டுலே என்ன கிடைக்கும்? சும்மா தான் கிடக்குது" என்றான் கணக்குப்பிள்ளை.

"ஒன்றும் வரதில்லியா?"

"வருஷத்துக்குப் பத்துத் தூக்குப் புளி வரும்" என்றான் கணக்குப்பிள்ளை.

ஐயர் தாழங்குத்தையே பார்த்துக்கொண்டிருந்தார். பெரிய தாழங்குத்து. 'கமகம' என்று மணம் வீசப் பூக்கள் தலை சாய்ந்து இருந்தன. இரண்டு சிறுவர்கள் தாவித் தாவிப் பூ எடுத்துக் கொண்டிருந்தார்கள்.

"என்ன, குழந்தைகளா?"

"தாழம்பூங்க, சாமி."

"பாம்பு இருக்கும்; பாத்து எடுங்க."

"நம்ப கிட்ட பாம்பு வராதுங்க, சாமி."

ஐயர் சிதம்பரத்தைப் பார்த்தார்.

பதிமூன்று பதினான்கு வயதுகூட நிரம்பாத இரண்டு சிறுவர்கள் இடுப்பளவுப் புதரில் தாழம்பூவோடு நின்றுகொண்டிருந்தார்கள். தோப்பு சொந்தமில்லையே தவிர அனுபவிக்கும் உரிமையெல்லாம் அவர்களுடையதுதான்.

பூக்கிற பூ, காய்க்கிற காய், பழுக்கிற பழம் – எல்லாம் அவர்களுக்குத்தான். முதல் பூ கோவிலுக்குப் போகும். அப்புறம் இரண்டு பூ ஐயர் வீட்டிற்கு; அங்கிருந்து குத்தாலம் போகும். அது ஒரு முறை – வழக்கம். பச்சரிசி மாவடும் இப்படித்தான் போகும். அந்த மரத்தில் பழம் பழுக்கவே விடுவதில்லை. பிஞ்சிலேயே – ஒரு மாதத்து வடுவாக இருக்கும் போதே அலக்குப் போட்டு உலுக்கிவிடுவார்கள்.

சிதம்பரத்தைத் தாண்டிக்கொண்டு முன்னே வந்த கணக்குப் பிள்ளை, "உள்ளே போகலாங்களா, சாமி" என்று கேட்டான்.

"வேண்டாம்."

"அப்ப . . ."

"நீதான் சொல்லணும்."

"நானா ?"

"காட்ட வாங்கி என்ன பண்ணப்போறீங்க? அதைச் சொல்லுங்க சாமிக்கு."

"அதுங்களா, சின்னதா ஒரு கரும்பாலை போடலாம்னுங்க."

இரண்டு பேரும் பகபகவென்று சிரித்தார்கள்.

"இந்தக் காட்டிலா . .?"

"அவுங்க, சும்மா பரிகாசத்துக்குச் சொல்லுறாங்க, சாமி."

"நேக்கும் அப்படித்தான் படறது."

"இல்லே, நான் நிஜமா சொல்றேன். அந்த உத்தேசத்தோடுதான் தோட்டத்தைக் கேட்கறேன்,"

ஐயர் வெற்றிலை எச்சிலைக் காரைமீது உமிழ்ந்துவிட்டு, "பரவாயில்லே, உனக்குத் தோட்டந்தானே வேணும் . . ?"

“ஆமாம்.”

“நான் தர்றேன்.”

“ஒரு பெரிய காரியம் முடிஞ்சு போச்சுங்க...”

நான்கைந்து நாரைகள் படபடவென்று சிறகை அடித்துக் கொண்டு வந்து மரக்கிளையில் அமர்ந்தன.

“இம்மாஞ் சுறுக்கா முடியுமின்னு நான் நினைக்கவே இல்லீங்க ...”

“அதுக்கென்ன ?”

ஐயர் வேட்டியைத் தூக்கிப் பிடித்துக்கொண்டு நடந்தார். முன்னே செடிகொடிகளை விலக்கி, வழியமைத்துக்கொண்டு போனான் கணக்குப்பிள்ளை. தும்பையையும் புல்லிதழ்களையும் துவைத்து மிதித்துக்கொண்டு சிற்றோடைகளைத் தாண்டிச் சாலைக்கு வந்தார்கள்.

சாலைக்கு வந்ததும், சிவனாண்டித் தேவர் வருவது தெரிந்தது.

“பாருங்க சாமி, தேவர் வராங்க!” என்றான் கணக்குப் பிள்ளை.

“செவனாண்டி நம்ப தோட்டத்துக்கு ரொம்ப நாளா பொறுப்பு” என்று சிதம்பரத்திடம் கூறினார்.

தேவர் சிதம்பரத்தைக் கடைக்கண்ணால் பார்த்துக் கொண்டே, “வூட்டுக்குப் போனேங்க; இஞ்ச வந்துட்டதா அம்மா சொன்னாங்க” என்றார்.

“உனக்கு ரெண்டு வாட்டி ஆளு விட்டேன்.”

“அந்தப் பயமவன் விஷயந்தாங்க. ரெண்டு வருஷமா அந்தப் புள்ளையைத் தள்ளி வச்சுட்டான். அதைத் தீர்த்து வைக்கப்போனேன். அப்படியே நாளு போயிடுச்சுங்க ...”

“எல்லாம் ஒரு வழியா முடிஞ்சு போச்சுல்லே? நீ போனா நடக்காமயா ?”

“ரொம்பக் கஷ்டப்பட்டு முடிச்சி வச்சேங்க.”

“செவனாண்டியா, கொக்கா ?”

தேவர் நாணமுற்று, புன்னகை பூத்தார்.

“தோ பாரு செவனாண்டி! ஊருக்குப் புதுசு; பேரு சிதம்பரம். புளியந்தோப்பு வேணுமாம். தர்றதா வாக்குக் கொடுத்துட்டேன்.”

“புளியந்தோப்பையா, சாமி!”

“நீ, நம்ப வீட்டுக் கொல்லையைப் பாத்துக்கோ!”

“அதுக்கென்னங்க, சாமி!”

ஒரு மடையான் கூட்டம் பறந்து சென்றது. சாம்பமூர்த்தி ஐயர் வண்டியில் ஏறி உட்கார்ந்தார்.

“நான் வரட்டுமா, சிதம்பரம்.”

“வாங்க” கைகூப்பி விடையளித்தான் சிதம்பரம்.

கணக்குப்பிள்ளை வண்டியின் குறுக்குக் கம்பியை எடுத்துப் போட்டான்.

“காத்தாலே வூட்டுலேதானே இருப்பீங்க?”

“ஆமாம்.”

“நான் வர்லாமில்லே?”

ஐயர் பகபகவென்று நகைத்தார்.

“கேட்கணுமா. நீ நம்ப மனுஷன். எப்ப வேணும்னாலும் வர்லாம்.”

“நீங்க கொடுக்கற கௌரவத்துக்குப் பங்கம் வராம நடந்துக்கப் பாக்கறேன்.”

தேவர் சிதம்பரத்தை விசித்திரமாகப் பார்த்தார்.

“செவனாண்டி வர்றீயா?”

மெல்ல நகர்ந்து செல்லும் வண்டியைப் பிடித்துக்கொண்டு சிவனாண்டித் தேவரும் கணக்குப்பிள்ளையும் சென்றார்கள். பூவரசு மரத்தைத் தாண்டி, கூந்தல் பனை மறைவில் உள்ள ஐயனாரைக் கடக்கும் வரையில் யாரும் ஒரு வார்த்தையும் பேசவில்லை.

வண்டி காத்தவராயன் இலுப்பை மரத்தைத் தாண்டியதும் கணக்குப்பிள்ளை, “மாமாவுக்கு ரொம்பக் கோபம்” என்றான்.

ஐயர், “ஆமாம் . . . ஆமாம் . . .” என்று தலையசைத்தார்.

“பின்னே, என்னங்க? எங்கிட்ட ஒரு வார்த்தை சொல்லக் கூடாதுங்களா? நா என்ன சீமைக்கா போயிட்டேன். தோ இருக்கிற வைதீஸ்வரன் கோவில். ஒரு நாளைக்கு எட்டுவாட்டி வந்துட்டுப் போகலாம். ஒரு ஆளு விட்டா, ரெண்டு எட்டுல வந்திருக்கமாட்டேனா? சாமிக்கு, செவனாண்டி அவ்வளவு தான் . . .”

“அது இல்லடா, செவனாண்டி...”

“இவன் ஒரு கழுதை; வேலைக்காரன். இவனை என்ன கேட்கறதுன்னு நினைச்சிப்புட்டீங்க. அதான் சரி; அப்படியே செய்யுங்க. ஆனா, தோப்பு கொடுக்க எப்படி மனம் வந்துச்சு? வித்து நமக்கு என்ன ஆகப் போவுது. சின்னப் பண்ணையில் இருபது வேலி வித்து, கும்மோணத்தில் வாரி விட்டாங்களே, அந்த மாதிரி பண்ணப்போறோமா...”

சாம்பமூர்த்தி ஐயர் வண்டியின் குறுக்குக் கம்பியில் முகத்தைப் புதைத்துக்கொண்டு சிவனாண்டித் தேவரை ஆழ்ந்து நோக்கினார்.

“உங்க தோப்பு; கொடுக்கிறீங்க, சரி. அதுவும் ஆருகிட்ட? ஊரு பேரு தெரியாத ஒரு பயகிட்ட. நாளைக்கு இவன் என்ன பண்ணுவானோ? ஆரு கண்டா? ஆனா, என்னமோ எனக்குப் படுது – நம்ப மண்ணிலே குந்திக்கிட்டு அதிகாரம் பண்ணப் போறான். நீங்க பாருங்க... அவன் மூஞ்சியும் மொகரக் கட்டையும்... அசல் வேதங்கத்தவன்தான். வேட்டி, சட்டை, கிராப்பு... உங்களுக்குச் சரி சமமா பக்கத்திலே நிற்கறான். நீங்களும் அவனுக்குச் சரியா மதிப்புக் கொடுத்துப் பேசுறீங்க...”

ஐயர் தலை அப்படியும் இப்படியுமாக அசைந்தது.

“நம்ப மண்ணு; பரம்பரைச் சொத்து. விளையுதோ இல்லையோ; அது இன்னொருத்தன்கிட்டே போகலாங்களா, சாமி... அதைப் பத்தி நான் கேட்டா, ‘எலே, நீ வூட்டுத் தோட்டத்தைப் பாத்துக்கடா’ன்னு சொல்லுறீங்க. எனக்கு இதை நீங்க சொல்லணுங்களா? ‘எலே, உனக்குத் தோட்ட மில்லே, தொரவுமில்லே; போடா வெளியே, கழுதை!’ன்னு புடிச்சுத் தள்ளினாலும் போவமாட்டேன். நீங்க போடான்னா நான் ஏன் போவணும்?... சொல்லுங்க சாமி...”

“நாலுவாட்டி வந்து, ஆயிரம்வாட்டி கேட்டான். இல்லேன்னு சொல்ல முடியலே, செவனாண்டி...”

“நீங்க சொன்னீங்க. அதுசரி. உங்க குல வழக்கம் அது. இந்த முட்டாப் பய எதுக்கு இருக்கான். ‘எல, இஞ்ச தோட்ட முமில்லே, கீட்டமுமில்லே, போயிடு’ன்னு கழுத்தைப் புடிச்சுத் தள்ளியிருக்க வேணாமா?”

கணக்குப்பிள்ளையின் நடை துவண்டது; அவன் பின் வாங்கினான்.

வண்டி ஒரு திருப்பத்தைக் கடந்து, நேர் சாலையில் ஓடத் தொடங்கியது.

"சரி, அதுதான் இல்லே. எலே, சாமி இருக்காங்க, இஞ்ச சட்டை போடக்கூடாது; செத்த எட்டி நில்லுன்னு சொல்லணுமா வேணாமா சாமி?"

"என்னமோ மாமா, புத்தி மழுங்கிப் போச்சுங்க, மாமா."

"புத்தி மழுங்கல்லேடா... நீங்க எல்லாம் சொந்த வூட்டுக்குக் கொள்ளி வைக்கற கூட்டம்..."

"அப்படியெல்லாம், சொல்லாதீங்க, மாமா."

வண்டி மேடு ஏறியது.

"வூட்டுக்கு வர்லீயா, சாமி?"

"இஞ்ச ஒரு ஜோலி!"

ஐயரை விசித்திரமாகப் பார்த்தார் தேவர்.

"நாளைக்கு வூட்டுக்கு வாயேன்."

"சரிங்க."

"உங்கிட்ட ரொம்ப பேசணும்."

அவர் தலையசைத்தார்.

வண்டிச் சக்கரம் சுழன்றது.

பரபரப்போடும் மன விரக்தியோடும் திரும்பினார் தேவர்.

வண்டியைப் பிடித்துக்கொண்டே கணக்குப்பிள்ளை சென்றான். சிவனாண்டித் தேவர் பார்வையிலிருந்து மறைந்ததும், "மாமா சொல்லறதுகூட, சாமி..."

"சரி அதை விடு..."

வண்டி ஆற்றைக் கடந்தது.

"நீ எங்க வர்றே?"

"கூடத்தாங்க!"

"இல்ல, நீ போ. இஞ்ச ஒரு ஜோலி இருக்கு. காத்தாலே வர்றேன்னு அம்மாகிட்டச் சொல்லு."

"சரிங்க, சாமி."

அவன் சொற்கள் செவியில் புகுந்து மனவரங்கை எட்ட வில்லை. சண்முகவடிவின் மகள் பஞ்சவர்ணத்தின் அழகில் மெல்ல மெல்ல ஆழ்ந்துகொண்டிருந்தார்.

மரங்கள் சூழ்ந்த நீண்ட சாலையில் வேகமாக வண்டி ஓடிக்கொண்டிருந்தது.

2

சாலையைக் கடந்து ஐயர் வீட்டிற்கு வந்தான் கணக்குப்பிள்ளை. அவன் மனத்தில் பல்வேறு விதமான எண்ணங்கள் படர்ந்து விரிந்தன. ஒவ்வொன்றையும் தனித்தனியே பிரித்துப் பார்க்கையில் குழப்பமும் சந்தேகமும் மேலோங்கின. தோட்டத்தைப் பற்றித் தேவர் கொண்டிருக்கும் மனப்பாங்கைப் புரிந்துகொள்ள முடியாமல் தவிப்புற்றான். இதுவரையில் அவரைப் பற்றிக் கொண்டிருந்த உயர்ந்த எண்ணங்கள் மெல்ல மெல்லச் சரிவுற்றன.

படலைத் திறந்துகொண்டு உள்ளே சென்றான். மாடத்து விளக்கைத் தூண்டிவிட்டுக்கொண்டிருந்த ஐயரின் மனைவி பத்மாவதி தலையசைத்து அவனை வரவேற்றாள்.

"– எங்க வர்லீயா?"

"ஒரு ஜோலியா நெய்விளக்கு வரைக்கும் போறதாச் சொன்னாங்க."

"ஓகோ!" அவள் குரல் தேய்ந்து போயிற்று. அலட்சியமும் இகழ்ச்சியும் நிறைந்த புன்னகை அதரங்களில் புரள, எல்லாம் தனக்குத் தெரியுமென்று தலையசைத்தாள்.

பத்மாவதி அவருக்கு இரண்டாந்தாரம். மாலையிட்ட போது அவளுக்கு வயது ஒன்பதோ பத்தோ. அவருக்கு வயது முப்பத்துமூன்று. முதல் மனைவி காலமான எட்டு ஆண்டுகள் கழித்து – தன் பெண்ணுக்கு மணம் முடித்துவிட்டு – பத்மாவுக்கு மாலையிட்டார்.

கல்யாணம் நடந்து பதினைந்து வருடங்கள் சென்று விட்டன. சின்னஞ்சிறு பெண்ணாக அடியெடுத்து வைத்த

பத்மாவதி இப்பொழுது இல்லத்தரசியாகிவிட்டாள்; சகல அதிகாரங்களும் அவள் கைக்கு வந்துவிட்டன.

ஒவ்வொரு இரவும் ஐயர் அவள் முன்னே தலைசாய்த்து இறைஞ்ச வேண்டியிருந்தது. அதற்காகச் சலித்துக்கொண்டதே இல்லை. அவர் வளைய வளையச் சுற்றிக்கொண்டிருப்பதைப் பார்த்து, 'உங்களுக்குப் பைத்தியந்தான்!' என்பாள்.

'ஆமாம்... உம்மேலே...' என்பார்.

பத்மாவதி அந்த நினைவுகளை ஒதுக்கிவிட்டு, "கார்த்தாலே வரேன்னாளா?" என்று கேட்டாள்.

"ஆமாங்க அம்மா."

"அவன் வந்திருந்தான்லே?"

"காத்துக்கிட்டு இருந்தாங்க. தோட்டம் படிஞ்சு போச்சு; சாமி தரேன்னுட்டாங்க; அவனும் வாங்கிக்கிறேன்னுட்டான். ஆனா, பாருங்க அம்மா, தேவர் வந்து குறுக்கே விழறார்..."

"நம்ப கொல்லை; விக்கிறதும் வாங்கறதும் நம்ப இஷ்டம். அதுக்கு அவன் ஆரு?"

"அதுதாங்க அம்மா. சாமி, அடிச்சுப் பேசினாத்தானேங்க? அவுங்க கம்முன்னு இருக்கறாங்க? அவுரு பாட்டுக்குப் பேசுறாரு!"

"அவுங்க விஷயந்தான்... அப்புறம் என்ன? சொல்லு..."

"இன்னும் வெலெதாங்க பேசலெ."

"அவங்கிட்ட ரொம்பப் பணமிருக்கும் போல இருக்கே?"

"ஆமாங்க அம்மா."

"உம்..."

"சிங்கப்பூர்க்காரன்."

"தெரியுமே" என்று சிரித்துக்கொண்டே அவனுக்கு விடை யளித்தாள், பத்மாவதி. அவள் மனத்தில் பணம் பற்றிய ஆசை ஏறியது. என்ன விலை சொல்லச் சொல்லலாம் என்ற யோசனை யோடு உள்ளே சென்றாள். விஷயம் தீர்மானமாகவில்லை. ஒன்றிலிருந்து இன்னொன்றுக்குத் தாவித் தாவிச் சென்று கொண்டிருந்தாள்.

சாம்பமூர்த்தி ஐயர் வேகமாக உள்ளே வந்து, "பத்மா தோ, பாரு! காரியம் முடிஞ்சு போச்சு; ஐநூறு ரூபா!" என்று படபடப்போடு சொன்னார்.

அவள் திடுக்கிட்டு எழுந்தாள். ஒரு கணம் ஒன்றும் புரியவில்லை. ஆச்சரியத்தோடு அவரை நோக்கினாள்.

சா. கந்தசாமி

"நான் ஒண்ணும் கேட்கலே. அவனாத்தான் சொன்னான்; சரீன்னுட்டேன்."

சாம்பமூர்த்தி ஐயர் நானூறு ரூபாய்க்குப் பவுன்களாகவும் மீதிக்குக் காசுகளாகவும் எடுத்து அவள் முன்னே வைத்தார்.

"ரெண்டு நாளிலே பத்தரம் எழுதணும்."

அவள் அதைக் காதில் வாங்கிக்கொள்ளவில்லை. களிப்புற்ற மனத்தோடு புத்தம் புதிதாகப் பிரகாசிக்கும் பவுனை எண்ணிக் கணக்கிட்டுக்கொண்டிருந்தாள்.

"உங்களுக்கு ஒண்ணும் வேணாமா?"

"இப்ப சத்தியா வேணாம்!"

பவுனையும் பணத்தையும் அள்ளி மடியிலே போட்டுக் கொண்டு புன்னகை புரிந்தாள்.

"அவன் பெரிய பணக்காரனா இருக்கறான்."

அதையும் அவள் காதில் வாங்கவில்லை.

மடியிலிருந்து இரண்டு பவுனை எடுத்து அவர் முன்னே வைத்தாள்.

"எதுக்கு?"

"எதாவது செலவுக்கு ..."

ஐயர் வியப்போடு அவளைப் பார்த்தார். பல நாட்களுக்குப் பிறகு இப்பொழுதுதான் மனம் திறந்து பேசுவது மாதிரி இருந்தது. அதில் மகிழ்ச்சியுற்றார். பணங்கூடத் தேவைதான். ஆனால், இப்போது – ஐந்தாறு நாட்களுக்கு வேண்டாம். அப்புறம் புது மோஸ்தரில் வந்திருக்கும் வளையலுக்கு எட்டுப் பவுன் வேண்டும். பஞ்சவர்ணத்திற்கு ஆறு மாதத்திற்கு முன்னே வளையல் பண்ணிப் போடுவதாகச் சொல்லி இருந்தார். ஆனால், அது தள்ளித் தள்ளிப் போய்க்கொண்டே வந்தது. போன மாதம் வெறுங்கையை நீட்டி, 'உங்க வளையல் வர வரைக்கும் இப்படித்தான் இருப்பேன்' என்று சிரித்தாள்.

நேற்று அவளிடமிருந்து அழைப்பு வந்தது; போக முடிய வில்லை. சிதம்பரத்திடம் வேலையை முடித்துக்கொண்டு போனார்.

வண்டி போய் வாசலில் நின்றதும், அவள் அம்மா வந்து வரவேற்றாள். எப்போதும் இருக்கும் குதூகலமும் மகிழ்ச்சியும் அவளிடம் காணோம்.

ஐயர் ஊஞ்சலில் ஆடிக்கொண்டே, அப்படியும் இப்படியும் பார்வையை ஓடவிட்டார். பஞ்சவர்ணத்தைக் காணோம்.

"வடிவு, பஞ்சவர்ணம் எங்கே?"

அவள் சிரித்தாள். சற்றுப் பொறுத்து, "அவ, வூட்டுக்கு வரப்படாதுங்களே!" என்றாள்.

"உம் . . ."

"இன்னைக்குத்தான்."

"சரி."

அங்கவஸ்திரத்தை எடுத்துத் தோளில் போட்டுக்கொண்டு விசுக்கென்று வெளியே வந்தார். மன விகாரம் ஒரு வினாடியிலேயே தீய்ந்து போனது மாதிரி இருந்தது. வாசலில் வண்டி இல்லை. வீட்டிற்குள் நுழைந்தபோது திருப்பி அனுப்பிவிட்டார். என்ன செய்வது என்று தெரியாமல் நிற்கையில், பஞ்சவர்ணத்தின் வண்டியே வந்து நின்றது. தாவி ஏறி, வேகமாக வண்டியை ஓட்டச் சொன்னார்.

வண்டி வெட்டாற்றைத் தாண்டிக் காவிரிக் கரை ஏறும் போது சிதம்பரம் வருவது தெரிந்தது.

"சிதம்பரம்!"

"நீங்களா, வாங்க."

"எங்கெ இப்படி . . ?"

"சும்மா . . ."

ஐயர் கெக்கெக்கவென்று சிரித்தார். வெற்றிலை எச்சில் அவன் சட்டையெல்லாம் தெறித்தது.

"சும்மாத்தானே . . . அப்ப நம்ப காரியத்தை முடிச்சிடலாமே" என்றவர், வண்டிக்காரன் பக்கம் திரும்பி, "எலே, நம்ப வண்டி போவும். அத இங்க அனுப்பிட்டுப் போ" என்று உத்தரவு கொடுத்தார்.

வண்டி போனதும், தணிந்த குரலில், "நீங்க என்ன சொல்லுறீங்க?" என்று கேட்டான் சிதம்பரம்.

"தோட்டம் உனக்குப் பிடிச்சிருக்கில்லே!"

"என்ன அப்படிக் கேட்கிறீங்க?"

"அப்ப வெலெ வச்சிடலாம் . . ."

அவன் மிருதுவாகப் புன்னகை பூத்தான்.

"சரி . . . என்ன தர்ரே?"

"சொத்து உங்களுடையது; நீங்கல்லே சொல்லுணும் . . ."

"அதெல்லாம் எனக்குத் தெரியாது. பழக்கமில்லே. நீ பார்த்துச் சொன்னா சரி; உலகம் சுத்தியவன், நீ; உனக்குத் தெரியாதா? . ."

"அது சரியாகுங்களா? நீங்க யாரையாவது கேட்டுக் கூடச் சொல்லலாம்."

"என் சொத்தைக் கொடுக்க இன்னொருத்தனை எதுக்குக் கேட்கணும்? அவன் யாரு எனக்கு யோசனை சொல்ல? எனக்குப் பிடிச்சா, உனக்குச் சும்மாக்கூட கொடுப்பேன்..."

சிதம்பரம் விசித்திரமாக அவரைப் பார்த்தான்.

"சுருக்கா சொல்லு சிதம்பரம்."

"அஞ்சு தரட்டுங்களா?"

"அஞ்சா?"

"ஆமாங்க!"

"சரி, எனக்குச் சம்மதம்!"

"அப்ப இந்தாங்க." அவன் இடுப்பில் போட்டிருந்த பெரிய பெல்டிலிருந்து பவுனாக எடுத்துக் கல்மீது வைத்தான்.

"என்ன அவசரம், பத்தரம் எழுதிட்ட அப்புறமா கொடேன்."

"அட, எங்கெ இருந்தா என்னங்க? உங்ககிட்ட இருக்கறது எங்கிட்ட இருக்கறது மாதிரிதான்..."

அவன் பணத்தைப் பவுனில் மதிப்பிட்டுக் கொடுத்தான். பவுனை வாங்கி மடியில் போட்டுக்கொண்டு, "ரெண்டு நாளிலே பத்திரம் எழுதிடலாம்" என்றார்.

"அதுக்கென்ன இப்ப அவசரம்."

ஐயர் வண்டி வந்து நின்றது.

"நீ எங்கெ போறே சிதம்பரம்?"

"நீங்க வாங்க, நான் சும்மா இப்படி செத்த..."

ஐயர் வண்டி ஏறினார்.

"வீட்டுப் பக்கம் வா."

"சரிங்க."

வண்டி நகர்ந்தது.

தோட்டத்தின் விஸ்தீரணத்தைப் பற்றிக் கணக்குப் போட்டுக்கொண்டே சிதம்பரம் பஞ்சவர்ணத்தின் வீட்டிற்குச் சென்றான். அவள் அம்மா எல்லையற்ற உற்சாகத்தோடும் களிப்போடும் அவனை வரவேற்றாள்.

உள்ளே போய்க் கட்டிலில் அமர்ந்தான். பஞ்சவர்ணம் வந்து அவன் பக்கத்தில் சாய்ந்து உட்கார்ந்துகொண்டு, "இம்மா நேரமா?" என்று கேட்டாள்.

"செத்த வேல."

"என்ன அப்படிப் பாக்கிறீங்க..?"

"உன்னைத்தான்!"

"என்னையா?"

"உம்..."

"— அப்படி நான் அழகா?"

"இல்ல..."

ஒரு கணம் கண்களைத் தாழ்த்தி, அவனை ஆழ்ந்து நோக்கினாள். அப்புறம் ஆசையோடு அவன் கையைப் பிடித்துக்கொண்டு, "தோட்டம் வாங்கப் போகிறீங்களாமே?" என்று கேட்டாள்.

"உம்..."

அவள் மடியில் சாய்ந்து படுத்தான்.

3

சிவனாண்டித் தேவரைப் பார்த்தால் – அநேக மாகத் தன்னைப் பிடிக்காவிட்டாலுங்கூட – சாப்பாட்டிற்கு ஒரு வழி பண்ணிவைப்பார் என்றே பட்டது. இந்த எட்டு நாட்களில் சாப்பாட்டிற்குக் கஷ்டப்பட்டுப் போனான். ஒரு நாளைக்கு மேல், சிவன் கோவில் உப்பில்லாத பட்டைச் சோற்றைத் தின்ன முடியவில்லை; மேலப்புதூர் ரத்னப் படையாச்சி வீட்டிற்கோ போய்வர முடியவில்லை. இதற்கு மாற்று என்ன என்று யோசித்துக் கொண்டிருந்தபோது பஞ்சவர்ணத்தின் தொடர்பு கிடைத்தது. ஆனால், வெகுவிரைவிலேயே சலிப்புற்றான். இந்த வாழ்க்கை தனக்குத் தகாது என்று சொல்லிக் கொண்டு வெளியே வந்தான் சிதம்பரம்.

தேவர் பற்றிய நினைவுகள் பெருகின. அவரோடு தன் வாழ்க்கை ரொம்பவும் நெருக்கமாகச் சம்பந்தப்பட்டிருப்பது மாதிரி இருந்தது.

காவிரிக் கரையில் ஒரு முறை அவமானப்பட்டது நினைவில் மலர்ந்தது; அவன் சிரித்துக்கொண்டான்.

அதிகாலை. காவிரிக் கரையில் தேவரும், ராமசாமி செட்டியாரும் விதைப்பு பற்றிப் பேசிக்கொண்டிருந்தார்கள். அவன் வெகுநேரம் வரையில் பக்கத்தில் நின்று கொண்டிருந்தான். தேவர் பார்க்காதது மாதிரி பேசிக் கொண்டிருந்தார். பேச்சு முடிந்ததும் புறப்பட ஆயத்தமானார்.

சிதம்பரம் முன்னே வந்து பணிவாக, "நான் வந்துங்க..." என்று ஆரம்பித்தான்.

சிவனாண்டித் தேவர் முரட்டுத்தனமாகவும் அலட்சியமாகவும் ஏறிட்டுப் பார்த்தார். அவனுக்குப் பேசச் சந்தர்ப்பம் அளிக்காமல், "நான் வரேங்க" என்று செட்டியா

யெல்லாம் தீர்த்துக்கொள்ள, அன்றைக்கு அவனுக்கு ஒரு சந்தர்ப்பமே கிடைக்கவில்லை. பின்னால் அவன் கண்ணில் கண்ணீரே சுரக்கவில்லை. எல்லாம் மரத்துப் போய்விட்டது.

"அங்கெ எப்படி இருந்தீங்க? ஒண்ணும் கஷ்டமில்லே?"

"அம்மா ரொம்பக் கஷ்டப்பட்டாங்க..."

"அந்தப் பயமவன் வம்சத்திலேயே அப்படியொரு புத்தி; சாமியாராப் போறது வழக்கம். அவன் அப்பன் சாமியாராப் போனான்; தாத்தா போனான். அப்புறம் இந்தப் பயலும் போயிட்டான்."

"..."

"அப்பப் போனவன்தான். இந்தப் பக்கம் அப்புறம் வரவே யில்லே. வடலூரில் கொஞ்சநாள் இருந்தான்னு கேள்வி. நான் போய் ரெண்டுநாள் அலஅலன்னு அலஞ்சேன். அம்புடலே."

"எனக்கு அப்பா நினைவே இல்லீங்க மாமா."

"அவன் சாமியாராப் போகச்ச நீ ஒண்ணறை வயசுக் குழந்தை."

"அம்மாகூட சொல்லும்ங்க, மாமா."

"உம்மேலே அவனுக்கு உசுரு."

அவன் விசித்திரமாகப் பார்த்தான்.

"தம்பிக்குக் கல்யாணம் இன்னமதானோ ஆகணும்?"

தலை சாய்த்தபடியே அவன் புன்முறுவல் பூத்தான்.

வெற்றிலையை வாயில் திணித்துக்கொண்டு, "தோட்டம் அக்கிரிமென்ட் ஆயிடுச்சில்லே?" என்று கேட்டார் தேவர்.

"ரெண்டு நாளைக்கு முன்னதாங்க. மூனுவாட்டி வந்தேங்க; நீங்க அம்புட்டுக்கிலேங்க..."

"அதுக்கென்ன! எல்லாம் நல்லபடியா நடந்தா சரிதான். ஊரிலே சொல்லிக்கிட்டாங்க. காதுலே விழுந்துச்சு. ஆனா, உன்னைக் கேட்கறது ஆகுமா? ஐயரைப் பாக்கலே; பாக்க இஷ்டமில்லே. ரெண்டு மொற கணக்கப்பிள்ள வந்தான். நான் போகலே. ஏன் போவணும்..."

"..."

"ஐயருக்கும் எனக்கும் நாற்பது நாற்பத்தைந்து வருஷப் பழக்கம். அதுக்கு முன்னே அவுங்க அப்பா, தாத்தா எல்லாம்

போய் இருந்தார். நான்கு நாட்கள் கழித்துத்தான் திட்டக் குடிக்குப் போக முடிந்தது. காவேரி தன் துக்கத்தை மறைத்துக் கொண்டு, அவரை வரவேற்றாள். சாப்பாடு போட்டாள். 'என் வீட்டுக்கு வந்துடு அம்மா' என்ற வேண்டுகோளைப் பணிவோடு நிராகரித்தாள். தானே உழைத்து, சாப்பிட்டுக்கொண்டு வந்தாள். அவளுள் என்ன நிகழ்ந்ததோ; கொழும்புக்கு யாருக்கும் தெரி யாமல் போய்விட்டாள்.

"ஊரெ விட்டுப் போறப்ப உனக்கு ரெண்டோ ரெண் டரையோ வயசு. ஒருநாள் திடீருன்னு போயிட்டா; அவளுக்கு ரொம்ப நெஞ்சழுத்தம்; ஒருத்தர்கிட்டேயும் ஒண்ணும் சொல்லமாட்டா . . ."

கட்டிலின் கயிற்றை விரலால் கீறிக்கொண்டே அதை அங்கீகரிப்பது மாதிரி தலையசைத்தான்.

"காவேரி. . ."

"அம்ம வாத்துக் குளுந்து போயிட்டாங்க . . ."

சிவனாண்டித் தேவர் கண்களை மூடி, வெகுநேரம் கழித்துத் திறந்தார். இமைகள் நனைந்திருந்தன. குரல் மாறிவிட்டது; உற்சாகத்தையும் கலகலப்பையும் இழந்துவிட்டார்.

"காவேரி, ரொம்ப நல்ல பொண்ணு; சமத்து. அட எங்கப்பா! என்ன வேல, பம்பரமா செய்வா. அது மாதிரி ஒரு பொண்ண என் வயசிலே பாத்ததே இல்லே. . ." பசுமையான நினைவுகளில் தேவர் ஆழ்ந்தார். தாயின் நற்பண்புகளைச் சிறப்பித்துக் கூறக் கூற சிதம்பரத்திற்கு, தனக்காகவும் அவளுக்காகவும் அவள் பட்ட கஷ்டங்கள் நினைவிற்கு வந்தன. வாழ்நாள் முழுவதும் – சாவிற்கு எட்டு நாள்களுக்கு முன் வரையில்கூட – அவள் பாடுபட்டுக்கொண்டிருந்தாள். பரபரக்க வேலை செய்யும் அவளுக்குச் சாவு மட்டும் ரொம்ப அமைதியாக வந்தது; தூங்குவது போலவே இறந்துபோனாள்.

அதுகூட அவனுக்குத் தெரியவில்லை, தாய் தூங்குவதாக நினைத்துக்கொண்டு பக்கத்தில் உட்கார்ந்திருந்தான். அடுத்த வீட்டு அன்னம் வந்து பார்த்துவிட்டு, துயரத்தோடு அவனை வெளியே அழைத்து வந்து, 'அம்மா போயிட்டாங்க' என்றாள். அழுகையில் வாய் அடைத்தது. அவனை இறுக அணைத்துக் கொண்டு விம்மினாள். அவன் அவள் முகத்தைப் பார்த்துக் கொண்டு 'கோ!' என்று கதறினான்.

யாரோ சட்டென்று அவன் வாயைப் பொத்தினார்கள். அன்னத்திடமிருந்து அவனை வாங்கிக்கொண்டு வெகு தூரத்திற்குப் போனார்கள்.

'அம்மா குளிர்ந்து போயிட்டா; அழக் கூடாதுடா அப்பா!' என்று யார் யாரோ சாந்தப்படுத்தினார்கள். அழ, தன் துக்கத்தை

இல்லை. அம்மா சதா சொந்தவூரைப் பற்றிப் பேசிக்கொண்டே இருப்பாள். சாவதற்கு ஐந்து நாட்களுக்கு முன்னால், 'நான் இஞ்ச, கண்ணு காணாத சீமையில போவணுமா? எங்க சனமெல்லாம் போன ஆத்தங்கரையில் இந்த உசுரு போவக் கொடுத்து வைக்கலே' என்று குறைப்பட்டுக்கொண்டாள். அவள் குறைப்பட்டுக்கொண்டது போலவே நடந்தது. கொழும்பில் சிதம்பரம் அவளுக்கு மண் போட்டான். அதற்குப் பிறகு, எவ்வளவோ நிகழ்ந்துவிட்டன. கொழும்பை விட்டுச் சிங்கப்பூருக்குப் போய், அங்கே இருந்துவிட்டுத் திட்டக்குடிக்குப் போனான்; தங்க முடியவில்லை. பலவிதமான உணர்ச்சிகள் பெருக சாயாவனத்திற்கு வந்துவிட்டான்.

அவன் திட்டக்குடி என்றதும், "யாரு வீடு?" என்றார் சிவனாண்டித் தேவர்.

"முனியாண்டித் தேவர் . . ."

"காவேரி பையனா நீ!"

"ஆமாங்க!"

தேவர் மீசையைத் தள்ளிவிட்டுக்கொண்டார்; உதடுகள் படபடவென்று துடிப்பது தெரிந்தது.

"வேங்கப் புலி கூட்டமில்லே, உங்கம்மா?"

"மொட்டாணிக் கூட்டம்ன்னு அம்மா சொல்லுவாங்க."

"ஆமாம்... ஆமாம் . . . இப்பத்தான் நினைவு வருது. அதான், நானும் நாலு நாளா யோசித்து யோசித்துப் பார்க்கறேன் – தம்பி ஆரு, நம்பளவங்க ஜாடையா இருக்குதேன்னு. அட அப்பா! எம்மாம் வருஷம் கழிச்சி... நல்லா இப்படி கிட்டத்துல வந்து குந்துங்க, தம்பி . . ."

"அம்மா உங்களைப் பத்தி ரொம்ப சொல்லிக்கிட்டே இருப்பாங்க."

"நான் அதுக்கு ஒரு விதத்திலே அண்ணன் முறை வேணும்."

"ஊருக்குப் போய் முதல்லே, மாமாவைப் பாரு. அவுங்க தான் நமக்கு எல்லாம்ன்னாங்க!"

சிவனாண்டித் தேவர் தம் கண்களை மூடிக்கொண்டு கொஞ்ச நேரம் யோசித்தார். தேய்ந்துபோன ஒவ்வொரு காட்சியும் எங்கிருந்தோ மனவரங்கில் நிழலாடியது. காவேரி தங்கை மாதிரி; ஒரே கூட்டம்; மொட்டாணி. அவளுக்குக் கல்யாணத்தை முன்நின்று நடத்தி வைத்தவர், அவர். நல்ல இடம்; நல்ல சம்பந்தம். பூரித்துக்கொண்டிருந்தார்.

ஒருநாள் கணவன் சாமியாராகி எங்கோ போய்விட்டான் என்ற செய்தி வந்தது. தேவர் வீட்டில் இல்லை. சீர்காழிக்குப்

ரிடம் சொல்லிக்கொண்டு, வேகமாக நடக்கலானார். சிதம்பரம் அவர் போவதையே பார்த்துக்கொண்டிருந்தான். உறவைச் சொல்லிவிட வேண்டுமென்ற ஆசை கட்டுக்கடங்காமல் பெருகியது. அன்றைக்கும் அதற்கு அடுத்த நாளும் வீட்டிற்குச் சென்றான். ஒவ்வொரு முறையும், ‘இப்பத்தாங்க அக்கரைக்குப் போனாங்க; ஐயர் வூட்டுக்குப் போனாங்க’ என்ற பதில் கிடைத்துக்கொண்டே இருந்தது.

இன்றைக்கு எப்படியும் பார்த்துவிடுவது என்ற நம்பிக்கையோடு நடந்துகொண்டிருந்தான். இலுப்பை மரத்தடியில் இரண்டு வெள்ளாடுகள் அலைந்துகொண்டிருந்தன. மூன்று சின்னக் குட்டிகள் – ஒரு மாதத்துக் குட்டிகள் – துள்ளிக்கொண்டு ஓடின. ஒரு குட்டி வந்து அவன்மேல் விழுந்தது. வலது கையால் தள்ளிவிட்டு மேலே நடந்தான்.

ஒரு கறுத்த பையன் அலக்கை மரத்தடியில் சாற்றிவிட்டு அரிவாளால் கிளைகளை வெட்டிக்கொண்டிருந்தான். இது மாதிரி தானும் வேலை செய்ய வேண்டியிருக்கும் என்ற எண்ணங்கள் படர, தேவர் வீட்டிற்கு வந்தான்.

வாசலில் கிடந்த கட்டிலில், மீசையை ஒரு பக்கமாகத் தள்ளிவிட்டுக்கொண்டு உட்கார்ந்திருந்தார் சிவனாண்டித் தேவர்.

“வணக்கங்க.” பணிவோடு கரம் குவித்தான்.

தேவர் நிமிர்ந்து பார்த்தார். திகைப்பின் குறி முகத்தில் தெரிந்தது. ஆனால், வாயிலிருந்து ஒரு வார்த்தைகூட வெளி வரவில்லை.

“என்னைத் தெரியுதுங்களா . . . சிதம்பரங்க . . .”

“தெரியுது, தெரியாம என்ன . . .” என்று கொஞ்சம் ஒதுங்கி, “குந்து” என்று இடம் கொடுத்தார்.

“பரவாயில்லீங்க!”

“சும்மா, குந்து.”

“உங்களைப் பாத்துட்டுப் போவலாம்ன்னுதாங்க வந்தேன்.” சிதம்பரம் ஒதுங்கினாற்போலக் கட்டிலில் அமர்ந்தான்.

“முன்னகூட வந்தீங்களாமே; வூட்டுலே சொன்னாங்க. கொஞ்சம் ஜோலி . . . ஆமாம், எந்த ஊரு?”

தலைகுனிந்துகொண்டு யோசித்தான். பிறந்த ஊர் நெய் விளக்குக்குப் பக்கத்து ஊர்; திட்டக்குடி. வெட்டாற்றின்கரை மீது நின்று பார்த்தால் திட்டக்குடி தெரியும். ஆனால் அந்த ஊரைப் பற்றி அவனுக்கு ஒன்றும் தெரியாது; ஒன்றும் நினைவில்

பழக்கம். பெரியவங்க ஒரு தினுசு; இவுரு ஒரு தினுசு. பொண்டாட்டிக்கு அடங்கிட்டா, அப்புறம் ஆரு சொன்னாலும் காதிலே ஏறாது."

ஒரு வெள்ளாட்டுக்குட்டி தேவர் காலில் விழுந்து எழுந்தோடியது.

"பத்து நாளா வெள்ளாட்டை இங்கெ நிறைய பாக்கறேன்" என்றான் சிதம்பரம்.

"தம்பி இஞ்ச வந்து பத்து நாள் இருக்குமா?"

"பன்னிரண்டு நாளு ஆகுதுங்க, மாமா."

"ரொம்ப நாளுதான். தம்பி ஜாகை எங்கெ வச்சிருக்கு?"

"மேலப்புதூர் ரத்னப் படையாச்சி வூட்டுலேங்க."

"ஆரு வூட்டுலே . . . ? படையாச்சி வூட்டுலேயா?"

"சிங்கப்பூரில் என்னோட ஒரு சிநேகிதன் இருந்தாங்க. அவன் சொல்லி விட்டாங்க."

"ஆரு . . . கோவாலா?"

"ஆமாங்க மாமா."

"கயவாலிப்பய. கட்டின பொண்டாட்டிக்கும் பெத்த பிள்ளைக்கும் சோறு போட வக்கில்லாமெ ஓடிப்போயிட்டான். அங்கெ எவளையோ சேத்து வச்சுக்கிட்டிருக்கறதாக் கேள்வி. பாவம், அந்தப் பொண்ணு இஞ்ச பாப்பான் வூடு கூட்டிக் காலந்தள்ளுது. பாத்தியா, அதான் காலம். அந்தப் பய மாதிரி இவளும் போனா . . . வேணாம் . . . அந்தப் பேச்சு இப்ப வேணாம் . . ." என்றவர் மிகுந்த ஆதரவோடு அவன் கரத்தைப் பற்றிக்கொண்டு, "இன்னமெ இதான் உன் வூடு. இஞ்சதான் இன்னமெ நீ இருக்கணும். நான் ஆரு . . . இது ஆரு வூடு . . . உன் மாமன் வீடு . . ." என்றார்.

அவன் கிளர்ச்சியுற்றான்; மனம் சந்தோஷத்தால் நிரம்பியது.

"நீங்க வெளியே தள்ளிக் கதவை அடைச்சாலும் இன்னமெ நான் இதை விட்டுப் போவமாட்டேன்!"

"அதான் . . . அதான் வேணும் . . . காவேரி பேச்சு அப்படியே வருது."

மரத்தை அண்ணார்ந்து பார்த்து, இரண்டு முறைகள் வெள்ளாடு கத்தியது. சிவனாண்டித் தேவர் உட்பக்கம் திரும்பி, "எலே, சின்னையா!" என்று கூப்பிட்டார்.

"அவன் இல்லீங்களே, மாமா." அவர் மருமகள் கதவுக்குப் பின்னே மறைந்தபடியே பதிலளித்தாள்.

"குஞ்சம்மா, இஞ்ச வாயேன்."

"என்னங்க மாமா?"

"இஞ்ச பாரு; ஆரு வந்திருக்கா? நம்ப காவேரி – கொழும்பு போனாளே, அதும் பையன்; நம்ப சிதம்பரம். நான் ஆரு ஆருன்னு முழிச்சுக்கிட்டிருந்தேன். இப்பத்தான தம்பி சொல்லிச்சு ..."

உள்ளே இருந்து வெளியே வந்து, ஆளோடி தூணைப் பற்றிக்கொண்டு, "அந்தக்கா ஜாடை தெரியுதுங்க, மாமா ..."

"எதுக்கு அங்க நிக்கற பாப்பா; இஞ்ச வா ... நம்ப தம்பிதான்."

குஞ்சம்மா தலை கவிழ முன்னே வந்தாள்.

சிதம்பரம் எழுந்து நின்று, கை கூப்பி, "நமஸ்காரங்க" என்றான்.

தேவரும் குஞ்சம்மாவும் திடுக்கிட்டுப் போனார்கள். ஒரு பெண்ணுக்கு முகமன் கூறியவனைப் பார்த்ததில்லை. இதனை எப்படி ஏற்பதென்றும், பதிலளிப்பதென்றும் தெரியவில்லை. தேவரைவிடக் குஞ்சம்மா அதிகமாகக் கலக்கமுற்றாள்; தலை குனிந்தபடியே பின்னுக்கு நகர்ந்தாள்.

சிவனாண்டித் தேவர் அவனை உட்கார வைத்தார்.

"பாப்பா – நம்ப மருமவ – உனக்கு அம்மா மாதிரி ..."

"அப்படிங்களாங்க, மாமா?"

"ஆமாம். நீ இப்பத்தானே வந்திருக்கெ, இன்னமெதான் எல்லோரையும் தெரிஞ்சுக்கணும் ..." என்றவர் உட்பக்கம் திரும்பி, "பாப்பா, உனக்குக் காவேரியை நினைவிருக்கா?" என்று கேட்டார்.

"என்னங்க மாமா அப்படிக் கேட்கிறீங்க! அந்த அக்காவை எனக்கு நல்லாத் தெரியுமே. எங்க வூட்டுக்கு ரெண்டு வாட்டி முளைக்கொட்டுக்கு வந்திருக்காங்க."

"சனஞ் சாதின்னா அவளுக்கு இஷ்டம் ..."

"தம்பிகிட்ட அதைச் சொல்லுங்க, மாமா – இதுவும் அவுங்க வூடுதான்; இன்னமெ இஞ்சதான் இருக்கணுன்னு."

"நீ சொன்னப்புறம் தம்பி மீறிடுமா ... என்னங்க தம்பி?"

அவன் திருப்தியுற்றான்; மனம் களிப்புற்றது.

"எனக்கு என்ன வருத்தமுன்னா ... இம்மா நாளா இஞ்ச வராம போயிட்டோமேன்னுதான்."

"இப்ப வந்துட்டீங்களே!"

எல்லோரும் சிரித்தார்கள்.

“பாப்பா, செத்த நாங்க இப்படிப் போயிட்டு வாரோம். ஆரு வந்தாலும் இருக்கச் சொல்லு ... தம்பி ... வாங்க” என்றெழுந் தார் தேவர்.

இருவரும் தெருமுனையைத் தாண்டி மறையும் வரையில் குஞ்சம்மா படியில் நின்றுகொண்டிருந்தாள்.

‘அக்காவாட்டாந்தான் – அந்த சாடை, நடை, கை வீச்சு, பார்வை ... கையை இடுப்புலே வச்சுக்கிறது – எல்லாம் காவேரி அக்காதான் ...’

மேலத் தெருவிற்கு வந்ததும் தேவர் கேட்டார், “தம்பி இன்னமெ இஞ்சயே இருக்கறாப்போலத்தானே?” என்று.

“ஆமாங்க, மாமா.”

“கண்காணாத சீமையிலே அப்படி என்னதான் கிடக்குது? இஞ்ச இருந்து நா நான்னு ஓடுதுங்க. நாலு வருசமோ அஞ்சு வருசமோ கழிச்சு கிழடு தட்டி அப்பாடான்னு வருதுங்க. வந்த அப்புறம் உடம்பு வளையறதில்லே; சும்மா ஊர் சுத்திப் புட்டு, கையிலே இருக்கிற காசை செலவழிச்சிப்புட்டு, சண்டை போட்டுக்கிட்டு, தெருவிலே நிக்குதுங்க.”

“ ... ”

“இஞ்ச இருக்கற பசங்க வெளி தேசத்துக்குப் போயே கெட்டுப் போயிட்டானுங்க, தம்பி ...”

அவன் மெல்லச் சிரித்தான்.

“நெசங்க, தம்பி.”

“வாஸ்தவங்க, மாமா.”

“நீங்க கொழும்புல இருந்தீங்களா, யாழ்ப்பாணத்திலாங்க, தம்பி?”

“கொழும்புலேங்க!”

“அங்க எப்படி!”

“பரவாயில்லீங்க, மாமா. கஷ்டப்பட்டா நல்லாச் சாப் பிடலாம்; நாலு காசும் சம்பாரிக்கலாம்.”

“இஞ்ச மட்டுமென்ன? கயவாலிப் பிள்ளைங்க ஒன்றுக்கும் உடம்பு வளையமாட்டேன்கிறது. மெதந்த கெண்டை பிடிக் கறதுன்னா எம்மா நாளைக்குத்தான் முடியும்?”

“அங்ககூட நம்பளவங்க ரொம்பக் கஷ்டப்பட்டு உழைக் கறதா சொல்றதுக்கு இல்லீங்க, மாமா.”

“உழைப்பு பொசுக்குனா வரும்? சின்ன வயசிலே இருந்து பழக்கப்படணும். அப்பெல்லாம் சும்மா சுத்திட்டு, பெறவு வேலைக்குப் போனா இடுப்பு வளையுமா..?”

“ஆருண்ணா..?” சாணிக் கூடையோடு வந்த சொர்ணம் சற்றே ஒதுங்கி நின்று கேட்டாள்.

“தம்பி நமக்குச் சொந்தம்... இஞ்ச புளியந்தோப்பு வாங்கி இருக்கறவங்க இவுங்கதான்.”

“இவுங்கதானா?... ரொம்ப சின்னவங்களா இருக்க றாங்களே?”

அதற்குப் பதிலேதும் சொல்லாமல் சொர்ணத்தைத் தாண்டிப் போனார்கள்.

“இப்ப பேசிக்கிட்டிருந்தோமே – சொர்ணம் கதையே ஒரு தனிக் கதைங்க, தம்பி. அஞ்சு பேருக்கு மத்தியில் பிறந்த ஒரே பொண்ணு. எல்லாரும் தங்கமுன்னு தாங்கி வளர்த்தாங்க. பெரியண்ணன் அது மேல உசுரையே வச்சிருந்தான்; கல்யாணம், அவன் பார்த்துத்தான் பண்ணிவச்சான்...

“பொண்ணைச் சும்மா சொல்லக் கூடாது; தங்கக் கம்பி. எதிரே நின்னு உரக்க ஒரு வார்த்தை பேசத் தெரியாது; அதட்டத் தெரியாது. அது ஒரு குணம்; அது அம்மாகிட்டேயிருந்து வந்தது. இன்னைக்கு எவ்வளவோ தாழ்ந்து போயிடுச்சுவோ... ஆனாலும், அந்தக் குணம், போகலே. அதான், ‘கெட்டாலும் மேம் மக்க மேம் மக்களே’ன்னு சொல்லுவாங்க. பாருங்க, தம்பி... அவ தலையெழுத்து. பெரியண்ணன் அம்மை வார்த்துக் குளிர்ந்து போனான்; அவன் தம்பி வீராதி வீரன் விலை மதிக்காப் பாண்டியன் – அவனும் மாரியிலே போனான். அவ ரெக்க ஒடிஞ்சு போயிடுச்சு... அப்ப பாத்து ராமு – உங்க பங்காளி – அவ புருஷன் – கப்பலுக்குப் போறேன்னு ஒரு நாள் திடுப்புன்னு போயிட்டான். அதான்... ரெண்டு கடுதாசி வந்துச்சு. அப்புறம் ஒரு தகவலும் இல்லே. வருஷம் பத்தாகப் போவுது...”

சிவனாண்டித் தேவர் கண்களில் கண்ணீர் சுரந்தது. தேவரால் அழ முடியும் என்பது அவனுக்கு ஆச்சரியம் அளித்தது.

“அவன் கப்பலுக்குப் போன மறு வருஷமே, அம்மாவும் அண்ணன்மார்களும், வீட்டோட வந்துடுன்னு வருந்தி வருந்தி அழச்சாங்க. சர்ப்புத்தரன் பொண்ணு, போவாளா? ‘இதுதான் என் வீடு; இஞ்சதான் நான் சாகணும்’ன்னுட்டா.

“மருமவளா அடியெடுத்து வச்சப்ப அஞ்சு வயசும் ஆறு வயசுமா இருந்த ரெண்டு நாத்தனாருக்கும் கல்யாணம் பண்ணி வச்சா; ஒரே கொழுந்தனுக்கும் கல்யாணம் கட்டினா. என்ன

பண்ணி என்ன? அந்தக் கயவாலிப்பய, கல்யாணமான ஆறாவது மாசம் மாமியார் வீடே கதின்னு போயிட்டான். கண்ணு தெரியாத மாமியாரை வச்சிக்கிட்டு ஏதோ காலத்தைத் தள்ளிக் கிட்டு வரா . . .”

“வாழ்ந்த குடும்பத்துக்குத்தான்க மாமா, இப்படியெல்லாம் வருதுங்க.”

“நீங்க சொல்லுறது நூத்துல ஒண்ணுங்க, தம்பி! ஆனா பாருங்க, சொர்ணத்தைப் பாத்துட்டா எனக்கு என்னமோ வந்துடுதுங்க . . . தம்பி, கொழும்புலதானே இருந்தீங்க . . .”

“ஆமாங்க, மாமா.”

“அங்க, நம்ப பக்கத்து ஆளுங்களெல்லாம் இருக்காங்க இல்லே?”

“ரொம்பப் பேருங்க, மாமா.”

“சொர்ணம் புருஷனை நீங்க பாத்திருக்கிறீங்களா? கறுப்பா, சதையா, பீமன் மாதிரி இருப்பான். பேச்சு கொஞ்சம் தெத்தித் தெத்தி வரும். பேரு ராமு . . .”

இதழ் பிரிந்தும் பிரியாமலும் அவன் முறுவலித்தான்.

இருவரும் தெற்காகத் திரும்பி, முள்வேலியைத் திறந்து கொண்டு தோட்டத்திற்குள் சென்றார்கள்.

“என்னமோ தோணுச்சிங்க தம்பி. நாலு மாசத்துக்கு முன்னே வூடு கட்ட ஆரம்பிச்சேன். எதுக்கின்னு தெரியாது. இன்னெக்கிப் பாருங்க. எல்லாம் சரியா இருக்கு. இன்னெக்கித் தனியா வந்துட்டீங்க. நாளைக்குக் கல்யாணமாகணும்; குழந்தை குட்டிகள் பிறக்கணும். . .”

“செத்த நாழிக்குள்ளே பெரிய பெரிய திட்டமெல்லாம் போட்டுட்டீங்க, மாமா.”

“கண்ணு ஒன்ன பாத்துட்டா மனசு கீர்கீர்ன்னு அதை வாங்கிக்குது. அது கிடக்கட்டுங்க, தம்பி. வூடு புடிச்சிருக்கா பாருங்க. போன வருஷம் கும்மோணத்தில் நம்ப நடேசையர் ஒரு வூடு கட்டினாங்க. அது மாதிரிதான் இது. கட்டி முடிச்சுப் பார்த்தா, ரொம்ப ஜோரா இருக்கும்.”

கால்வாசிக்கு மேல் வேலைகள் முடிந்துவிட்ட வீட்டைச் சிதம்பரம் சுற்றிப் பார்த்தான். வாழைத் தோட்டத்தின் முன்னே வீடு, அவனுக்காக உருவாகிக்கொண்டு இருந்தது.

அடுக்கி வைக்கப்பட்டிருந்த செங்கல்மீது நின்றுகொண்டு கேட்டான்: “இங்க இருந்து நம்ப தோட்டம் கிட்டங்களா, மாமா?”

"மனக்குடி வாய்க்காலைத் தாண்டிட்டா அப்புறம் உங்க தோட்டந்தான். ஆமாம், தோட்டத்தில் என்ன போடுறதா தம்பிக்கு உத்தேசம்?"

"ஆலை வைக்கலாம்ன்னு உத்தேசங்க, மாமா."

"ஆலையா!...? அந்தக் காட்டுலேயா! என்ன தம்பி, வேடிக்கை பண்ணுறீங்களா? அட அப்பா! எம்மாம் பெரிய காடு! வனம் மாதிரி; மனுசன் அழிக்க முடியுமா? அழிக்க முடியுமுன்னு நினைப்புத்தான் தோணுமா?"

"நான் சீக்கிரத்தில் அழிச்சுடுவேங்க, மாமா."

"கையில் நாலு காசு சேர்ந்துட்டா அதான். தலையும் காலும் தெரியமாட்டேன்கிறது."

சிதம்பரம் அதைக் காதில் வாங்கிக்கொள்ளாமலே, "இன்னும் ரெண்டு நாளுலே வேல தொடங்கலான்னு இருக்க றேங்க. ஒரு பத்து ஆளுங்க பாத்து, ஏற்பாடு பண்ணுங்க, மாமா."

"பத்து ஆளுங்களா?"

"அதுக்கு மேல வந்தாலும் சரிதாங்க."

"இது நடவு காலம்; ஆணு பொண்ணு அடங்கலும் வயல்லே நிக்கும்."

"அஞ்சு ஆறுங்க, மாமா?"

"நடவு இருக்கே?..."

"நாம்ப ரொம்ப கூலி கொடுத்தா?"

விசித்திரமாக அவனை ஏறிட்டுப் பார்த்தார்.

"ஒரு ரெண்டு மூணு ஆளுங்க – பசங்களா இருந்தாலும் போதுங்க, மாமா."

"ஏற்பாடு பண்ணுறேன்" என்றார் தேவர்.

தோட்டத்தை விட்டு வாசலுக்கு வந்தார்கள்.

4

ஒவ்வொரு நாளும் சிதம்பரத்தைப் பலர் தேடிக் கொண்டு வந்தார்கள். விசாரிப்பு, கதை, ஊர்வம்பு, அரட்டை. அவன் சலிப்புற்றான். அவனே ஒவ்வொன்றின் முதலும் முடிவுமாக இருப்பது எரிச்சலூட்டியது. இன்னும் கல்யாணம் பண்ணிக்கொள்ளாமல் இருக்கும் காரணத்தைத் தெரிந்துகொள்ளப் போட்ட கேள்விகள் மனத்தை ரொம்பவும் வருத்திவிட்டன. அவனுக்குப் பேச்சே எழும்பவில்லை. இதற்கெல்லாம் காரணம் அன்பா, இல்லை இன்னொருவன் கபடத்தைக் கண்டறிந்து கொள்வதில் உள்ள ஆர்வமா என்பது புலனாகவில்லை அவனுக்கு.

யாரோ ஒருவன் வெடவெட என்றிருந்தான். கண்கள் பாதாளத்தில் கிடக்கும் மணி மாதிரி சுழன்றுகொண்டிருந்தன. சிதம்பரத்தின் பக்கம் நெருங்கி, "மாப்ளே, அந்தப் பக்கத்துப் பெண்ணெல்லாம் ரொம்ப ஜோராமே?" என்று கேட்டான். கூட இருந்தவர்கள் உற்சாகத்தோடு பெருங்குரலில் கூச்சலிட்டுச் சிரித்தார்கள்.

சிதம்பரம் அமைதியாக, தலைகுனிந்தபடியே, "அப்படீன்னா?.." என்று வினவினான்.

"பொம்மனாட்டின்னாலே, ஜோருதாண்டா!.." என்று ஒரு குரல் தனித்து வந்தது.

"எலே, கயவாலிப்பய மவனே, என்னடா பேசுறே?" வாசலிலிருந்து தேவர் கத்தினார். அவர் குரல் முரட்டுத்தனமாகவும் அதிகாரத்தோடும் ஒலித்தது. கலகலப்பு அடங்கிப் பேச்சின் தொனி இறங்கியது. விஷயம் மாறியது. சுவராசியம் குறைந்ததும் கூட்டம் கலைந்தது.

அவன் மகிழ்ச்சியுற்றான். துண்டை உதறித் தலையணை மீது போட்டுக்கொண்டு படுத்தான்.

அரைத் தூக்கத்திலிருந்தபோது, தேவர் அவனை அழைத்துக் கயிற்றுக் கட்டிலில் உட்கார வைத்துக்கொண்டு, “இந்தப் பசங்க ளெல்லாம் சுத்த வாயாடிங்க; வெத்துவேட்டுங்க. மண்ணெ கயிராத் திரிச்சிடுவேன்னு சவடாலடிப்பானுவ . . . ஒரு வேலென்னா ஒருத்தனும் அம்புடமாட்டான் . . . அதாங்க தம்பி . . .” என்றார்.

சிதம்பரம் அவரை ஆழ்ந்து பார்த்தான்.

“ . . . இதைச் சொல்லத்தாங்க தம்பி, கூப்பிட்டேன். போங்க, போய்ப் படுத்துக்குங்க; காத்தால ரொம்ப வேல இருக்கு.”

மீண்டும் படுத்தான். சற்றைக்கெல்லாம் கோழிகள் கூவின. சாலையில் மாடுகளின் மணியோசை; மனிதர்களின் நட மாட்டம். தூக்கமும் லேசான குளிரும் விடை பெற்றுக்கொண்டு போய்விட்டன. அவன் படுக்கையை விட்டெழுவதற்கு முன்னேயே, ‘நாத்தங்காலுக்குப் போறேன்’ என்று தேவர் சென்றுவிட்டார். பாயைச் சுருட்டிப் போட்டுவிட்டு வாசலுக்கு வந்தான். கூட்டிக்கொண்டிருந்த குஞ்சம்மா சற்று ஒதுங்கி அவனுக்கு வழிவிட்டாள்.

காவிரியைத் தாண்டிச் சுடுகாடு, கொய்யாத் தோப்பு, அப்பாச் சாவடிவரை ஒருவிதத் திட்டமுமின்றிச் சென்றான். அப்புறம் தென்கிழக்காகத் திரும்பி, கள்ளிக் காட்டோடு நாற்றங் காலுக்குப் போனான். அங்கு தேவர் இல்லை. அவர் இன்னும் வரவில்லை என்று சொன்னார்கள். எங்கு போய் இருப்பார் என்று யோசித்துக்கொண்டே வீட்டிற்குத் திரும்பினான்.

ஆற்றங்கரையில் கறுத்த, பலம் பொருந்திய இரண்டு சிறுவர்கள் வழி மறிப்பது மாதிரி நின்றுகொண்டு, “நாட்டாண் மைக்காரங்க அனுப்பினாங்க” என்றார்கள்.

“என்ன சொன்னாங்க?”

“அவுங்கள போய்ப் பாருங்கன்னாங்க!”

“சரி, சரி . . . தோட்டம் தெரியுமில்லே?”

“தெரியுங்க!”

“போய்ச் சாப்பிட்டுட்டு சுருக்கா வந்துடுங்க!”

“சரிங்க!” – இரண்டு பேரும் மூங்கில் படுகையில் இறங்கி னார்கள்.

“தம்பி, இங்க வாங்க” என்று உரக்கக் கூவி அழைத்தான் சிதம்பரம். பக்கத்தில் வந்ததும், தனித்தனியாகப் பெயர்களைக் கேட்டுத் தெரிந்துகொண்டான். அப்புறம் அப்போதுதான் நினைவிற்கு வந்தது போல, “அன்னைக்குத் தாழம்பூ எடுத்தது நீங்கதானே?” என்று கேட்டான்.

அவர்கள் முக பாவம் மாறிவிட்டது; பீதியுற்றது மாதிரி சற்றே பின்னால் நகர்ந்தார்கள்.

"அப்ப விட இப்ப பூ ரொம்ப இருக்கு, பாத்தீங்களா? .."

அவர்கள் முகம் மாறுதலுற்றது.

"பெரிசு பெரிசா இருக்கு; சுருக்காப் போய் எடுத்துக்குங்க."

"சரிங்க."

"உம்."

"வரேங்க!"

அவர்களுக்கு விடை கொடுத்துவிட்டு வீட்டிற்குச் சென்றான். தேவர் இன்னும் வரவில்லை. காத்திருக்க முடியாது என்று பட்டது. சாப்பிட்டுவிட்டுத் தோட்டத்திற்குப் புறப் பட்டான். வலது கையில் இரண்டு அரிவாள்கள் – புத்தம் புதியன – குப்புசாமி ஆசாரி உலையில் துவைந்தது. நடக்கையில் கருக்கரிவாள் பளபளவென்று மின்னி ஒளிர்ந்தது. இடது தோளில் பெரியதும் சிறியதுமாக இரண்டு அலக்குகள். வழியில் சந்தித்த வர்களிடமெல்லாம் பேச்சை இரண்டொரு வார்த்தையில் முடித்துக்கொண்டு தோட்டத்திற்குள் சென்றான். பார்வை நாலா புறமும் சென்றது. சிறுவர்கள் இன்னும் வரவில்லை.

பார்வையை மறைக்கும் பெரிய இலுப்பை மரத்தில் அலக்கு களை மாட்டிவிட்டு, அரிவாளை மரத்தில் கொத்தினான். பச்சை மரத்தில் அரிவாள் சதக்கென்று பாய்ந்தது. மரப்பால் தெறித்தது. மேலே விழுந்த பாலைத் துடைத்துக்கொண்டு, வேட்டியை இறுக்கிக் கோவணமாகக் கட்டிக்கொண்டான்.

காய்ந்த சருகுகள் படபடத்தன. யாரோ வேகமாக ஓடி வருவதுபோல இருந்தது. உன்னிப்பாகப் பார்த்தான். நரி ஒன்று எதிரே வந்து நின்று, தலை தூக்கிப் பார்த்துவிட்டு, ஒரே பாய்ச்சலில் ஓடி மறைந்தது.

"நீங்களும் இங்க இருக்கிறீங்களா?" என்று சுற்றும் முற்றும் பார்த்தான். அப்புறம் பார்வை மேலே சென்றது. ஆகாயம் சரியாகத் தெரியவில்லை. பச்சைப் பசுந்தழைகளால் மூடப் பட்டிருந்தது. வானமே வனமாகிவிட்டது போல ஒரு காட்சி – மேலும் கீழும் பச்சை; திசையெங்கும் பச்சை. இயற்கையின் சௌந்தர்யம் மிகுந்த வனத்திற்குள் அவன் மெல்ல மெல்லப் பிரவேசித்துக்கொண்டிருந்தான்.

பூவரசு மரத்தை மூடி மறைத்துக்கொண்டு கோவைக் கொடி தாழப் படர்ந்திருந்தது. அநேகமாகப் பூவரசு மரமே தெரியவில்லை. வெள்ளைப் பூக்களுக்கிடையில் கருஞ்சிவப்பாக அணில் கொய்த பழங்கள் அசைந்தாடிக்கொண்டிருந்தன.

மேலே இன்னும் போகப் போகப் பலவிதமான கொடிகள்! நெட்டிலிங்க மரத்தில் குறிஞ்சாக் கொடி உச்சி வரையில் சென்றிருந்தது.

யாரோ குறிஞ்சாக் கொடியை இணைத்து ஊஞ்சல் ஆடியதன் தடயம் தெரிந்தது.

சிதம்பரம் ஊஞ்சல் கொடியை அசைத்து விட்டவாறு சற்று நேரம் மௌனமாக நின்றான். அவன் பார்வை வனம் போன்ற தோட்டத்தில் ஆழ்ந்து பரவியது. வேகமாகத் திரும்பிப் போய், இலுப்பை மரத்தில் கொத்தியிருந்த அரிவாளை எடுத்து வந்து, ஊஞ்சலாகி இருந்த கொடியை அறுத்துவிட்டான். அப்புறம் ஒவ்வொரு கொடியாக, கைக்கு எட்டிய கோவைக்கொடி, குறிஞ்சாக்கொடி, காட்டுப் பீர்க்கு, பிரண்டை — எல்லாவற்றையும் அறுத்தெறிந்தான். களிப்புற்ற மனத்தோடு தொடங்கிய வேலை வெகு விரைவில் நின்று போயிற்று. காரையும், சப்பாத்தியும், கள்ளியும் ஓங்கி வளர்ந்து வழி மறித்தன.

அவன் திரும்பிச் சென்றான். அரிவாளை மீண்டும் மரத்தில் கொத்தினான். தளர்ந்த வேட்டியை இறுக்கிக் கட்டிக்கொண்டு, அலக்கை எடுத்துக்கொண்டு போனான். அரிவாள் கட்டிய அலக்கு; கொடிகளை இழுத்துக்கொண்டு வரவில்லை; அறுத்து விட்டது. ஒவ்வொரு கொடியும் அறுந்து பாதியில் தொங்கியது.

அரிவாள் கட்டிய அலக்கு கொடிகளை இழுக்கப் பயன் படாது என்று தெரிந்ததும் அவனுக்குச் சிரிப்பு வந்தது. உடனே கீழே உட்கார்ந்து அரிவாளை அவிழ்த்துவிட்டு, பூவரசுக் கிளையை வெட்டிச் சீவித் தொரட்டியாக வைத்துக் கட்டினான்.

தொரட்டியைக் கொடியில் மாட்டி முழு பலத்தோடு இழுக்க, கொடி கொஞ்சம் கீழே வந்தது. நினைத்தது மாதிரி ஒரேயடியாகத் தரைக்கு வரவில்லை. தொரட்டியைத் தொங்க விட்டுவிட்டு யோசித்தான். கொடிகளை அறுத்து இழுப்பதைவிட, வேரைக் கண்டுபிடித்து அறுத்துவிடுவது இன்னும் சரியாகப் பட்டது.

'அப்படித்தான் செய்யணும்' என்று முணுமுணுத்துக் கொண்டு சுற்று முற்றும் பார்த்தான். வடக்குப் பகுதி சப்பாத்திக் கள்ளிக்காடு. இப்போதைக்கு அந்தப் பக்கம் செல்ல முடியாது. அவன் பார்வை மேற்கே சென்றது. மற்றப் பகுதிகளைவிட மரங்கள் குறைவு. அடுக்கடுக்காய்ச் செடிகளும் கொடிகளும் உயர்ந்துகொண்டு போய்ப் புன்னை மரத்தில் முடிவடைந்தது; அதைத் தொடர்ந்து சரிந்து செல்லும் இன்னொரு தொடர்.

நான்கடிகள் பின்னுக்குச் சென்று தீவிரமான நோக்கோடு தன்னுடைய வேலையைத் தொடங்கினான் சிதம்பரம். சீமைக் காட்டாமணக்கு முதன்முதலாக வெட்டுண்டு சாய்ந்தது. அதைத் தொடர்ந்து வெள்ளைப் பூ பூக்கும் எருக்கு, மேக வண்ணப் பூ பூக்கும் நொச்சி – இவைகளை ஒரே மூச்சில் வெட்டித் தள்ளிக்கொண்டு காரைப் புதரில் நுழைந்தான்.

அநேகமாகத் தோட்டம் முழுவதும் வளர்ந்து இருப்பது காரைதான். தண்ணீர் இல்லாத பிரதேசத்திலேயே செழித்து வளரும் காரை நீர் நிறைந்த பகுதியில் மதமதவென்று வளர்ந்திருந்தது.

ஒவ்வொரு செடியாக வெட்டி வீழ்த்திக்கொண்டே முன் நோக்கிச் சென்றுகொண்டிருந்தான் சிதம்பரம். அவன் அரிவாள் பட்டதும் சில செடிகள் தரையில் சாயும்; சில நான்கைந்து வெட்டுக்களுக்குப் பிறகு சாயும்; முற்றிய காரையோ அரிவாளை எதிர்த்து நிற்கும். ஒவ்வொரு வெட்டிற்கும் அரிவாள் மேலே எழும்பும்.

மரமும், செடியும், கொடியும் மனிதனோடு நடத்தும் ஒரு போராட்டம்; ஒவ்வொரு அடியும் பலமான தோல்விதான், அவைகளுக்கு. ஆனால், தன்னுடைய எதிரியைக் கொடூரமாக – கர்வத்தோடு பலவீனப்படுத்தின. தற்காலிகமாகவாவது அவன் சோர்ந்து களைப்புற்றுப்போனான். சலிப்புற்று அமரும்போதெல் லாம், ஒரு மரமோ ஒரு செடியோ மெல்ல அசைந்து, மலர்களை எவ்விதப் பிரயாசையுமின்றி உதிர்க்கும்.

உள்ளங்கையில் வியர்வை துளிர்க்கப் பிடி நழுவியது. சருகுகுளை நீக்கிவிட்டு, அரிவாளால் நிலத்தைக் கீறிக் கையில் மண்ணைப் போட்டுத் தேய்த்துக்கொண்டு தொரட்டியைப் பிடித்தான்.

தொரட்டியை இழுத்த வேகத்தில் தழைகள் உதிர்ந்தன. காட்டு மலர்கள் பொலபொலவென்று கொட்டின. இன்னும் இன்னுமென்று இழுக்க, மேற்கிளையில் இருந்த குருவிக் கூடொன்று சரிந்து விழுந்தது. ஒரு சின்னஞ்சிறு குருவியின் பரிதாபக் குரல் விட்டுவிட்டுக் கேட்டுக்கொண்டே இருந்தது. ஆனால், விழுந்த இடம் தெரியவில்லை.

அவன் அதைப் பொருட்படுத்தவில்லை. தன் வேலையில் ஆழ்ந்தான். ஆனாலும், சின்னஞ்சிறிய குருவியின் குரல் இடை விடாது கேட்டுக்கொண்டே இருந்தது. தொரட்டியை விட்டு விட்டு, உடம்பெல்லாம் முட்கள் கீற உள்ளே சென்றான்; நான்கு பக்கமும் தேடினான். வடக்குப் பகுதியில், இறக்கை சரியாக

சா. கந்தசாமி 49

முளைக்காத ஒரு குஞ்சு வெட்டுண்ட கிளையின் நுனியில் செருகிக்கொண்டு கிடந்தது. ஒரு கணம் விழியிமைக்காமல் அதைப் பார்த்துக்கொண்டிருந்தான். கண்களில் நீர் திரையிட்டது. உடம்பெல்லாம் ஈச்சன் குத்திக் கீறுவதையும் பொருட்படுத்தாமல் தலைகுனிந்தபடியே வெளியே வந்தான்.

சரக்கொன்றை மரத்தடியில் தலைகவிழச் சற்று நேரம் உட்கார்ந்திருந்தான். அவனுக்கு எதிரே மென்காற்றில், பரபரப்பு ஏதுமின்றி, அலக்கு அசைந்தாடிக்கொண்டிருந்தது. 'சரக்' கென்று எழுந்து போய் அலக்கைப் பற்றி, மார்போடு அணைத்துக் கொண்டு, மரத்தையும் கொடிகளையும் பூக்களையும் நிமிர்ந்து பார்த்தான். ஓணான் கொடியும் குறிஞ்சாக் கொடியும் மரம் முழுவதும் படர்ந்திருந்தன. குறிஞ்சாக் கொடியின் சின்னஞ் சிறு பூக்கள் மெல்ல உதிர்ந்துகொண்டிருந்தன.

அலக்கை எடுத்து நடுக்கொடியில் மாட்டித் தன் பலத்தை யெல்லாம் ஒன்று சேர்த்துக்கொண்டு இழுக்க ஆரம்பித்தபோது, கலியபெருமாளும் பழனியாண்டியும் வந்தார்கள்; தலையசைத்து வரவேற்றான். ஆளுக்கொரு கரம் பற்றி, சிதம்பரத்தோடு ஒன்றாக நின்று அலக்கைப் பற்றி இழுத்தார்கள். கொடி நைந்து அறுந்து போகவே, திடீரென்று பலங்குன்றி ஒருவர் மீது ஒருவர் சரிந்து விழுந்தார்கள். இது, கொஞ்சம் அவர்கள் எதிர்பார்த்ததுதான். காலையூன்றிச் சப்பாத்தியில் விழாமல் காத்துக்கொண்டான் பழனியாண்டி. முதலில் துள்ளியெழுந்த கலியபெருமாள் கைலாகு கொடுத்து நண்பனைத் தூக்கி விட்டுவிட்டு, சிதம்பரம் பக்கம் திரும்பினான்.

விழுந்த கணத்திலேயே எழுந்த சிதம்பரம் மிகுந்த பரிவோடு, "என்ன, அடிபட்டுப் போச்சா?" என்று கேட்டான்.

"நாங்க மரத்திலேயிருந்துகூட குதிப்போம்; அப்பக்கூட அடிபடாதுங்க!"

ஆச்சரியத்தால் சிதம்பரத்தின் முகம் கோணலாக மாறியது.

"அப்படியா . . ?"

"விழறச்சே ஒரு 'டிர்க்கு' இருக்கு; அப்படி விழுந்தா அடிபடாதுங்க."

சிதம்பரம் தலையசைத்தான். அவன் பார்வை அறுந்த ஓணான் கொடி, குறிஞ்சாக் கொடி மீது விழுந்தது. இனி அவை களை இழுக்க முடியாது; அதற்குப் பலமும் சாமர்த்தியமும் பயன்படாது. கொடிகள், ஒரு விதத்தில் மிகுந்த தந்திரசாலிகள்; பலம் மிகுந்தவை; வாழ்க்கைப் போராட்டத்தின் லாவகம் முழுவதும் தெரிந்தவை. புத்திசாலித்தனத்தால் மட்டுமே அவைகளை வெல்ல முடியும்! கஷ்டப்பட்டு, சுற்றியலைந்து,

வேரைக் கண்டுபிடித்து அறுத்துவிட்டால் வெற்றியுறலாம். அப்புறம் ஏழெட்டு நாட்களில் கொடி வாடி உலர்ந்துவிடும். ஆனால் வேரைக் காண்பது எளிதல்ல. ஒவ்வொரு கொடியின் வேரும் எங்கு இருக்கிறதோ!

சிதம்பரம் வெட்டிக் குவித்திருக்கும் செடி கொடிகளைப் பார்த்துக் கலியபெருமாளும், பழனியாண்டியும் திகைத்துப் போனார்கள். ஒரு கணம் நேருக்கு நேராக நோக்கிக் கண்களைச் சிமிட்டி, பொருள் பொதிந்த புன்னகையைப் பரிமாறிக்கொண் டார்கள்.

பழனியாண்டி சிதம்பரத்தின் பக்கம் நெருங்கி, "எம்மாஞ் செடியை வெட்டிப் போட்டுட்டிங்க!" என்று புகழ்ந்துரைத்தான்.

சிதம்பரம் அவன் முதுகில் தட்டிக்கொடுத்து, "ரொம்ப வேல நமக்குக் கிடக்கு" என்றான்.

அதனை ஏற்றுக்கொண்டவர்கள் மாதிரி அவன் வெட்டிப் போட்டிருந்த காட்டாமணக்கு, நொச்சி, நுணா, எருக்கு, காரை – ஆகியவற்றை இழுத்துக்கொண்டு போய்ப் பூவரசு மரத்தடியில் குவித்தார்கள். நீண்ட ஆலோசனைக்கும் தர்க்கத்திற்கும் பிறகு அந்த இடத்தைத் தீர்மானித்தான் சிதம்பரம். பழனிதான் அந்த இடத்தை முதலில் தேர்ந்தெடுத்தான். 'ஒரு தலைப்பிலிருந்து ஆரம்பித்தால், வெட்ட வெட்ட முட்டு முட்டாய்ப் போட்டுக் கொண்டு போக வசதியாக இருக்கும்' என்று அவன் சொன்னது சரியாகப்பட்டது.

நீண்ட கடினமான யாத்திரையின் முதல் பாதை இது; இன்னொரு விதத்தில் படுகளம் மாதிரியும் தோன்றியது. இந்த எண்ணமே தனக்குக் கூடாதென்று ஒதுக்கித் தள்ளிவிட்டுத் தன் வேலையில் மூழ்கினான் சிதம்பரம்.

தானே வலிய ஏற்றுக்கொண்ட நித்தியப் போராட்டம்; வாழ்வோ சாவோ – வனத்தோடு பிணைக்கப்பட்டு இருக்கிறது. முழு சக்தியையும் திறமையையும் பிரயோகித்து, முடிந்தால் தன்னைக் காத்துக்கொள்ளலாம்; இயற்கையை வென்று தனக்குக் கீழ் கொண்டுவரலாம். இல்லாவிட்டால் கண்காணாத இடத்தில் பரிதாபமான முறையில் வீழ்ச்சியுறலாம். எல்லாம் தன் கையில் இருக்கிறது.

செடியும் கொடியும் பலத்தைக் குன்ற வைத்தாலும்கூடப் பயணத்தை ஒரேயடியாகத் தடைப்படுத்த முடியவில்லை. ஆனால், ஊவா முள்ளும் நாயுருவியும் காஞ்சூரும் அவனுக்குப் பெருந்தடையாக இருந்தன. காஞ்சூரு பட்ட இடமெல்லாம் அரிப்பெடுக்கச் சொறிந்து சொறிந்து எரிச்சல் எடுத்தது; தாள முடியாத வேதனையுற்றான்.

சா. கந்தசாமி

'நாளைக்குத் தாள முடியாது; இதுக்கு ஒரு வழி பண்ணணும்' என்று தனக்குத்தானே சொல்லிக்கொண்டு நெட்டிலிங்க மரத்தைக் குனிந்து வெட்டியபோது, தேனீக் கூட்டமொன்று 'ஜுவ்'வென்று பறந்து வந்தது; அவனறியாமலே கோடரி பட்டுத் தேன்கூடு சிதைந்துவிட்டது. அவன் பின்னுக்குச் சென்றான். தேனீக்கள் கூட்டமாக வந்து அவன் முகத்தில் மோதின. கோடரியை அப்படியே போட்டுவிட்டு, இரு கையாலும் முகத்தை மூடிக்கொண்டு, இலுப்பை மரத்தின் பின்னே ஓடி மறைந்தான். ஆனாலும் தேனீக்கள் படைபடையாகத் திரண்டு வந்தன. தேனீக்களின் ரீங்காரம் பெருகப் பெருக, பீதி நிறைந்த உணர்ச்சி பரவியது. சிதம்பரம் தன் மறைவிடத்திலிருந்து வெளிப் பட்டு, கலியபெருமாளை நோக்கி ஓடினான்.

"என்னங்க! பாம்பா?"

"தேனீ!"

இவன் சொல்லி முடிப்பதற்குள் திரண்டு வரும் தேனீக் கூட்டத்தைக் கலியபெருமாளும் கண்ணுற்றான். கூடு கலைந்து விட்டால் இப்படித்தான் தேனீக்கள் கூட்டம் கூட்டமாக அலைந்து திரியும். மூவரும் பின்னோக்கிச் சென்று பூவரசு மரத்தடிக்குப் போய், வேட்டியை அவிழ்த்து நன்றாகப் போர்த்திக் கொண்டார்கள். தேனீக்கள் வேட்டியில் மோதித் தரையில் விழுந்தன. நேரம் செல்லச் செல்ல அவைகளின் ஆர்ப்பாட்டம் குறைந்துகொண்டே வந்தது. மரத்தில் நன்றாகச் சாய்ந்து உட்கார்ந்துகொண்டு, தேனீக்களைப் பற்றியும், தேன் எடுப்பதைப் பற்றியும், தேனீ கொட்டினால் ஏற்படும் வலியைப் பற்றியும் வெகு நேரம் பேசிக்கொண்டிருந்தார்கள். இரண்டு சிறுவர் களிடமிருந்தும் சிதம்பரம் பல விஷயங்களை அறிந்து கொண்டான். அவர்களின் அச்சமற்ற போக்கும், பறவைகள், பூச்சிகள், மரங்கள் பற்றி அவர்கள் சொன்ன விஷயங்களும் அவனை வியப்புற வைத்தன. தான் இப்படித் தேனீக்களுக்காகப் பயந்துகொண்டு வந்திருக்கக் கூடாதென்று தோன்றியது.

அவர்கள் தேனடையை நோக்கிச் சென்றபோது, ஒரு விதமான கலவரத்தோடு, செடி கொடிகளின் பின்னே மறைந்த வாறு சிதம்பரமும் சென்றான். பெரிய அடை; தாமரை இலை மாதிரி தரையில் கிடந்தது. இன்னொரு பகுதி நெட்டிலிங்க மரத்தில் தொங்கிக்கொண்டிருந்தது. கலியபெருமாள் தன்னை நன்றாக மறைத்துக்கொண்டு, ஒரு நீண்ட சுள்ளியால் தேன டையைத் தள்ளித் திருப்பிப் போட்டான். தேனடையை மொய்த்துக்கொண்டிருந்த தேனீக்கள் ஜுவ்வென்று மேலே எழும்பிப் பறந்தன.

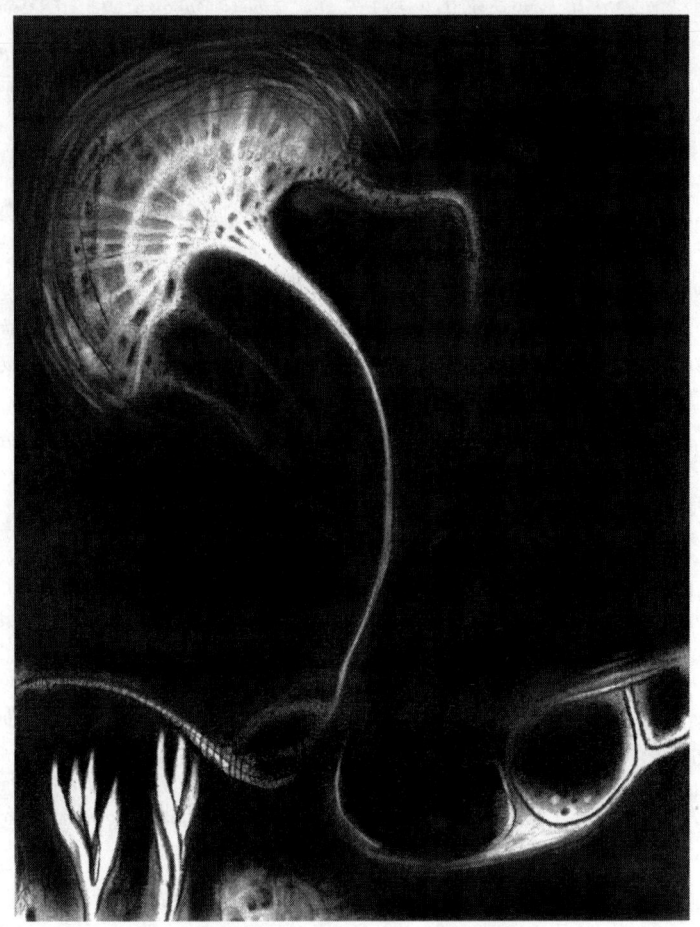

"நம்மளப் பாத்து, படையா வருது!"

"ஆமாங்க!" என்ற சொல்லிக்கொண்டே வேட்டியை அவிழ்த்துத் தலையில் போட்டுக்கொண்டு, ஓடிப்போய்த் தேனடையை எடுத்தான் கலியபெருமாள். இரண்டு மூன்று தேனீக்கள் அவன் கையில் ஆத்திரத்தோடு கொட்டின. தேன டையைப் பழனியாண்டியிடம் தூக்கியெறிந்து, எடுத்துக்கொண்டு அவனை ஓடிப்போகச் சொன்னான். அவர்கள் செய்கை சிதம்பரத்திற்குப் புரியவில்லை; அவன் திகைப்புற்றான். தேனீக்கள் படையாகத் திரண்டு வந்தன.

"நீங்க ஓடுங்க!" என்றான் கலியபெருமாள்.

சா. கந்தசாமி

மூவரும் வெகுதூரம் ஓடிக் குளத்தங்கரைக்கு வந்தார்கள்.

"நல்லா கொட்டிடுச்சா!" என்று கலியபெருமாள் கையை யெடுத்து உள்ளங்கையில் வைத்துக்கொண்டு கேட்டான் சிதம்பரம்.

"கடுக்குது."

"செத்தைக்கெல்லாம் சரியாப் போயிடும்" என்று சொல்லிக் கொண்டே பழனியாண்டி தேனடையைப் பிழிந்தான். விரல் இடுக்கு வழியே தேன் சொட்டியது.

"ஆ, தேன்!" என்று கலியபொருமாள் நாக்கை நீட்டினான். மூன்று சொட்டுத் தேன் விழுந்தது. "ரொம்ப ருசி!" என்று நாக்கை நீட்டிச் சப்புக் கொட்டினான்.

"உங்களுக்கு ஒரு சொட்டு" என்று கையைப் பழனியாண்டி நீட்டியபோது, சிதம்பரம் தலையசைத்தான். கோதும் புழுவும் நிறைந்த தேன் அவனுக்கு அருவருப்பைத் தந்தது.

மீண்டும் அவர்கள் வேலைக்குத் திரும்பியபோது சூரியன் உச்சியில் இருந்தான். அறுந்த கொடிகளும் வெட்டுண்ட செடிகளும் வாடிக்கொண்டிருந்தன. ஓர் இயக்கம்; ஜீவன் நிறைந்த வாழ்வு எதிர்பாராத விதமாக முடிவடைந்துகொண்டு வந்தது. காரை இன்னும் வாடவில்லை. அதற்கு வெய்யில் காணாது; நாளை வரையிலுங்கூடப் பசுமை மாறாது; அப்படியே இருக்கும். அது ஒரு வகை ஜாதிச் செடி. ஆனாலும் கடைசியில் வாடி மக்கி மண்ணோடு மண்ணாக வேண்டியதுதான்; வேறு வழியில்லை. அதன் வாழ்வு தீர்மானிக்கப்பட்டிருக்கிறது.

மூன்று நெட்டிலிங்க மரங்களையும் ஒரு புன்னை மரத்தையும் வெட்டிச் சாய்த்ததும், தான் ரொம்பவும் களைத்துப் போய்விட்டதை உணர்ந்தான் சிதம்பரம்; நா வறட்சியுற்றது. அரிவாளையும் கோடரியையும் எடுத்துக்கொண்டு, வெட்டிப் போட்ட செடிகளைத் துவைத்துக்கொண்டு திரும்பி வந்தான்.

பழனியாண்டி ஒதிய மரத்தைப் பிடித்துக்கொண்டு நிற்க, கலியபெருமாள் அவன் காலிலிருந்து முள்ளைக் கவனமாகப் பிடுங்குவது தெரிந்தது.

"என்ன, முள்ளா?"

"ஒரு சின்ன முள்ளுங்க." – குதி காலில் வழிந்த ரத்தத்தைத் துடைத்துக்கொண்டு பதிலளித்தான் அவன்.

"பார்த்து நடக்கணும்; இங்க, காலு வைக்கிற இடமெல்லாம் முள்ளா இருக்கு."

"இது என்னங்க முள்ளு! முள்ளுன்னா, ராஜன் தோட்டம் தாங்க; வண்டி வண்டியா முள்ளுங்க. ஒரு வாட்டி ரெண்டு சப்பாத்தி முள்ளு ஒரு காலில் குத்திடுச்சு. அவ்வளவுதான் காலு ஆனக்காலு கணக்கா புஸ்ஸுன்னு வீங்கிடுச்சு. பத்து நாளைக்கு நடக்கப்படாதுன்னு வைத்தியர் சொன்னாங்க. நம்பளாலே முடியுங்களா? மூணாம் நாளே நடக்க ஆரம்பிச்சிட்டேன். வீக்கம், வலி – எல்லாம் இருந்த இடந்தெரியாமப் போயிடுச்சி . . ."

"ரொம்ப ஆச்சரியமா இருக்கே!"

"நெசங்க!"

அவன் புன்னகை பூத்தான். "வூட்டுக்குப் போய்க் கொஞ்சம் மருந்து போட்டுக்கோ" என்று சொல்லி அவர்களுக்கு விடை கொடுத்தான். அவர்கள் சாப்பாட்டிற்குப் போனார்கள்.

தூரத்தில் நாணற் பூக்கள் மறைந்தும் மறையாமலும் தெரிந்தன. எங்கோ வெகு சமீபத்தில் குளமோ வாய்க்காலோ இருக்கிறது என்று அனுமானித்துக்கொண்டான். அவன் நடை துரிதமாயிற்று. தெற்கு முனையில் புன்னை மரங்களுக்கிடையில் வாய்க்கால் ஓடிக்கொண்டிருப்பதைக் கண்ணுற்றான்; மனம் நிறைந்தது. தன் தோட்டத்திலேயே சலசலத்தோடும் வாய்க்கால்! ஆனால், இறங்கித் தண்ணீர் மொண்டு குடிக்கத் துறை இல்லை. அவன் பார்வை இப்படியும் அப்படியுமாக வெகு தூரம் சென்றது. சரியான துறை ஏதும் புலப்படவில்லை; அது மட்டுமல்ல, மாயம் மாதிரி வாய்க்காலே மறைந்து விட்டது! பெரிய தோப்புதான்!

மாடுகள் துவைத்துக்கொண்டு போய் உண்டாக்கிய குறுகலான பாதையில் இறங்கி, இரண்டு கையாலும் நீரை அள்ளி முகத்தை அலம்பிக்கொண்டு, தாகம் தீரக் குடித்தான். குளிர்ந்த நீர் முகத்தில் பட்டதும் தெம்பு பிறந்தது. வேட்டித் தலைப்பால் முகத்தைத் துடைத்துக்கொண்டு கரையேறிய போது, "தோப்பு வாங்கி இருக்கிறது நீங்கதானா?" என்ற குரல் கேட்டது. அவன் நிமிர்ந்து எதிர்க் கரையில் நின்றவரைப் பார்த்தபடியே, "ஆமாங்க" என்றான்.

"ரெண்டு நாளைக்கு முன்னாடி ஐயரைப் பார்த்தேன். என்னமோ ஒரு பேச்சு வந்துச்சு. அப்ப ஐயர், 'குமாரசாமி, தோப்பை வித்துட்டேண்டா' என்னாங்க. என்னாலே நம்பவே முடியலே. ஏதோ சும்மனாச்சிக்குச் சொல்றாங்கன்னு நெனைச்சிக்கிட்டு, 'போங்க சாமி'ன்னேன்.."

சிதம்பரம் அவரைக் குத்திட்டு நோக்கினான்.

"ஐயர் சொன்னாங்க, நீங்க, என்னமோ ஆல வெக்கப் போறீங்களாமே?"

"ஆமாங்க; கரும்பு ஆலங்க."

"சக்கரை ஆலங்களா?"

"ஆமாங்க."

நம்ப மறுப்பது மாதிரி குமாரசாமி தலையசைத்தார்.

"மன்னிச்சிக்கணும் . . . நீங்க . . . ?"

"நானா? மாங்குடிங்க."

"மாங்குடி நாட்டாண்மைக்காரவுங்கயில்லே . . . மாமா ரொம்பச் சொல்லி இருக்காங்க. அக்கரையிலேயே நின்னுட்டிங்களே, வாங்க."

"பரவாயில்லே. இங்க ஒரு ஜோலியா வந்தேன். என்னமோ சப்தம் கேட்டுச்சேன்னு எட்டிப் பாத்தா நீங்க நிக்கிறீங்க . . ."

"கொஞ்சம் வேலைங்க . . ." என்று சொல்லிக்கொண்டே வாய்க்காலுக்குள் இறங்கினான் சிதம்பரம். குமாரசாமி பலமாகக் கூச்சலிட்டு அவனைத் தடுத்தார்.

"தெக்கால பனைமரம் கிடக்கு . . . அப்படியே வாங்க" என்று அவனுக்கு வழி காண்பித்தார்.

சிதம்பரம் பின்னுக்குத் திரும்பி நாணலையும் கோரையையும் விலக்கிக்கொண்டு தெற்காகச் சென்றான். கொஞ்ச தூரத்தில் இலுப்பை மரங்களுக்கிடையில் வாய்க்காலுக்குக் குறுக்கே பாலம் மாதிரி ஒரு பனைமரம் கிடந்தது. ஆடுகள் போக – மாட்டுக்காரப் பையன்கள் போக – எப்பொழுதாவது பெரியவர்கள் போக – அது பாலம். சாயாவனத்தையும் மாங்குடியையும் இணைக்கும் சங்கிலி அது.

அவன் அக்கரை அடைந்ததும் குமாரசாமி மிகுந்த கனிவோடு, "நீங்க தேவருக்கு என்ன வேணும்?" என்று கேட்டார்.

"தங்கச்சி பிள்ளைங்க."

"அதான், சொல்லிக்கிட்டாங்க . . . ஜாடையும் தெரியுது."

"உங்களை வந்து பார்க்கணுமென்னு ரெண்டு வாட்டி பயணப்பட்டேன். ஒண்ணு ஒண்ணா வேலை வந்து தட்டிப் போச்சுங்க."

"ஒரு வேலையைத் தொடங்கிட்டா, இப்படித்தான். ஆயிரம் வேலை ஒண்ணா வந்துகிட்டே இருக்கும்."

"சரியாச் சொன்னீங்க!"

"நாம்ப வேலை ஆரம்பிச்சுப் பாக்காதவங்களா?"

"உங்களுக்குத் தெரியாதது ஒண்ணுமில்லேன்னு மாமா ராத்திரிகூடச் சொன்னாங்க."

"அவுங்க எப்பவும் இப்படித்தான், ஏதாச்சும் சொல்லிக் கிட்டே இருப்பாங்க. அதையெல்லாம் நீங்க நம்பாதீங்க."

சிதம்பரம் புன்முறுவல் பூத்தான்.

"தேவர், வூட்டுலே இருக்காங்களா?"

"இருக்குறாங்க, வாங்க."

"உங்களோட பேசிக்கிட்டே போய் அவுங்களையும் பாத்துடலாம்" என்று சொல்லிக்கொண்டே நடந்தார் குமாரசாமி.

எதிர்பாராத விதமாய்க் கிடைத்த நண்பரின் பின்னே சென்றான் சிதம்பரம்.

5

ஒளிவீச்சில் அழகிய இனிமை வாய்ந்த பொழுது மெல்ல மெல்ல உருவாகிக்கொண்டிருந்தது. சிதம்பரம் தோட்டத்திற்குத் தன்னந்தனியே சென்றான். அவன் வெட்டிச் சாய்த்த செடிகள் வாடிச் சோர்ந்து கிடந்தன. காரைகூட வதங்கிக்கொண்டு வந்தது. எதிர்பார்த்ததற்கு மாறாகக் காரியங்கள் நடந்தாலுங்கூட, அவன் மகிழ்ச்சி யுற்றான். இயற்கை பல விதங்களில் தனக்கு மிகுந்த அனுசரணையாக இருப்பது போலத் தோன்றியது.

சிதம்பரம், கொடிகள் காலில் பின்ன நடந்துசென்று பக்கத்திற்கொன்றாய்ச் சிதறிக் கிடந்த அலக்கு, தொரட்டி, அரிவாள், மண்வெட்டி – எல்லாவற்றையுங் கொண்டுவந்து ஓரிடத்தில் வைத்துவிட்டு, மீண்டும் வேலையைத் துவக் கினான்.

காட்டாமணக்கைவிட, ஆடாதொடையைவிட, குத்துக் குத்தாகத் தாழ்ந்தும் உயர்ந்தும் வளரும் கள்ளியையும் சப்பாத்தியையும்விட, காரைதான் தோட்டம் முழுவதும் வியாபித்திருந்தது. ஒவ்வொரு மரத்தின் கீழும் காரை பெருகி வளர்ந்து, தழைத்துப் படர்ந்திருந்தது. கொடி மாதிரி ஒரு முடிவின்றி, தோட்டம் முழுவதையும் தன் னுடைய ஆதிக்கத்திற்குக் கொஞ்சம் கொஞ்சமாகக் கொண்டு வந்துவிட்டது. இயற்கையின் அதிசயப் போக்கு அது. வாழ்க்கைப் போராட்டத்தில் வெற்றி வாகை சூடிய காரையைச் சற்றே வளைத்துச் சின்ன முட்கள் கீறிக் கிழிக்க வெட்டிச் சாய்த்துக்கொண்டு போனான் சிதம்பரம். வர வரச் செடிகொடிகளோடு போராடுவது அவனுக்கு எளிமையாகிக்கொண்டு வந்தது. கொஞ்சம் கொஞ்சமாக அவைகளின் நெளிவு சுளுவுகளையெல்லாம் அவன் தெரிந்துகொண்டுவிட்டான். எப்படி வளைத்துப் பிடித்தால் ஒரே வெட்டில் காரை சாயும் என்பது அத்துப்படியாகிவிட்டது. ஆடாதொடையை வெட்டுவது

மாதிரி ஒருவித முயற்சியுமின்றிக் காரையை வெட்டிச் சாய்த்தான். அவனுடைய சக்தியைப் பலவீனப்படுத்திக்கொண் டிருந்த காரை, படிப்படியாக அதே கர்வத்தோடும் பெருமிதத் தோடும் சரணடையத் தொடங்கியது.

காரைக்கு இடையே ஒரு ஈச்சன் பரப்பு; ஈச்சனின் வீச்சு வீச்சாய் மட்டைகள்; ஒவ்வொரு சிறு இலையின் முனையிலும் கரும்சிவப்பு முட்கள். ஒரு புதுமையான பரப்பு; தொடந்து வெகுதூரம்வரையில் சென்றுகொண்டிருந்தது. ஒரு வண்ண மாற்றம்; பூமாதேவி தன்னைப் புதுப்பித்துக்கொள்கிறாள்; எவ்வளவு கவர்ச்சிகரமான மாற்றம்!

ஈச்சனைத் தாழ வளைத்து வெட்டும்போது அரிவாள் அவன் இடது கையில் பாய்ந்தது. வலுவான, ஆழமான வெட்டு. ரத்தம் குபு குபுவென்று வந்தது. முகத்தைச் சுளித்து, வலியை மிகுந்த பிரயாசைப்பட்டு அடக்கிக்கொண்டு – வாயில் கையை வைத்து ரத்தத்தை உறிஞ்சினான். உறிஞ்ச உறிஞ்ச ரத்தம் வந்து கொண்டே இருந்தது. அவன் சோர்வுற்றான். எரிச்சலோடு தலையை உசுப்பிக்கொண்டு, வேட்டியை அவிழ்த்துத் தலைப்பைக் கிழித்துக் காயத்தில் சுற்றிக்கொண்டு, இலுப்பை மரத்தடியில் வந்து அமர்ந்தான்.

ஒரு நரி அவனைத் தாண்டிக்கொண்டு வேகமாக ஓடியது. நரியைத் துரத்திக்கொண்டு வந்த கலியபெருமாளும் பழனி யாண்டியும், பெரிய கட்டோடு படுத்திருக்கும் சிதம்பரத்தைப் பார்த்துத் துணுக்குற்றுப் போனார்கள். பழனியாண்டி அவன் அருகே வந்து தாழ்ந்த குரலில், “என்னங்க காயம்?” என்று வினவினான்.

“சின்னக் காயம். அறுவா பட்டுப் போச்சு.”

“ரத்தம் ரொம்ப வருதுங்களே!”

அவன் தலையசைத்தான்.

“ஒருவாட்டி எங்க அப்பாவுக்கு ஒரு காயம்; பெரிய அறுவா பட்டுடுச்சு. எங்க அம்மா, நாயுருவியும் பூண்டும் வச்சு, ஒட்ட ஒட்ட அரைச்சுப் போட்டாங்க. ரெண்டே நாளுலே காயம் ஆறிப் போயிடுச்சு.”

கலியபெருமாளை நோக்கித் தலையசைத்தான் சிதம்பரம். அப்புறம் துணியைப் பிரித்து சரியாகக் கட்டிக்கொண்டான்.

“நானும் அதையே போடுறேன்.”

“ஒரு வாட்டி மரத்திலே இருந்து உளுந்துட்டேன். முட்டி யிலே நல்லா அடி. எலும்பு வெளியே தெரிஞ்சிச்சு. அப்பக்கூட அதான் போட்டாங்க; பத்து நாளிலே சரியாப் போயிடுச்சு.”

"அப்படியா?"

"நிஜங்க!"

அவனைத் தன்னோடு அணைத்துக்கொண்டு, "சாப்பாடு ஆச்சா?" என்று கேட்டான் சிதம்பரம்.

"ஆச்சுங்க."

"இன்னைக்கு வெட்டினது இவ்வளவுதான். வாரி ஒண்ணாக் குமிச்சிடலாம், வாங்க!" என்று சொல்லிக்கொண்டு, முன்னே சென்றான் அவன்.

ஓய்விலிருந்தும், களைப்பிலிருந்தும் அவர்களுக்கு விடுதலை கிடைத்துவிட்டது. நில்லாது இயங்கும் சக்தி அது. தன் போக்கில் காரியங்கள் துரிதமாகவும் தீவிரமாகவும் நிகழ வேண்டும். வேலை ஆரம்ப நாட்களைவிட இப்போது உற்சாகம் தருவதாக இருந்தது. அடைபட்டுக் கிடந்த தோட்டத்தின் நெடுங்கதவுகள் அவர்களின் சின்னஞ்சிறிய கரத்திற்கு அசைய ஆரம்பித்து விட்டன. இன்னும் பலத்தோடு இடைவிடாது அசைத்துக் கொண்டே போனால், மாயம் மிகுந்த கானகத்தின் ரகசிய மெல்லாம் வெளிப்பட்டுவிடும்.

ஒன்று ஒன்றாய் மூன்று தழைப் போர்களை ஏற்படுத்தினார் கள்; ஒன்றைவிட மற்றொன்று பெரிதாகக் காட்சி அளித்தது. பின்நோக்கிச் செல்லச் செல்லத் தூரம் கூடிக்கொண்டு வந்தது. இது முற்றிலும் புதிய பாதை. அநேகமாக இப்போதுதான் புல்லிதழ்களின் மீது மனிதர்களின் பாதங்கள் படுகின்றன. சௌந்தரியம் கொழிக்கும் பூமியின் மீது மெல்ல நடந்து முன்னேறிச் சென்றுகொண்டிருந்தார்கள்.

அகண்டு பரந்திருக்கும் இந்தக் கோளம் மனிதனுக்குத்தான்; அவனுடைய வாழ்விற்கும் நலத்திற்குந்தான் படைக்கப்பட்டு இருக்கிறது. அறிவும் வல்லமையும் மிகுந்த மனிதன், வெல் வதற்கே இயலாது என்று எண்ணப்பட்ட மண்ணைத் தன்னுடைய சுவாதீனத்திற்கு மெல்ல மெல்லக் கொண்டுவந்துவிட்டான். மனித சந்ததி பெருகும்போதெல்லாம், எழில் பூக்கும் பூமியின் ஒரு பகுதி தவிர்க்கவொண்ணாத விதத்தில் மாற்றி அமைக்கப் படுகிறது. அதனுடைய இயற்கையான அம்சம் – மரமும் செடி கொடிகளும் புல்லிதழ்களும் அகற்றப்படுகின்றன.

மண்ணோடு மனிதன் நிகழ்த்தும் போராட்டம் வலிமையும் உக்ரமும் நிறைந்தது. ஒவ்வொரு நாளும் ஒவ்வொரு கணமும் இயற்கை அவனுக்கு அறைகூவல் விடுத்துக்கொண்டே இருக்கிறது. ஒரு தடயத்திலிருந்து இன்னொரு தடயத்திற்கு உற்சாகத்தோடு அழைத்துக்கொண்டு போய், மீள முடியாத சிக்கலில் பிணைத்து விட்டுவிட்டு, ஏளனமாக நகைக்கிறது. அவன் தன் தோல்வியில் –

பலங்குன்றி நிற்பதில் – அதற்கோர் ஆனந்தம். மனிதன் இடறி வீழ்வதைக் கண்டு நகைத்தாலும் அதில் வெற்றியின் பெருமித மில்லை; மாறாகத் தோல்வியின் பலவீனம் தெரிகிறது.

நெடிதுயர்ந்து நின்ற மரங்களின் அடியில் செடி கொடி களைக் கொண்டுவந்து குவித்தார்கள். சிதம்பரம் பெரிய கிளை களையும், முள் நிறைந்த கருவேல மரக்கிளைகளையும் இழுத்து வரும் பொறுப்பை ஏற்றுக்கொண்டான். ஆனால், நேரம் செல்லச் செல்ல, அவன் சலிப்புற்றான். வேலைப்பளு அவனை அழுத்தியது. கிளையை இழுக்க முடியாமல் ஒரோர் சமயம், பலமனைத்தையும் இழந்தவன் மாதிரிக் காட்சியளிப்பான். கண்களை இறுக மூடிக் கொண்டு மரத்தடியில் உட்கார்வான். மென் காற்று அவனைத் தழுவிக்கொண்டோடும். அவன் முகத்தில் சோர்வு நீங்கும். கைகளை உதறிக்கொண்டு திடீரென்று எழுவான். ஒரே பாய்ச்ச லாகப் பாய்ந்து தரையில் கிடக்கும் முள்ளை அழுத்தி மிதிப்பான். செருப்புக் கால் பட்டு முள் உள்ளே செல்லும் முள் பூமியில் புதையப் புதைய அவன் மனம் துள்ளிக் குதிக்கும். இப்படி முள்ளை மிதித்துக்கொண்டேதான் அதன் பெருமையைப் பற்றிக் கலியபெருமாளுக்கும், பழனியாண்டிக்கும் எடுத்துரைத் தான். இன்னும் இரண்டு நாள்களில் அவர்களுக்குப் புத்தம் புதிய செருப்புக்கள் வந்துவிடும்.

கலியபெருமாளும் பழனியாண்டியும் வரப்போகும் செருப்பைப் பற்றிய இனிய நினைவுகளோடு, உற்சாகமாகக் கிளைகளையும் கொடிகளையும் இழுத்துக்கொண்டுவந்து போட் டார்கள். பெரிய கிளைகளை இருவரும் சேர்ந்து இழுக்க முடியாமல் இழுத்துக்கொண்டு வரும்போது சிதம்பரம் கைகொடுத்து உதவுவான்.

“நீங்களும் என்னெ மாதிரி வளந்துட்டா, இதையெல்லாம் சுலபமா இழுத்தாந்துடலாம்!”

கலியபெருமாள் தலையசைத்தான்.

“நீங்க ரொம்ப சுருக்கா மரம் வெட்டுறீங்க; உங்க மாதிரி இஞ்ச யாரும் வெட்டமாட்டாங்க” என்று வியந்துரைத்த போது, சிதம்பரம் அவன் கரத்தை மெல்ல ஆதரவோடு பற்றிக் கொண்டு புன்முறுவலித்தான்.

மூன்று போர்கள் குவித்த பிறகும் இங்குமங்குமாக ஏராளமான செடிகளும் கொடிகளும் கிளைகளும் கிடந்தன. எல்லாவற்றையும் ஒன்று திரட்டிக் குவித்தால் இன்னும் இரண்டு போர்கள் போடலாம்.

“இது எல்லாத்தையும் என்ன பண்ணப் போறீங்க?” என்று ஒரு பெரிய குறிஞ்சாக் கொடியை இழுத்துக்கொண்டு வந்து சிதம்பரத்தின் அருகே போட்டுவிட்டு, பழனி கேட்டான்.

“என்ன பண்ணலாம், நீதான் சொல்லேன்.”

“யாரையாச்சும் வாரிகிட்டுப் போவச் சொல்லலாம்.”

“எதுக்கு?”

“எருவுக்குத்தான்.”

“காரைய ஆரும் எருவுக்குப் போடமாட்டாங்க” என்றான் கலியபெருமாள்.

“நொச்சி, நுணா, ஆடாதொடை ...”

“அதையெல்லாம் போடுவாங்க.”

“அப்படீன்னா, பாதி எருவுக்குப் போயிடும். சரி, ஒரு வேல முடிஞ்சுபோன மாதிரிதான். நீங்க போய் சுருக்கா ஆரையாச்சும் கூட்டியாங்க” என்று எழுந்தான் சிதம்பரம்.

ஐந்தாறு நரிகள், விட்டு விட்டு, ஊளையிடும் சப்தம் வெகு அருகில் கேட்டது. கலியபெருமாளும் பழனியாண்டியும் கட்டுக்கடங்காத சந்தோஷத்தால் முகம் மலர சிதம்பரத்தைப் பார்த்தார்கள். அவன் முகம் லேசாக வெளிறிக் காணப்பட்டது.

“இஞ்ச நரிங்க ... ஜாஸ்திங்க; நாங்க வரச்ச நாலு நரிங்க ஓடிச்சு.”

“உம் ...”

“ஒரு நாளைக்கு அம்பது அறுபது நரிங்க கூட்டமா நின்னுக்கிட்டு கத்தும் பாருங்க; அடே அப்பா, என்ன கத்த! ஆத்தங்கரை வரைக்குங்கூடக் கேக்குங்க! நாங்களெல்லாம் பயந்து கூடப் போயிடுவோம்; சின்னப் பசங்களெல்லாம் மரத்து மேலே ஏறிக்குங்க.”

“அப்புறம் ...”

“நாங்களெல்லாம் ஒண்ணா சேர்ந்துக்கிட்டு ஓயின்னு கத்துவோம்; நரியும் கத்தும்; நாங்களும் கத்துவோம். ஒரு ஒரு நா நரிங்க ஓடிடும்; ஒரு ஒரு நா நாங்க ஓடிடுவோம்...”

அந்தி மயங்கியது. வெட்டுண்ட மரங்களுக்குப் பின்னால் தோட்டம் கறுத்துக்கொண்டு வந்தது. அநேகமாக இனி வேலை செய்ய முடியாது; இரவு வந்துவிட்டது.

“அப்ப, ரொம்ப இருட்டுறதுக்கு முந்திப் போய், எருவுக்குத் தழையெடுக்க, ஆரையாச்சும் கூட்டிக்கிட்டுக் காத்தாலே வாங்க.”

“சரிங்க.”

இருவரும் கோவணமாகக் கட்டியிருந்த துண்டை அவிழ்த்து உடம்பில் ஒட்டிக்கொண்டிருந்த புல்லிதழ்களையும் சருகுகளையும் தட்டிக்கொண்டு நடக்கலானார்கள்.

"பழனி!"

உரத்த குரல் கேட்டு, இருவரும் சிதம்பரத்திடம் திரும்பி வந்தார்கள்.

'இந்தாங்க' என்று ஆளுக்கு மூன்று தம்பிடி காசு கொடுத் தான் சிதம்பரம். தயக்கத்தோடும் ஆசையோடும் அதனை வாங்கிக்கொண்டார்கள். மாமாவுக்கு அப்புறம், சிதம்பரம் தான் அவர்களுக்குக் காசு கொடுக்கிறான். ஊரிலிருந்து வரும் போதெல்லாம் மாமா ஆளுக்கொரு தம்பிடி தருவார். கொஞ்ச நேரந்தான் அந்தக் காசு அவர்கள் கையில் இருக்கும். அப்புறம் எப்படியும் அம்மா கைக்குப் போய்விடும். ஒரு சமயம் அன்பாகப் பேசி, வாங்குவாள். இன்னொரு சமயம் அதட்டி, அது பயன்படா விட்டால் கன்னத்தைப் பிடித்துக் கிள்ளிக் காசை வாங்குவாள். அவர்கள் கையிலிருந்த காசைப் பறித்துக்கொள்வதில் அவளுக்கு ஒரு திருப்தி. ஆனால், இந்தக் காசு அவளிடம் போகாது; காட்டமாட்டார்கள்! அம்மாவுக்குத் தெரியாமல் கிடைத்த காசை அவர்கள் விருப்பப்படியே செலவு செய்வார்கள்.

துண்டு முனையில் காசை முடிந்துகொண்டு, வரப்பு மேலே செல்கிறவர்களைச் சற்று நேரம் பார்த்துக்கொண்டு நின்றான் சிதம்பரம். அப்புறம் எவ்விதக் குறிப்புமின்றிப் பிரப்பங் காட்டை நோக்கிச் சென்றான். பெரியகாடு – அந்தியில் பார்க்கை யில், இன்னும் பெரிதாகவும் எல்லையற்றது மாதிரியும் தோன் றியது. புன்னை மரமொன்றில் நன்றாகச் சாய்ந்துகொண்டு இருள் சூழ்ந்த தோட்டத்தை ஆழ்ந்து நோக்கினான். தன்னுள்ளே யும் தனக்கு வெளியேயும் என்ன நிகழ்ந்துகொண்டிருக்கிறது என்பது அவனுக்குச் சரியாகப் புலனாகவில்லை. ஆனால், ஒவ்வொரு செயலும் நிகழ்ச்சியும் ஒரு பாடத்தை உணர்த்துவது போலத் தோன்றியது.

பழனியாண்டி, செடியின் மறைவிலிருந்து வெளிப்பட்டு இரைக்கும் குரலில், "கலியன் தலையாரியைக் கூட்டியாராங்க" என்றான்.

"எங்க?"

"அந்தால வந்துகிட்டிருக்காங்க."

இருவரும் கொன்றை நிறைந்த பழைய இடத்திற்கு வந்தார் கள். தூரத்தில் கலியனின் பேச்சுக்குரல் கேட்டது.

"என்ன சொல்லுறாங்க?"

"தழை போட்டா குச்சி குத்துமின்னு, நடவுக்கு ஆரும் இறங்கமாட்டாங்களாம்."

"அப்படியா?"

"இதோ, அவுங்க வந்துட்டாங்களே!"

சா. கந்தசாமி

மார்பில் புலிப்பல் அசைந்தாட முறுக்கிய பெரிய மீசையோடு வந்த தலையாரி, "அடே எங்கப்பா! தோட்டத்தியே அழிச்சிட்டீங்களே!" என்று ஆச்சரியத்தோடு கேட்டான்.

சிதம்பரம் தலையாரியின் பேச்சுக்குப் பதிலொன்றும் அளிக்கவில்லை. நிமிர்ந்து, வானில் எழும் நிலவைப் பார்த்தான். அப்புறம் மெல்லக் குனிந்து, தரையில் கிடந்த மணிப் புறாவின் சிறகை எடுத்தான். தன்னுடைய வேலையில் திருப்தி இருந்தாலும் வேகம் காணாது என்று தோன்றியது.

நாளை வேலை தொடங்குவதற்கு முன்னே, வெட்டிக் குவித்தவைகளை இழுத்து வந்து, ஒன்றாகப் போட்டுவிட்டால் நன்றாக இருக்கும். தழையை எருவாகப் போட யாராவது முன்வந்தால், ஒரு காரியம் அநேகமாக முடிவடைந்தது போல. ஆனால், இப்போது காலம் கடந்துவிட்டது. குறுவை நடவு போட்டுவிட்டார்கள். தாளடிக்கும் சம்பாவுக்கும் இன்னும் நாட்கள் இருக்கின்றன.

இருந்தாலும் சம்பா நடவு போடுகிறவர்கள் எருவுக்குத் தழையையெடுத்துக்கொண்டு போகலாம். ஆனால், எவ்வளவு பேர் என்று உறுதியாகச் சொல்ல முடியாது, ஒருவேளை இது பற்றி தலையாரி சரியான பதிலைத் தரலாம். அவன் நம்பிக்கையற்ற நிலையில் பேசினான்; காலம் கடந்துவிட்டதைப் பற்றி ரொம்ப விஸ்தாரமாகப் பேசினான். கடைசியில், "இங்க ரொம்ப பேருங்க, தழை போடுறது இல்லை. ஆனா, நீங்க கவலைப்பட வேணாம். நான் ஒரு வழி பண்ணிடறேன்" என்று திடமான குரலில் சொன்னான்.

"நீங்க பண்ண மாட்டீங்களா?" என்றான் சிதம்பரம்.

தலையாரி அவன் பக்கம் நெருங்கி, "ஆல வைக்கப் போறீங்களாமே?" என்று கேட்டான்.

"ஒரு கரும்பு ஆல வைக்கலாம்னு இருக்கேன்."

"கரும்பு ஆலைங்களா? இஞ்ச சுத்துப் பட்டிலே கரும்பு ஒண்ணும் வராதுங்களே."

"அப்பிடியா?"

"ஆமாங்க. ஒரு வாட்டி சுப்ரமணிய ஐயரும் பாவாடைப் படையாச்சியும் கரும்பு போட்டாங்க. போட்டது போட்டது தான்; நெரங்கிப் போச்சு."

"அப்படியா?" என்று தன் தலையை விரலால் கோதிவிட்டுக் கொண்டு, "வில்வியனூரில் கரும்பு விளையுதே" என்றான்.

"அங்க கரும்பு ரொம்ப நல்லா விளையுதுங்க."

"சடைசடையா, என்ன மாதிரி கரும்பு!"

"நீங்க அங்க இருந்து கொண்டாறப் போறீங்களா?"

"அப்படியொரு, உத்தேசம் இருக்கு."

"குறுக்கால ஆறு இருக்குதுங்களே . . ."

"ஆமாம், அதுக்கென்ன?"

சிதம்பரத்தின் பேச்சைக் கேட்டுத் தலையாரி திடுக்கிட்டுப் போனான். ஆற்றைப் பற்றி – காவிரியைப் பற்றி அவனுக்குத் தெரியும்; தண்ணீர் ஓட்டத்தைப் பற்றியும் தெரியும். எட்டு வயதிலிருந்து ஆற்றுக்குக் குறுக்காக வண்டி ஓட்டுகிறவன் அவன். ராமசுப்பிரமணிய ஐயருக்கு இன்றைக்கும் அவன்தான் வண்டி ஓட்ட வேண்டும்; அவன் ஓட்டும் வண்டியில் போனால்தான் அவருக்குத் திருப்தி.

காவிரிப்பட்டணத்திலிருந்து மாயாவரத்திற்குத் திங்கட் கிழமை சந்தைக்கு அஞ்சலைக்காகக் கருவாடு வண்டி ஓட்டுகிற வனும் அவன்தான். வஞ்சனை, நெத்திலி, சென்னகுன்னி, சுறா – ஒரு வண்டி கருவாட்டைத் தன் மதிநுட்பத்தால் வெள்ளத்தி லிருந்து அவன் காப்பாற்றினான். அன்று முதல், ஏழு வருடங் களாக அவன் அஞ்சலையின் நம்பிக்கையான ஆள். கணக்கு வழக்கின்றிப் பணம் தருவாள். செம்படவத் தெருவில் அவனுக்கு ஒரு தனி மதிப்பு; கௌரவம் உண்டு. பத்து நாட்களுக்கு முன்னே கப்பக்கார ராமுத் தேவரின் அரிசி வண்டி நடு ஆற்றில் சிக்கி அச்சு முறிந்தது அவனுக்குத் தெரியும். அவன் அப்போது அக்கரையில் நின்றுகொண்டிருந்தான். ஒரு நிமிடத்திற்குள் அது நடந்தது. யார் யாரோ தண்ணீரில் குதித்து ஐந்து மூட்டை களைக் கரையேற்றினார்கள். பத்து மூட்டையை ஆறு அடித்துக் கொண்டு போய்விட்டது.

"அப்ப, நான் உத்தரவு வாங்கிக்கிறேன்" என்றான் தலையாரி.

"இதுக்கொரு ஏற்பாடு பண்ணணும்."

"அதுக்கு நான் இருக்கிறேங்க."

"அப்ப சரி."

"வரங்க."

"வாங்க."

தலையாரி கூட கலியபெருமாளும் பழனியாண்டியும் சென்றார்கள்.

தனிமையில் நிலவு பொழியும் தோட்டத்தில் உட்கார்ந்து அவன் யோசித்துப் பார்த்தான். எருவுக்குத் தழையெடுத்துப்

போவார்கள் என்ற நம்பிக்கையும் சிதைந்து போயிற்று. ஆனால், தலையாரியின் முயற்சியில் ஏதாவது நடந்தால், தன் காரியங்கள் கொஞ்சம் சுலபமாகும். இப்போது அதற்கு வழி இருப்பதாகத் தெரியவில்லை.

அவனுக்குத் தேவையெல்லாம் மனிதர்கள்தான். ஆரண்யம் போன்ற தோட்டத்தை அழிக்க வானரப் படை போன்ற ஒரு கூட்டம் வேண்டும். கூலி கொடுக்கவும், வைத்து வேலை வாங்கவும் அவன் தயாராக இருந்தான். ஆனால், ஆட்கள் கிடைக்கவில்லை. மத்தியானம் மாங்குடி குமாரசாமியை இது பற்றிக் கேட்டதும், 'ஆளுங்களா?' என்று கேட்டுவிட்டு மௌனம் சாதித்தார்.

ஒற்றைக் காக்கை பயங்கரமாக அலறியது.

அவன் திடுக்கிட்டெழுந்தான். தலைக்கு மேலே பறந்த காக்கையைத் திட்டிக்கொண்டே முன்நோக்கி நடந்தான். அவன் பார்வை வெட்டிப் போட்டிருந்த செடிகளின் மீது விழுந்தது. அப்புறம் இலுப்பை மரங்கள் பக்கம் சென்றது.

ஐம்பத்திரண்டு இலுப்பை மரங்களையும் வெட்ட வேண்டும். அதை விட்டு வைப்பதென்பது எவ்விதத்திலும் முடியாத காரியம். ஆலை நிர்மாணிக்கும் இடமே இலுப்பை இருக்கும் பகுதி தான். அங்கிருந்து துவங்கினால்தான், பல காரியங்களுக்கு வசதியாக இருக்கும். அதோடுகூட வீடு கட்ட, ஆலை அமைக்க, காளவாய் போட, மரம் வேண்டும். எல்லாவற்றுக்கும் இலுப்பை தான்! அதைத்தான் வெட்டிச் சாய்க்க வேண்டும்.

சிதம்பரம் மௌனமாக ஒரு தீர்மானத்தோடு வந்து கோடரியைக் கையில் எடுத்தான். கருக்கைத் தடவிப் பார்த்தான். மனம் குறுகுறுத்தது. வலியை மீறிக்கொண்டு செயலாற்ற வேண்டும் என்ற தாபம் உடல் முழுவதும் பெருகியது. செடியும் கொடியும் தழுவிக்கொண்டிருக்கும் வானளாவிய நெட்டிலிங்க மரத்தில் கோடரியை வீசினான். ஒவ்வொரு வெட்டும் ஆங்காரத் தோடும், வலிமையோடும், தப்பாமல் மரத்தில் போய்ப் பாய்ந்தது. பூவரசு மாதிரி, பனை மாதிரி, எவ்வளவு நாளானாலும் நெட்டிலிங்கங்களில் வைரம் பாயாது. அதன் வளர்ச்சியெல்லாம் உயரம்தான். ஒரு சாது மாதிரி, அம்மரம் சகல விதத்திலும் அவனுக்குப் பணிந்து கொடுத்தது.

காயம் பட்ட கை கடுக்கும்போதெல்லாம் சற்று நேரம் அமர்ந்து ஓய்வெடுத்துக்கொள்ளுவான். தான் வெட்டிச் சாய்க்கப் போகும் பெரிய மரத்தைப் பற்றி எண்ணிப் பார்ப்பான். எத்தனையோ விதங்களில் அவனுக்கும் அதற்கும் சிறப்புண்டு. பெரிய நீண்ட நெட்டிலிங்கம் தெற்குப் புறமாக விழுந்தால்,

பிரப்பங்காட்டில் போய் விழும். அதன் முனை தாழங்குத்தை எட்டினாலும் எட்டலாம். மரம் மெல்ல மெல்லச் சாயும் போக்கிலிருந்து தெற்காகத்தான் போய் விழும் போலப்பட்டது. இது அவன் வெட்டும் முதல் பெரிய மரம். இதுபோல எத்தனையோ பெரும் மரங்களைப் பின்னால் வெட்ட வேண்டியிருக்கிறது. ஆனால், ஒரு துணையின்றி, நிலவு பொழியும் இரவில் தன்னந்தனியே மரம் வெட்டும் சந்தர்ப்பம் ஒரு வேளை வராமலேயே போகலாம்.

சற்றே பின்னுக்கு வந்து, எந்தத் திசையில் மரம் விழும் என்று கவனித்துப் பார்த்தான். பழைய தீர்மானம் உறுதிப்பட்டது. ஆனால், ஒற்றைத் தென்னை தடுத்தால், தென் கிழக்காக இலுப்பை மரத்தின் மேல் விழக்கூடும். அப்படி விழுந்தால், கொஞ்சம் கஷ்டம்; வேலைப்பளு கூடும். இலுப்பையை வெட்டித் தள்ளி, பிறகு நெட்டிலிங்க மரத்தை அப்புறப்படுத்த வேண்டியிருக்கும்.

வடக்குப் பக்கமாக நின்று ஒரே நிதானத்தோடும் முன்னெச்சரிக்கையோடும் கோடரியை வீசினான். மரம் பெரும் இரைச்சலோடு தரையில் சாய்ந்தது. தூரத்தில் ஓடி நின்று பார்த்தான். தோட்டம் முழுவதும் வெறிச்சோடியது மாதிரி காட்சியளித்தது.

அவனுக்கு ஆனந்தம் தாள முடியவில்லை; கோடரியை ஒரு கையில் பற்றியவாறு, விழுந்த நெட்டிலிங்க மரத்தின் மீதேறி நடந்தான். மனம் நிறைந்தது. இன்னும் இரவு முடியவில்லை. ஆனாலும், குறிப்பிடத்தக்க விதத்தில் வேலை செய்திருப்பது மாதிரி பட்டது.

மரம் விழுந்ததால் வானத்து நிலவும், விண்மீன்களும் ஜொலிப்பது தெரிந்தது. மேலே அழகு கொழிக்கும் வானம்; கீழே அமைதியான தோட்டம். பொழுது புலரும் நேரத்தில் அவன் தன்னந்தனியாக நடந்துகொண்டிருந்தான்.

சா. கந்தசாமி

6

இருள் இன்னும் பிரியவில்லை; ஒளியும் வரவில்லை. இரண்டும் மயங்கித் தவிக்கும் நேரம். எங்கோ மாடுகளை அதட்டும் குரலும், கன்றின் அழைப்பும் மெல்லக் கேட்டன. 'கீச் கீச்'சென்று பறவைகளின் குரல்; காற்றின் அசைவில் பொத்தென்று பழங்கள் உதிர்ந்தன.

அடர்ந்த தோப்பில் இருளினூடே சென்றான் சிதம்பரம். அவன் மனம் கிளர்ச்சியுற்றிருந்தது. நேற்று வெட்டி வீழ்த்திய மரத்தைப் பார்க்க வேண்டும் என்ற ஆவல். கவனமாக ஒவ்வொரு அடியாக எடுத்து வைத்து முன்னே சென்றான்.

பிரம்மாண்டமான நெட்டிலிங்க மரம் தலைவிரி கோலமாகக் கிடந்தது. அவன் நினைத்ததற்கு மேல் ரொம்ப அனுசரணையாகவும், உதவி செய்வது போலவும் விழுந்து கிடந்தது மரம். நான்கைந்து ஈச்சங்கன்றுகளை அமுத்திக் கொண்டு, பிரப்பங்காட்டில் ஒரு வழி – சிறிய வழியை ஏற்படுத்தி இருந்தது. அவன் மகிழ்ச்சியுற்றான். பிரப்பங் காட்டை அழிக்கத் தடயம் கிடைத்துவிட்டது. நெட்டிலிங்க மரத்தின் மீது ஏறி நின்றபடி அரிவாள் கருக்கைத் தடவிப் பார்த்தான். எல்லாம் கூடி வந்துவிட்டது மாதிரி இருந்தது.

வழியை மறித்துக்கொண்டிருந்த கிளைகளை வெட்டித் தள்ளிக்கொண்டே சென்றான் சிதம்பரம். மரத்தின் மேலேயே நடந்து பிரப்பங்காட்டிற்குள் சென்றான். நடுக் காட்டில் – அந்தரத்தில் நிற்பது மாதிரி ஒரு தோற்றம். சுற்றிலும் பச்சைப் பசும் பிரம்பு – வெகுதூரம் வரையில் பரவியிருந்தது. அரிவாள் பயன்படாது என்றதும் திரும்பி வந்து, அலக்கையும் தொரட்டியையும் எடுத்துக்கொண்டு சென்றான். ஆனால், பிரம்பில் அலக்கை மாட்டி இழுக்க முடியவில்லை; ஒவ்வொரு இழுப்பிற்கும் முன்னே தள்ளப் பட்டான். பிரம்பின் சின்னஞ் சிறிய முட்கள் கீறிய

இடத்திலெல்லாம் எரிச்சல் மூண்டது. மரம் வெட்டுவதைவிட இதுவே சலிப்பளித்தது. ஆனாலும், அவன் பின்வாங்கவில்லை. நிதானமாகக் குனிந்து குனிந்து எட்டுப் பிரம்பை வெட்டி இழுத்துக் கொண்டு, ஒரு கிளையில் சாய்ந்தவாறு, கானகத்தை நோட்டம் விட்டான்.

அடர்த்தியான பிரப்பங்காட்டிற்குப் பின்னால், மரங்களற்ற பகுதியொன்று இருப்பது போலப்பட்டது. சூரியன் உதயமாகாத தாலும், தோட்டம் இருளில் ஆழ்ந்து கிடந்ததாலும், அவனால் சரியாக ஊர்ஜிதப்படுத்திக்கொள்ள முடியவில்லை. ஆனாலும், அவன் கனவு காணவில்லை; உண்மையாகவே காண்பது. இந்த எண்ணம் தோன்றியதும் புதுத் தென்பும் பலமும் பெற்றான். வேட்டியை இறுக்கிக் கட்டிக்கொண்டு பிரப்பங்காட்டிற்குள் நுழைந்தான். வசதியாக நின்றுகொண்டு, வெட்டிய பிரம்பை இழுக்க வழியில்லை; சமதளமில்லை. ஒரு இழுப்பிற்கும் இன்னொரு இழுப்பிற்குமிடையே பரிதாபமான முறையில் அலைக்கழிக்கப்பட்டான். ஆத்திரம் நிறைந்த உணர்ச்சி மூண்டது. இரண்டு முறைகள் தவறி விழுந்ததையும் பொருட்படுத்தாமல், வெட்டிப் போட்ட நெட்டிலிங்க மரக்கிளைகளை எடுத்து வந்து, பாதுகாப்பாகப் போட்டுக்கொண்டான். நிற்கவும் சாய்ந்து கொள்ளவும் முடிந்தது. அவன் உதடுகளிலிருந்து புன்முறுவல் வெளிப்பட்டது.

ஒரே சீராய், பரபரப்பு ஏதுமின்றி, நிதானமாக அவன் சென்றுகொண்டிருந்தான். வடக்குப் பக்கத்தில் ஏராளமாகப் பிரம்பு சூழ்ந்த பகுதியில் சுரங்கம் மாதிரி ஒரு வளைவு. எப்பொழுதோ விழுந்த இரண்டு பனைமரங்களுக்கு மேல் பிரம்பு படர்ந்தபடியால், கீழே சுரங்கம் அமைந்துவிட்டது. பிரப்பங்காட்டில் இப்படி அமைவது அபூர்வம்; எப்போதோ ஒரு தடவை நிகழக்கூடியது. சகலமும் அவனுக்கு ஒத்துழைக் கின்றன.

உட்கார்ந்து, கொஞ்சம் கஷ்டப்பட்டுச் சென்றால் ஒரு வேளை தோட்டத்தின் மறு பகுதியை அடையலாம். ஆனால் அது நிச்சயமல்ல. சிறு அலக்கையும் கத்தியையும் எடுத்துக் கொண்டு புறப்பட்டான். கொஞ்ச தூரம் வரையில் வழி நன்றாக இருந்தது; அப்புறம் போகப் போகப் பிரம்புகள் கூடின; வழி மறைந்தது. ஒரே இருள். பனைமரத்தின் மீதே பிரம்பு கொடியாய்ப் பின்னிக்கொண்டிருந்தது. மேலே பயணம் தொடர வழியில்லை.

சிதம்பரம் உட்கார்ந்தபடியே யோசித்தான். எவ்வளவு தூரம் வந்தோம் என்பது தெரியவில்லை. ஆனால், ரொம்ப தூரம் வரவில்லை என்று பட்டது.

வெகு நேரச் சிந்தனைக்குப் பிறகு பிரம்பை அடியில் வெட்டி, அலக்காலும் கத்தியாலும் விலக்கிக்கொண்டு முன் னோக்கிச் செல்ல ஆரம்பித்தான். சற்றைக்கெல்லாம் அவன் முயற்சி தடைப்பட்டது. ஆர்வத்தையும், உற்சாகத்தையும் பிரப்பங் காடு அழித்துவிட்டது. கையைத் தூக்கி வெட்ட முடியாத அளவிற்குப் பிரம்பு செழித்திருந்தது. பிரம்பு, அவன் முயற் சிக்கும் இலட்சிய வேகத்திற்கும் எதிரான அறைகூவல்.

சிதம்பரம் ஆழ்ந்த பெருமூச்சு விட்டபடியே திரும்பினான். நினைத்தது ஒன்றும் நடக்கவில்லை; ஆசை பூர்த்தியுறவில்லை. திரும்பி இலுப்பை மரத்தடிக்கு வந்தான்.

கீழ்வானில் தோன்றிய கதிரொளி தோட்டத்திலும் லேசாகப் பரவியது. பறவைகளின் 'கீச் கீச்'சென்ற ஒலியும் இறகுகளின் படபடப்பும் முன்னிலும் அதிகமாயின. கீழே விழுந்த அலக்கை எடுத்துப் பூவரசு மரத்தில் மாட்டிவிட்டு, தன்னுடைய காயத்தைப் பார்த்தான் சிதம்பரம். வெட்டு வாய் மூடியிருந்தது; இன்னும் நான்கு நாள்களில் சரியாகப் போய்விடலாம். துணியை அவிழ்த்து நன்றாகக் கட்டினான்.

"நமஸ்காரங்க; வரச் சொன்னீங்களாமே?" என்ற குரல் கேட்டு நிமிர்ந்து பார்த்தான் சிதம்பரம். பழனியாண்டியின் தகப்பனாரை வரச் சொல்லியிருந்தான். அநேகமாக இப்போது வரலாமென்று ஆவலோடு மனத்திற்குள்ளேயே எதிர்பார்த்துக் கொண்டும் இருந்தான். இதற்கு முன், பழனியாண்டியின் தகப்பனாரை அவன் பார்த்ததில்லை; நேற்று வீட்டிற்குப் போன போதுகூடக் காண முடியவில்லை. பழனியாண்டி ரொம்ப வருத்தத்தோடு, 'இப்பத்தாங்க, அப்பா செட்டியார் வூட்டுக்குப் போனாங்க' என்றான். அந்த ஆறுமுகந்தான் இப்போது வந்திருக் கிறான். அந்தக் கண், அந்த முகம், அந்த ஜாடை – எல்லாம் மகன் போலவே இருக்கிறது.

"பழனி நேத்தியே புடுச்சு இஞ்சதான் வேலை செய்யறான்... ஆமாங்க... கூட இருக்கானே ஒரு பையன், அது ஆரு?"

"தங்கச்சி பயலுங்க. இஞ்சதான் இருக்குதுங்க."

"ரொம்ப சிநேகிதமா இருக்கிறானுங்க."

"ஊரிலே இப்படித்தாங்க சொல்லுறாங்க."

"நெசந்தான்" என்று, அவன் ஆறுமுகம் பக்கம் நெருங்கி, "எதுக்கு உங்கள வரச் சொன்னேன்னா, பசங்க நல்லா வேலை செய்யுறானுவோ... நான் ஏதோ போட்டுத்தாரேன். இஞ்சியே இருந்துக்கட்டும்... இதை காதுல போட்டு வைக்கத்தான்..."

“அது சரிங்க. ஆனா, நாங்க பரம்பரையா, கல்லூட்டுக் காரச் செட்டியார் வூட்டுக்குப் பண்ணை ஆளுங்க.”

சிதம்பரம் தலையை உயர்த்திக் குத்திட்டு அவனை நோக்கி, “சரி. ஆனா, தோட்டத்திலே மாட்ட வுட்டுட்டு, சும்மா இருக்கற அப்ப, இஞ்ச செத்த வேலை பாக்கட்டுமே.”

“அது எப்படிங்க?”

“கூலிபோட்டுத் தரேன்.”

வெற்றிலைக் காவி படிந்த, பெரிய விகாரமான பற்கள் தெரியச் சிரித்தான். “பசங்க, என்னா பெரிசா வேலை செய்யப் போறாங்க; நீங்க தனியா கூலி போட்டுத் தரப் போறீங்க?”

“அது ஒரு பேச்சா; வேலைன்னா அதுக்குக் கூலி உண்டு. நான் ரெண்டு பேருக்கும் சேத்து மாசத்துக்கு மூணு மரக்கா தரேன்.”

“உங்க இஷ்டங்க; நாட்டாண்மைக்காரவுங்களும் சொன் னாங்க. நீங்களும் இம்மாஞ் சொல்லுறீங்க; அப்புறம் பேச என்ன இருக்கு? ஆனா, எதுக்கும் செட்டியார் கிட்ட ஒரு வார்த்தை போட்டு வைங்க.”

“ஆரு . . . கனகசபை செட்டியார் கிட்டத்தானே?”

“ஆமாங்க.”

“அவுங்க கிட்ட நான் சொல்லிடறேன். வேணுமின்னா மாமாவையும் விட்டுச் சொல்லச் சொல்றேன்.”

“அம்மாந் தூரம் வேணாமுங்க. நீங்க ஒரு வார்த்தை சொன்னாலே போதுங்க. அவுங்க ஒண்ணும் சொல்ல மாட்டாங்க. தெரியாம ஒண்ணும் பண்ணக் கூடாது பாருங்க; அதுக்காகத்தான்.”

“சரிதான்.”

“அப்ப நான் உத்தரவு வாங்கிக்கிறேங்க.”

“வாங்க.”

ஆறுமுகம் இரண்டடி போனதும் சிதம்பரம் அவனை அழைத்து, “மரம் வெட்டக் கொஞ்சம் ஆளுங்க வேணும். ஆராச்சும் இருந்தா, கொஞ்சம் பாத்து அனுப்புங்க” என்று கேட்டுக்கொண்டான்.

“நம்பவூரிலே பாண்டுரெங்குதானுங்க மரம் வெட்டுறவுங்க. அடேங்கப்பா! ஆனானப்பட்ட மரத்தை எல்லாம் நாலு நாளிலே வெட்டிச் சாச்சுடுவாங்க. ஆனா, பாருங்க. அவுங்க

கெட்ட காலம் – அவுங்க வெட்டின மரமே எமனா இருந்துச்சுங்க. அதுலே இருந்து நம்ப ஊரிலே மரம் வெட்டுறவங்களே அத்துப் போயிட்டாங்க. இப்பெல்லாம் வில்லியனூர் ஆளுங்கதானுங்க இஞ்சயெல்லாம் வந்து மரம் வெட்டுறதுங்க."

"வில்லியனூரிலிருந்தா?"

"ஆமாங்க. அப்புசாமி, அவுங்க தம்பி ரெண்டு பேருங்க. இப்ப அவுங்கதானுங்க பெரிய ஆளுங்க. அவுங்ககூட ஏதோ அசலூருக்குப் போய் இருக்கிறதா கேள்வி. சாயரச்ச அந்தப் பக்கமா போறேங்க; அப்பப் பாத்து சொல்றேங்க."

"கட்டாயமா சொல்லுங்க."

"சொல்றேங்க; அப்ப வரட்டுங்களா?"

"வாங்க."

ஆறுமுகம் விடைபெற்றுக்கொண்டான்.

சிதம்பரம், தலையில் விழுந்த பூக்களைத் தள்ளிக்கொண்டு நிமிர்ந்தான். பெரிய கோவில் கலசம் உதயத்தின் ஒளியில் தகதகவென்று பிரகாசித்தது. அது பெரிய கலசம்; கோவிலும் பெரியது. தஞ்சையைத் தலைநகராகக் கொண்டு ஆண்ட சோழ மன்னர்கள் கட்டியது; நாயக்கர்கள் காலத்தில் கணிசமான செல்வாக்கும் பெற்றிருந்தது; மகத்துவம் பொருந்திய ஊர். சாயாவனம், நெய்விளக்கு, மாங்குடி, வில்லியனூர், மல்லியக் கொல்லை, மேலகரம் – இவற்றிற்கெல்லாம் மாயவரம் தாய் போல. மக்களின் வாழ்க்கையை நிர்மாணிப்பதில் அது முக்கிய மானதொரு இடத்தைப் பெறுகிறது. அவர்கள் வாழ்க்கையின் ஒரு இலக்கு மாயவரம்; மற்றொரு இலக்கு கும்பகோணம்; மூன்றாவது இலக்கு சீர்காழி.

மாயவரத்துக் கடை முழுக்கைப் பற்றியும், கும்பகோணத்து மகாமகத்தைப் பற்றியும், அவன் அம்மா எப்போதும் பேசிக் கொண்டிருப்பாள். ஒவ்வொரு ஐப்பசியிலும் அவள் நினைவு காவிரிக் கரையில் லயித்துவிடும். புரியாத கனவுகளும் சிந்தனை களும் பின்னிக்கொண்டிருந்த காலம் அது. அவள் உணர்ச்சிகள் புரியாவிட்டாலும், பக்கத்திலமர்ந்து, அவள் சொல்வதையெல் லாம் கேட்டுக்கொண்டிருப்பான். அவன் கேட்பதில் அவளுக்குத் திருப்தி; சந்தோஷம். ஆனால், அந்தக் கதைகள் ஏதும் மனத்தில் தங்கவில்லை; ஒன்றை இன்னொன்று அடித்துக்கொண்டு போய் விட்டது.

எத்தனையோ ஆண்டுகள் சென்றுவிட்டன. ஐப்பசி மாதம் வந்துகொண்டிருக்கிறது. சொந்த மக்களிடையே வந்துவிட்டான். அவர்களின் ஆசாரங்களும் பழக்கங்களும் படிகின்றன. ஆனால்

மதத்தைப் பற்றியும் கடவுளைப் பற்றியும் குழப்பமான சிந்தனை களே அவனுக்கு மேலோங்கின.

அவன் கலவை ஆகிவிட்டான். இரண்டு மதங்கள் அவனை வெகுவாகப் பாதித்துவிட்டன. பிறப்பின் சீதனமாகச் சநாதனத் தைக் கொண்டு வந்திருப்பவன் அவன். இந்து தர்மத்தின் பெருமை, பாரம்பரியம், கருணை, கொடுமை, தீண்டாமை, நல்லது, கெட்டது – எல்லாம் ஒருவித காரணமுமின்றி அவன் மீது சுமத்தப்பட்டிருக்கின்றன. அவற்றை உதறித் தள்ளிக்கொண்டு போவதென்பது முடியாத காரியம்; அப்படிப் போய்க்கூடப் பார்த்துவிட்டான். பாதிக்கு மேலே போக முடியவில்லை. கால்கள் துஞ்சத் தன்னந்தனியே திரும்பியாகிவிட்டது. ஆனால், கதை போலப் பல ஆச்சரியமான சம்பவங்கள் அவன் வாழ்க்கை யில் நடந்திருக்கின்றன.

பால்ய கால நினைவுகள் வரும்போதெல்லாம் சிதம்பரம் மௌனமாகத் தவிப்பான். தேயிலைத் தோட்டத்தில் அவனும் அம்மாவும் பட்ட துயரமெல்லாம் மேலோங்கி உறுத்தும். இன்றைக்கு அவள் இருந்தால் – எவ்வளவோ சௌகரியமும் சுகமும் அனுபவிப்பாள். ஆனால், சட்டென்று இந்த எண்ணம் மாறும். அவள் இருந்தால் தனக்கு இந்த வாழ்க்கை கிடைத் திருக்குமா என்ற கேள்வி மேலெழும்.

தாய் அம்மை வார்த்துக் குளிர்ந்தபோது, வெறித்துச் சவத்தையே பார்த்துக்கொண்டிருந்த சிதம்பரத்தைக் கறுப்பு உபதேசியார் அழைத்துக்கொண்டு போனார். எவ்வித கலக்க முமின்றி அவர் கூடச் சென்றான். புதிய சூழ்நிலையைப் பிடித்துக் கொள்ளவே அவனுக்கு நான்கு நாட்கள் பிடித்தன. தன் வாழ்க்கையையும், கர்த்தாவைப் பற்றியும் உபதேசம் செய்த பிறகு சிதம்பரத்தை 'சர்ச்சு'க்கு அழைத்துப் போனார் உபதேசி யார். அம்மா கோதிவிடும் நீண்ட முடி சிரைக்கப்பட்டது. ஒரு வெள்ளைப் பாதிரியார் ஒரு காக்கிக் கால் சட்டையும் வெள்ளை மேல் சட்டையும் கொடுத்தார். அதை எப்படிப் போட்டுக் கொள்வது என்று அவனுக்குத் தெரியவில்லை. இரண்டு கால் களையும் ஒரே பக்கத்தில் விட்டுக்கொண்டு தவித்தபோது, பாதிரியாரே உதவி செய்தார். அவன் ஞானஸ்னானம் பெற்றான். பேர் டேவிட் சிதம்பரம் என்று மாறியது. காதில் போட்டுக் கொண்டிருந்த சிவப்புக்கல் கடுக்கனைக் கொஞ்சமும் வருத்த மின்றிக் கழற்றிக் கொடுத்தான். சர்சுப் பள்ளிக்கூடம் அவனுக்கு ரொம்பப் பிடித்திருந்தது. பள்ளிக்கூடத்திற்குப் போனபிறகு, அம்மா நினைவு வருவது அநேகமாக நின்று போய்விட்டது.

எட்டு வருடத்திற்குப் பிறகு, கறுப்பு உபதேசியார் பள்ளிக் கூடத்திலிருந்து அவனை அழைத்துக்கொண்டுபோய் வேலையில்

சேர்த்தார். மூன்று மாதத்திற்கு மேல் வேலை பார்க்க முடிய வில்லை. பத்து ரூபாயை அந்த வீட்டிலிருந்து திருடிக்கொண்டு கொழும்புக்குப் போனான். ஒரு வருடம்போல என்னென்னவோ வேலைகள் செய்தான். ஒரு பெண்ணையும் காதலித்தான். அந்தக் காதல்கூட சர்ச்சில்தான் ஏற்பட்டது. அவனைவிட அவள் மூன்று வயது பெரியவள்; மணமாகி ஒரு குழந்தைக்கும் தாயாகி இருந்தாள். 'நீதான் என் உயிர்' என்று சொல்லிக்கொண்டிருந் தவள், ஒன்பதாம் மாதம் அவனைத் துரத்தியடித்தாள். அவள் ஏளனம் அவனைப் பைத்தியமாக்கியது. நான்கு ஞாயிற்றுக் கிழமைகள் அவளைத் தொடர்ந்து போனான். அவள் திரும்பிப் பார்த்துவிட்டு, வேகமாகச் சென்றாள். அவன் பாதை திரும்பியது. சர்ச்சுப் பக்கம் போவதை விட்டுவிட்டான்; வேலை தேடினான்.

சிவசண்முகத்தின் பாத்திரக் கடையில் ஒரு வேலை கிடைத்தது. அவன் வேலையில் சேர்ந்ததும் சிவசண்முகம், "என்ன பேரு?" என்றார். "டேவிட் சிதம்பரம்" என்றான்.

"என்ன டேவிட்! வெறும் சிதம்பரம் போதும் – இன்னமெ உன் பேரு சிதம்பரந்தான்!" என்றார்.

அவன் மௌனமாகத் தலையசைத்தான்.

"அந்தால மாடத்திலே திருநீறு இருக்கு; அள்ளி நெத்தியிலே பூசிக்கோ."

சிதம்பரம், பிறகு தன் முதலாளியோடு பூசத்திற்குக் கதிர்காமம் சென்று வந்தான். ஆனால், அங்கிருந்து புறப் பட்டபோது அவனுக்குக் கடவுள் நம்பிக்கையே ஒரு பிரச்சனை ஆகிவிட்டது.

பின்னால் இதையெல்லாம் நினைத்து அவன் ஒரு பொழுதும் வருந்தவில்லை; உற்சாகமும் அடையவில்லை. எல்லாம் தனக்குச் சம்பந்தம் இல்லாதது மாதிரி நடந்து கொண்டான்.

பிறந்த ஊருக்கு வந்து ஒன்றரை மாதத்திற்கு மேலாகியும், தன்னைக் கோவிலுக்குப் போகவிடாமல் தடுக்கும் சக்தி எதுவென்று அவன் ஒவ்வொரு சமயம் எண்ணியதுண்டு. ஆனால், அது தெரியவில்லை. பறச்சேரி இலுப்பை மரத்தடி பத்ரகாளி, தேவர்களின் பெரிய கறுப்பு, உயர் ஜாதி இந்துக் களின் சனீஸ்வரன், பிராமணர்களின் சிவன், விஷ்ணு – அவசிய மென்று படும்போதெல்லாம் மற்ற சாதிக்காரர்கள் பாகுபா டின்றிப் போகும் இக்கோவில்களுக்கெல்லாம் தன்னைப் போகவிடாமல் தடுப்பது எது? கடவுள் பற்றியும், அவரது எல்லை யற்ற சக்தி பற்றியும் எண்ணிக் குழம்பினான்.

இரண்டு நாட்களுக்கு முன்பு, தேவரின் மருமகள் குஞ்சம்மா மாரியம்மன் கோவிலுக்கு மாவிளக்குப் போட்டபோது சிதம் பரத்தையும் அழைத்தாள். தேவர் படித்துப் படித்து வரச்சொல்லி விட்டு முன்னே போனார். சற்று நேரத்திற்கு முன்பு வரையில், போக வேண்டும் என்று இருந்தான்; அப்புறம் ஒரு நினைப்பு.

"பட்டமங்கலத் தெரு வரைக்கும் கொஞ்சம் சுருக்கா போயிட்டு வரேங்க்கா ..." என்று சொல்லிவிட்டுப் படி இறங்கி நடந்தான் சிதம்பரம். குஞ்சம்மா வாசலுக்கு வருவதற்குள் அவன் தெருமுனையைத் தாண்டிவிட்டான்.

அவன்தான், கிராப்போடு வந்து நிற்கும் முதல் மனிதன். பாழ்நெற்றி, மேல் சட்டையோடு ஊர் ஊராகச் சுற்றி வருகிறான். ஆரம்பத்தில் பல நாட்கள் வரையிலும் எல்லோரும் ஒருமாதிரி யாகப் பார்த்தார்கள்; சற்று விலகிப் போனார்கள். இப்போதோ அவன் எல்லோருடைய மனத்தையும் கவர்ந்துவிட்டான்!

ஒரு பூவரசம் பூ தலையில் விழுந்தது. அதைத் தள்ளி விட்டுக்கொண்டு, அரிவாளையும் அலக்கையையும் எடுத்துக் கருக்கு இருக்கிறதா என்று தடவிப் பார்த்தான். இரண்டும் மழுங்கிப் போய்விட்டன. கோடரி பரவாயில்லை; இன்னும் நான்கு நாட்களுக்கு எப்படி வேலை செய்தாலும் கூர் மழுங் காது. இப்பொழுது அத்தியாவசியமாக அரிவாளுக்கும் கத்திக் கும் சாணை பிடிக்க வேண்டும்; இல்லாவிட்டால் உலையில் வைத்துத் துவைய வேண்டும். கருமானைப் பார்க்கும் நோக்கோடு ஊர் நோக்கித் திரும்பினான்.

காவிரிக்கரையில் சுப்புரத்ன ஐயரும், பதஞ்சலி சாஸ்திரியும் நின்றுகொண்டிருந்தார்கள். வாழைத் தோப்பு சுப்புரத்ன ஐயருக்குப் பத்துப் பன்னிரண்டு நாட்களாகவே சிதம்பரத்தைப் பார்க்க ஓர் ஆசை. அவரும் சுற்றிச் சுற்றிப் பார்த்துவிட்டார். அவன் கண்ணில் படவேயில்லை. ஆனால், அவனைப் பற்றிய கதைகள் கூடிக்கொண்டே வந்தன.

பதஞ்சலி சாஸ்திரி அவனை இரண்டு முறை பார்த்தி ருக்கிறார்; ஆனால், பேசவில்லை. சந்தர்ப்பம் வராமலே போய் விட்டது.

இவர்களுக்கு நேர் விரோதமானவர் மேலகரம் பார்த்த சாரதி ஐயங்கார். சிதம்பரத்தை ஊருக்கு வந்த எட்டாம் நாளே சிநேகிதம் பிடித்துக்கொண்டார்; அந்த நட்பு அவருக்குப் பிடித்தது. ஏதாவது பேச்சு வரும்போதெல்லாம், 'செதம்பரத்தைப் பார்த்தீரா, ஓய்?' என்று கேட்டுவிட்டு, பதஞ்சலி சாஸ்திரி தொடையில் அடித்துக் குலுங்கக் குலுங்கச் சிரிப்பார். பெரிய குரல் – நான்கு வீடு தள்ளிக் கேட்கும்.

"அவனென்ன துரையா, பார்க்கறதுக்கு?"

"நீர் பாரும்; ரெண்டு வார்த்தை பேசிட்டு அப்புறஞ் சொல்லும்."

"அவனுக்கு ரெண்டு கொம்பு மொளச்சிருக்காங்கணும்?"

"ஓய், உமக்கு ரொம்ப கொழுப்புங்கணும்!" – கையிலிருக்கும் சீட்டை வீசியெறிவார். கைக்குச் சீட்டு வராதபோதெல்லாம் அவர் செய்யும் காரியம் இதுதான்! அரையிலிருந்து நழுவும் வேட்டியை இழுத்துப் பிடித்துக்கொண்டு எல்லோரும் எழுவார்கள்.

"சிதம்பரமா..?" என்று கேட்டார் சுப்புரத்னம். அவன் நமஸ்காரம் பண்ணினான்.

"நீங்கதான் வாழைத்தோப்பு ஐயருன்னு நினைக்கிறேன். மாமா உங்களைப் பத்தி ரொம்ப சொல்லியிருக்காங்க. நானும் ரெண்டுவாட்டி உங்களைப் பாக்க வந்தேன். பாக்க முடியலே..."

"அதுக்கென்ன, பரவாயில்லே. சிவனாண்டி நமக்கு ரொம்ப வேண்டியவன். அவன்தான் சொன்னான், நம்ப தங்கச்சி பையன் வந்திருக்கான்னு. எங்கேன்னேன்? இதோ இதோன்னான். ஆனா ஆளுதான் கண்லே படலே...இவாளத் தெரியுமோ – பதஞ்சலி சாஸ்திரி..."

"கொஞ்சம் தெரியும்... பாத்திருக்கேன்..."

"ஊரெல்லாம் சுத்திட்டு வந்திருக்கே!"

"அப்படிச் சொல்றதுக்கு இல்லே."

"தோட்டத்தை, ரெண்டாம் பேருக்குத் தெரியாம வாங் கிட்டே."

"என்னமோ, சட்டென்னு சுருக்கா முடிஞ்சு போச்சுங்க."

"என்ன பண்ணப் போறே தோட்டத்திலே?" பதஞ்சலி சாஸ்திரி கட்டைக் குரலில் கேட்டார்.

சிதம்பரம் கரும்பாலை தொடங்கப் போகும் செய்தி ஊர் முழுவதும் பரவி இருந்தது. ஆனால், இரண்டொருவரைத் தவிர மற்றவர்கள் நம்பவில்லை. ஏதோ ரகசியமான காரியங்கள் பண்ணுவதற்காக இப்படிச் சொல்லிக்கொண்டு இருப்பதாக வதந்தி உலவிக்கொண்டிருந்தது. சுரங்கம் வெட்டித் தங்கம் எடுக்கப் போவதாகவும் ஒரு செய்தி! காட்டை அழித்து ரயில் வேக்காரர்களிடம் தரப் போவதாக இன்னொரு செய்தி. இப்படியெல்லாம் கதை கட்டுகிறவர்கள் யார் என்று தெரிய வில்லை. அவன் கலக்கமுறுவான்; ஆனால், தேவரோ கலகல

வென்று சிரிப்பார். அது மாதிரி அவனால் சிரிக்க முடியாது; முயற்சி பண்ணினாலும் முடியாது. ஆனால் இப்போது அவனுக்குப் பெரிதாகச் சிரிப்பு வந்தது. அதை அடக்கிக் கொண்டு, "கரும்பாலை வைக்கப் போறேன்" என்றான்.

"ஊர்லே அதாஞ் சொல்லிக்கறா." பதஞ்சலி சாஸ்திரி சுப்புரத்ன ஐயர் பக்கம் திரும்பிக் கண்ணைச் சிமிட்டினார்.

"கரும்பு இஞ்ச வெளையுமா செதம்பரம்?"

"விளையுமுன்னு தோணுதுங்க."

'பகபக'வென்று, தண்ணீர் கொப்பளிப்பது மாதிரி ஐயர் சிரித்தார்.

"இதோ இருக்காரே நம்ப சாஸ்திரி, இவர் எட்டு வருஷத்துக்கு முந்திக் கரும்பு போட்டார் – ரெண்டு வேலியிலே. ஒரு முழத்துக்கு மேலே வளர்லே. அப்படியே நரங்கிப் போயிடுத்து."

"நான்தான் இஞ்ச கரும்பு போட்ட முதல் பேர்வழி; இதுவரைக்கும் கடைசியும் நாந்தான். என்னமோ தெரியலே, கரும்புக்கும் இந்த மண்ணுக்கும் அப்படியொரு ராசி."

சிதம்பரம் மௌனமாக அவர்கள் சொன்னதையெல்லாம் கவனத்துடன் கேட்டுக்கொண்டான்.

"நீ, வாழை போடு; ஜோராக் கிளம்பும்."

"ரஸ்தாளி, மொந்தன் – இந்த மண்ணுக்கு எப்படிக் கிளம்பும் தெரியுமா?"

"அப்படிங்களா?"

"என் பேரே வாழைக் கொல்லை ஐயருன்னுதான் . . ."

அவன் மெல்லச் சிரித்தான்.

"நீ ஏன் வாழை போடக்கூடாது?"

"போடக் கூடாதுன்னு என்னாங்க. அதைப்பத்தி இன்னும் யோசிக்கலீங்க."

"நன்னா ஒருவாட்டிக்கு ரெண்டுவாட்டியா யோசி. நாலு ஊரு சுத்தினவன்னு கேள்வி. எதோ அங்கயிங்க குருவி மாதிரி கொத்திப் பொறுக்கி, நாலு காசு சம்பாதிச்சுண்டு வந்துருக்கே. நாளைக்கு இஞ்ச ஒண்ணு ஆச்சுன்னா என்ன சொல்லுவே? இத்தன பேரு இருந்தாங்களே, ஒரு வார்த்தை சொன்னாங்களாம்பே . . . அப்ப அப்படித்தான் சொல்லத் தோணும் . . . தப்புன்னு சொல்ல முடியாது. மனுசா மனசு நாலு விதமா யோசிக்கும்; நாக்கு நூறு விதமா பேசிண்டு இருக்கும்."

“ரொம்ப சந்தோஷங்க. இப்ப சட்டுப்பொட்டுன்னு ஒண்ணும் இல்லீங்க. எல்லாம் மெல்லதான். மொதல்ல, மரம் மட்டைகளை அழிக்கணும், அதான் மொதல் வேல. அதுக்கு அப்புறந்தான் பாக்கி வேலங்க.”

“அந்தக் காட்டையா? முப்பது தலெமொறக் காடாச்சே அது! அதுக்குள்ள போனவன் உசுரோட திரும்பி வந்ததில்லே. எதுக்கு நீ அதைப் போய் வாங்கினே? ஏங்கிட்ட ஒரு வார்த்தை சொல்லி இருக்கப் படாதோ? சாலையோரத்தில் இருபது வேலி பொட்டத்திடலா கொடுத்திருப்பேனே . . .”

“தெரியாம போச்சுங்க.”

இருவரும் ஓரடி எடுத்து முன்னே வைத்தார்கள்.

சிதம்பரத்திற்குத் தன்னுடைய காரியம் முடிவடைந்து விட்டது என்று தெரிந்தது. அவர்களிடம் விடைபெற்றுக் கொண்டு நடையை எட்டிப் போட்டான். அவன் மனத்தில் இரண்டு விதமான எண்ணங்கள் தோன்றின; முதல் காரியமாகக் கனகசபாபதி செட்டியாரைப் போய்ப் பார்க்க வேண்டும்; அப்புறம் அரிவாள், மண்வெட்டி, அலக்கு, தொரட்டி, கோடரி – எல்லாம் சேகரிக்க வேண்டும். கார்காலம் முடிவடைந்து, புதிதாக ஆட்கள் வரும் வரையில் காரியம் ஒன்றும் வேகமாக நடக்காது. அதற்காக அவன் வருந்தவில்லை. பிறரை எதிர் பார்ப்பதைவிடத் தானே கடுமையாக உழைக்க வேண்டுமென்று சொல்லிக்கொண்டான்.

7

சிவனாண்டித் தேவர், வீட்டிற்கு எதிரே ஒதிய மரத்திலிருந்து தழையொடித்துக்கொண்டிருந்தார். ஒரு வெள்ளாடு இரண்டு குட்டிகளோடு அவர் காலைச் சுற்றிக்கொண்டிருந்தது.

"தழை அறுக்கிறீங்களா?" என்று பவ்யமாகக் கேட்டான் சிதம்பரம்.

அலக்கில் மாட்டியிருந்த சிறிய கிளையை வெட்டி இழுத்தபடியே தேவர், "தம்பியா, வாங்க. அந்தப் பயமவன் எங்கேயோ ஓடிப் போச்சு. குட்டி போட்ட ஆடு; கத்தித் தவிக்குது" என்றார்.

"இங்க கொடுங்க, மாமா."

"வேண்டாங்க தம்பி; ரெண்டு இணுக்குத்தான். நானே ஒடிச்சுடறேன்."

"அதை நான்தான் ஒடிக்க கூடாதா?" என்று, அவரிடமிருந்து அலக்கைப் பிடுங்கி, ஐந்தாறு கிளையை முறித்துப் போட்டான் சிதம்பரம்.

"போதுங்க, போதுங்க, தம்பி! குட்டி போட்ட ஆடுங்க; ரொம்ப தின்னா கழியுங்க."

"அப்படிங்களா?" என்றபடி அலக்கை ஒரு பக்கமாய்ச் சாற்றிவிட்டு, தேவரோடு கட்டிலில் வந்தமர்ந்தான் சிதம்பரம். அப்புறம் அவர் பக்கம் நெருங்கித் தாழ்ந்த குரலில், "ஒரு காரியத்தை முடிச்சிட்டேங்க, மாமா" என்றான்.

"செட்டியாரைப் பாத்திங்களா?"

"ஆமாங்க. அவுங்களப் பாத்து பழனியையும், கலிய பெருமாளையும் கொஞ்சம் நாளைக்கு இங்க உடணும்ன்னு

கேட்டேன். நீ தேவருக்கு சொந்தமா, என்ன வேணும் – என்னு கேட்டாங்க. தங்கச்சிப் பிள்ளை ஆகவேணுங்க என்னு சொன்னேன். அவ்வளவுதான்; அவுங்களுக்கு ரொம்ப சந்தோஷம். முகம் அப்படியே மலந்து போச்சு. இரண்டு வாலுங்களும் இனிமே உன் ஆளுங்க என்னாங்க."

தேவர் நளினமாக, மீசை துடிக்க முறுவலித்தார். பெருமை முழுவதையும் தானே அறிந்திருப்பது மாதிரியும் அதை அங்கீ கரிப்பது மாதிரியும் இருந்தது அது.

"நம்ப செட்டியார் இருக்காங்களே, அவுங்க தங்கமின்னா தங்கங்க, தம்பி! அவுங்களுக்கு ஈடு சொல்ல இஞ்ச சுத்து வட்டாரத் திலேயே ஆளுங்க இல்லீங்க, தம்பி. அவையாம்பா கோவிலுக்குத் தங்கக் கலசம் பண்ணி வெச்சாங்க; மாங்குடி பிள்ளையார் கோவிலைப் புதுப்பிச்சாங்க. தை பூசமுன்னா, செட்டியார் வடலூரிலேதான் இருப்பாங்க. அவுங்க போறதுக்கு முந்தி ரெண்டு வண்டி அரிசியும், ஒரு வண்டிச் சாமானும் போய் முன்னே நிக்கும் . . ."

"அப்ப அவுங்களுக்குச் சொத்து ரொம்ப இருக்குன்னு சொல்லுங்க!"

"என்ன சொத்து? நஞ்செயிலே நூறு வேலி; புஞ்செயிலே அறுபது வேலி – பரம்பரைச் சொத்துங்க. அப்புறம், ஆச்சி கொண்டாந்தது ஒரு நூற்றைம்பது வேலி. இதுலே வேடிக்கை என்னான்னா, எங்க எம்மாஞ் சொத்து இருக்குன்னு ரெண்டு பேருக்குந் தெரியாது. இந்தக் கணக்கெல்லாம் சும்மா உத்தேசம் தாங்க . . ."

செட்டியார் என்றதும், அவர் ஏற்படுத்தி இருந்த பாடசாலை களும் நினைவிற்கு வந்தன. இரண்டு பாடசாலைகளையும் அவன் ஒரு சமயம் பார்த்திருந்தான். அவைகளில் வேத பாட சாலை அவனுக்குப் பிடித்திருந்தது. அதைப் பற்றி அதிகமாக விசாரித்தான். உண்மையில் செட்டியார் அதை ஏற்படுத்தவில்லை; அது பழையது, இரண்டு தலைமுறையாக நடந்து வருவது. ஆனால், எட்டு வருடத்திற்கு முன்னே ஆசிரியர் இல்லாமல் பள்ளிக்கூடத்தை மூடிவிட்டார்கள். பாலசுப்பிரமணிய ஐயரால் இதைத் தாங்கிக்கொள்ள முடியவில்லை. அக்ரஹாரம் முழுவதும் உதவி கேட்டார். இரண்டு மாதம் பொறுத்திருந்தார். ஒன்றும் கிடைக்கவில்லை. ஒருநாள், காலையில் செட்டியார் வீட்டுக்குப் போய், தன் உத்தேசத்தை நிதானமாகச் சொன்னார்.

செட்டியார் தன் பெரியப்பா வாழ்ந்த புராதன வீட்டைக் கொடுத்து, ஒன்றரை வேலி மானியமும் அளித்தார். அப்புறம் நாராயணராவ் கால் காணி; முருகபூபதி பிள்ளை பத்துக்

குழி; கல்யாணி ஆச்சி மூன்று மா; குப்பையூர் ராமானுஜதாசர் இரண்டு குழி . . . என்று மானியம் வந்தது.

வேத பாடசாலை ஆசிரியர் பாலசுப்பிரமணிய ஐயரையும் ஒரு முறை சிதம்பரம் பார்த்தான். எண்பது வயதிருக்கும் – தாடி மீசை, கண் புருவமெல்லாம் நரைத்துவிட்டது. கடுமை யான நியம நிஷ்டைகளாலும், பிரமச்சர்யத்தாலும் வாடி உலர்ந்த உடல் – குச்சி மாதிரி. ஆனால் உடலை மீறிய குரல் – வெண்கலம் மாதிரி கணீர் கணீரென்று ஒலித்தது. அவன் பாடசாலைக்குப் போனபோது சமஸ்கிருதம் நடத்திக்கொண் டிருந்தார்; அவனுக்கு ஒன்றும் அர்த்தமாகவில்லை. அந்தக் குரல் பிடித்திருந்தது; அவரை நேசித்தான். ஆனால் அவரால் சிதம்பரம் கவர்ச்சியுறவில்லை. 'இந்த வாழ்க்கை வெறுமையை நோக்கிப் போவது – ரொம்பவும் பிற்போக்கானது' என்று சொல்லிக்கொண்டான்.

அவன் வாழ்க்கை சகல விதத்திலும் அவர் வாழ்க்கை யிலிருந்து மாறுபட்டது. அனுபவங்கள் விசித்திரமானவை. அவன் தகப்பனாரும், அவருக்குத் தகப்பனாரும் கனவில் கூடக் காண முடியாத வாழ்க்கை அவனுடையது. அவன் சிந்தனையை இரண்டு மதங்கள் உருவாக்கி இருக்கின்றன; இந்த வாழ்க்கையின் முதல்வன் அவனே!

தன்னைப் பற்றியே நினைத்துக்கொண்டிருந்த அவன் எண்ணத்தை, "தம்பீங்களா? . ." என்ற ராமசாமித் தேவரின் குரல் கலைத்தது.

"ஆமாம், நீ எங்க இப்பிடி?"

"மல்லியக்கொல்லைக்கு, மாமா!"

சிவனாண்டித் தேவர் மீசையைத் தள்ளிவிட்டுக் கொண்டு, "வாளுக்காரப் பயல வரச்சொல்லு. நாலுவாட்டி ஆளு விட்டுட்டேன்; தோ தோன்னு பாச்சா காட்டிக்கிட்டிருக்கான்."

"சொல்றேங்க, மாமா. ஆனா, ஆளு குத்தாலம் போய் இருக்கான்னு கேள்வி."

"பய குத்தாலாம் போயிட்டானா?"

"ஆமாங்க, மாமா."

"சரி வரட்டும். இஞ்ச வராம எங்க போயிடப் போறான். . . அப்ப பாத்துக்கிறேன்" என்றவர், ராமசாமி பக்கம் திரும்பி, "எலே, ராமு, கப்பக்காரவுங்ககிட்டே ரெண்டு மூட்டை சம்பா நெல்லு வேணுமுன்னேன்னு சொல்லிட்டுப் போ!" என்றார்.

"சரிங்க, மாமா."

"மறக்காம சொல்லிட்டு போ!"

"மாமா ஒண்ணு சொன்னா மறக்குமா?"

சிதம்பரம் ராமசாமியை நிமர்ந்து பார்த்தான்.

"தம்பி ஒண்ணும் பேசலியே?"

"என்ன பேசச் சொல்லுறே?"

"சரியா கேட்டிங்க!"

"நான் ஒன்னைக் கேட்டா, யாரையோ கேக்கற மாதிரி நினைச்சுக்கிட்டு சிரிக்கிறியே!"

"மாமா பேசினா சிரிப்புத்தானே வருது."

"அப்படியா?"

"வரேங்க, தம்பி."

"வாங்க" – சிதம்பரம் கட்டிலை விட்டெழுந்து கரம் கூப்பி விடைகொடுத்தான்.

தேவர் சிரித்துக்கொண்டே, "அவனுக்கு அம்மாம் மரியாதை எதுக்குத் தரணும்?" என்று கேட்டார்.

அவன் கண்களை இடுக்கிக்கொண்டு தேவரைப் பார்த்தான்.

"அவன் நமக்குச் சொந்தந்தான். ஆனா, மதிப்புத் தர முடியுமா?"

அவன் பதிலொன்றும் சொல்லவில்லை.

குஞ்சம்மா கூப்பிட்டாள். "இதோ வந்திட்டேன் குஞ்சம்மா" என்று எழுந்து, திண்ணையிலிருந்த செம்பை அவனிடம் கொடுத் தார். கைகால் அலம்பிக்கொண்டு உள்ளே சென்றான். பெரிய மாடத்தில் விபூதி இருந்தது. அதை அள்ளி நெற்றி நிறையப் பூசிக்கொண்டான்.

"என் பட்டையைவிட பெரிசா இருக்கே!"

"பழக்கம் விட்டுப் போனதுங்க, மாமா."

உள்ளே வாழைச் சருகில் பிழிந்து வைத்த பழையதும் ஒரு கிண்ணத்தில் கட்டி எருமைத் தயிரும் இருந்தன. இலையின் ஒரு பக்கத்தில் சுண்டக் குழம்பு; இன்னொரு பக்கத்தில் சுட்ட கருவாட்டுத் துண்டு. கருகித் தீய்ந்த கருவாட்டிலிருந்து கம்மென்று வாசனை வீசியது. ஒற்றை விரலால் அதைச் சற்று அப்பால் தள்ளி வைத்துவிட்டு, சாப்பிட ஆரம்பித்தான் சிதம்பரம்.

பக்கத்திலமர்ந்தும், அடுத்த இலையைப் பார்க்காது சாப்பிட்டுக்கொண்டிருந்த தேவர், "என்ன பாப்பா, சென்ன

குன்னிப் பொடி இல்லியா...?" என்று கேட்டார். மருமகளைச் சாதாரணமாக அப்படித்தான் கூப்பிடுவார். பேத்திக்கும் அதுதான் பேர்; ஒரு பெயரிட்டு அழைத்து இரண்டு பேரைப் பரிகாசம செய்வது அவருக்கு வரவரக் கூடிக்கொண்டு வந்தது.

"தோங்க மாமா..." – தன் மறதிக்கு வருந்தி, விரைவாக வந்தாள்.

"தம்பிக்கு ரொம்ப வை. எத்தனையோ பட்டணம் பாத்தது, இதெல்லாம் பிடிக்குமோ என்னமோ... அட அட!... என்ன தம்பி, கருவாட்ட அப்படியே வச்சிட்டீங்க..."

"..."

"வஞ்சனை!" என்றாள் குஞ்சம்மா.

"பாருங்க தம்பி, வஞ்சனை கருவாடு! மீனுலேயே இதுதான் ஒசத்தி; கருகச் சுட்டு, இளஞ்சூட்டிலே தின்னா தேவாமிர்தம் கெட்டுச்சு போங்க... அட..."

"ஒரு முள்ளுகூட இல்லாத கருவாடுங்க தம்பி!" என்றாள் குஞ்சம்மா.

தீயில் கருகிய மேல் பாகத்தை நீக்கிவிட்டு, ஈரம் பாய்ந்த சிறு கருவாட்டுத் துண்டை எடுத்து வாயில் போட்டு, "ரொம்ப நல்லா இருக்கு!" என்றான்.

"வஞ்சனையில் நெய் மணக்கும்ங்க" என்ற தேவர், குஞ்சம் மாவைக் கூப்பிட்டு, இன்னும் இரண்டு துண்டுகள் வைக்கும்படி சொன்னார். அவன் வேண்டாமென்று மறுத்துரைக்கவில்லை.

சாப்பிட்டெழுந்திருக்க வெகு நேரமாயிற்று. கை நிறைய சவிக்கச் சவிக்கப் பூசிய தேங்காய் எண்ணெயை மீறிக்கொண்டு, லேசாகக் 'கவிச்சி' நாற்றம் வீசியது. வெற்றிலைத் தாம்பாளத்தை முன்னே இழுத்து வைத்துக்கொண்டு, தேவர் கேட்டார், "தம்பி ரெண்டு நாளா தோட்டத்திலே என்ன பண்ணுது? இஞ்ச பாக்கவே முடியறதில்லே..." என்று.

"ரெண்டு செடி, ரெண்டு தழை... அப்படி இப்படி என்று ஏதோ கொஞ்சம் வேலை நடக்குதுங்க..."

"அதான். ஏதாச்சும் பண்ணிக்கிட்டே இருக்கணும்."

"அருவாதான் மழுங்கிப் போச்சுங்க."

அவன் பக்கம் திரும்பிப் பார்த்தார். பெருமிதத்தால் மனம் நிறைந்தது.

"நம்ப வூட்டுலே நாலு வெட்டருவா இருக்கு. ராமுத் தேவர் வூட்டுலே ஆறு அருவா கிடைக்கும்... அப்புறம்,

இஞ்ச ஆருகிட்டே கிடைக்கும்... ஹூம் ... அஞ்சாறு அருவா சாமிக்கண்ணு படையாச்சி வூட்டுலே இருக்கு. அதையும் வாங்கிக்கலாம் ...”

“எதேஷ்டம்ங்க, மாமா ... ஆனா, நமக்கும் கொஞ்சம் அருவா, மண்வெட்டி, கோடாலி, அலக்கு – எல்லாம் வேணுமுங்க.”

சிவனாண்டித் தேவர் அவன் சொன்னதையெல்லாம் கிர்கிர் என்று வாங்கிக்கொண்டார். அவன் போக்கின் வேகம் புரிந்தது.

“தங்கசாமி ஆசாரிகிட்டே ஒரு வார்த்தை சொல்லிட்டாப் போதும்; நாலு நாளிலே பண்ணிக் கொடுத்துடுவான். போறச்ச பாத்துட்டுப் போவலாம்.”

“தோட்டத்துக்கு நீங்களும் வறீங்களா, மாமா?”

“தம்பி தோட்டத்துலே என்ன பண்ணுதுன்னு தெரிஞ்சிக்க வேணாமா?”

“கட்டாயம்.”

ராமுத் தேவர் வீட்டிலிருந்து அரிவாள் வாங்கிக் கொண்டு தேவர் திரும்பி வரும்போது, ராஜாத்தி, “மாமா, ரெண்டு எல வேணுங்க!” என்றாள்.

“மடியிலே இருக்கு ... செத்த கிட்ட வா, அவுத்துத் தாரேன்.”

“போங்க, மாமா.”

“எதுக்குடீ சிணுங்கறே ... எல வேணுமின்னா போய் அறுத்துக்கிட்டுப் போவியா... அதெ விட்டுப்புட்டு, கிளவன வந்து கேட்டா ...”

அவள் நளினமாகப் புன்னகை பூத்தாள்.

“அப்படியா சங்கதி! ஆரு வந்திருக்காக?”

“அலமேலு வூட்டுக்காரு... மோவூரிலே இருந்து ...”

“அது ஆருடீ அலமேலு வூட்டுக்காரன், சின்ன மச்சான்னு சொல்லேன்.”

“போங்க, மாமா” என்று உடலை நெளித்துக்கொண்டு ஓடியவள், திரும்பி வந்து, “மாமா!” என்றாள்.

“என்ன ராஜாத்தி...”

“கடைப்பக்கம் போறீங்களா, மாமா?”

“எதுக்கு?”

"விருந்தாளியெல்லாம் வந்துகிட்டே இருக்கு; மளிகை சாமான் வாங்கத்தான்..."

"நான் போவ ரெண்டு நாளு ஆகும்; நேத்திதான் பாப்பா கடைக்குப் போயிட்டு வந்தா..."

"அப்ப அக்காவைப் பாத்துக்கறேன், மாமா" என்று வேகமாக நடக்கத் தொடங்கினாள்.

சாயாவனத்தின் தெற்கு முனையில் இரண்டு மளிகைக் கடைகள் – ஒன்று அப்பு செட்டியாருடையது; மற்றொன்று மொகதீன் ராவுத்தருடையது. இரண்டையும் தள்ளி, நெய் விளக்கு முனையில் ஒரு கடை – கோமுட்டி செட்டிக் கடை; மளிகைச் சாமான்களைவிட மருந்துச் சாமான்களே அதிகம்; பிரசவ மருந்துக்குக் கோமுட்டி கடை பிரசித்தி பெற்றது.

அத்தியாவசியத் தேவையெல்லாம் குறைவின்றி ஊரிலேயே கிடைத்து வந்தது. அங்கே கிடைக்காததை – குறிப்பாகக் கம்பு, கேழ்வரகு, தினை, சர்க்கரை வள்ளிக் கிழங்கு, கரும்பு – இவை களை வெளியூர்க்காரர்கள் வண்டியில் கொண்டுவந்து விற்றார் கள். தங்களிடம் அதிகமாக உள்ளதைக் கொடுத்துவிட்டுத் தேவையானதைச் சாயாவனத்து மக்கள் வாங்கிக்கொண்டார்கள்.

புளிக்கு, கடைக்குப் போக வேண்டியதில்லை; ஐயர் தோட்டத்தில் உலுக்கித் தேவர் கொண்டுவந்து தருவார். வீட்டுக் கொல்லையில் மிளகாய் பயிராகும். செட்டியார் காணம் போட்டு நல்லெண்ணெய் தருவார்; அதற்குக் கணக்கில்லை. செக்கடிக்குப் போனால், வேண்டுமென்ற வரையில் கொண்டு வரலாம்; கேள்வி முறை கிடையாது. சொந்தச் செக்கு, சொந்தக் காணம் மாதிரி.

துணிகளுக்குத்தான் மாயவரம் போக வேண்டும் – பத்து மைல் நடைப்பயணம்; வண்டியில் போனால் செட்டியார் வீட்டு வாசலில் இறங்கலாம். செட்டியார் வீட்டுத் தறி சொந்தத் தறி போல – தேவையானபோது வேட்டி, புடவை, துண்டு எடுத்துக் கொண்டு, அறுவடைக்குப் பிறகு, நான்கைந்து பேராகச் சேர்ந்து வண்டியில் நெல் அனுப்புவார்கள். இதற்கெல்லாம் துல்லிய மான கணக்கு கிடையாது; நினைவும் வார்த்தையுந்தான் கணக்கு.

அவர்கள் வார்த்தைகளை நம்பினார்கள். அவர்கள் வாழ்க்கை வாய்ச்சொற்களின் மீது ஆதாரப்பட்டிருந்தது. ஆனால், அதனைச் சோதித்துப் பார்ப்பது போல ஒரு சம்பவம் நடந்தது; குழம்பிப்போனார்கள் அவர்கள்.

வேணுகோபால ஐயர் மகன் கிருஷ்ணன் பட்டணத்திற்குப் படிக்கப் போய், அப்படியே சீமைக்குச் சென்றதும் அக்ரஹாரம்

சா. கந்தசாமி ❦ 85 ❦

திகைப்பிற்கு உள்ளாகியது; மனங்குன்றிப் போனார்கள்; சொந்த வீட்டில் துக்கம் ஏற்பட்டதுபோல நடந்துகொண்டார்கள். கிருஷ்ணன் திரும்பி வந்தால், ஜாதியை விட்டே நீக்கிவிட வேண்டுமென்று உரத்த குரலில் பேசினார்கள்; அவன் தகப்பனாரை ஒரு வருடம் போலத் தள்ளி வைத்தார்கள். அவர் தமக்கும் மகனுக்கும் சம்பந்தமில்லை என்றதும் கட்டுப்பாடுகள் தளர்ந்தன.

ஒரு நாள் உதய காலத்தில், கிருஷ்ணன் திரும்பி வந்தான். பெரிய பெரிய பெட்டிகளோடும் நிறையப் பணத்தோடும் வந்ததும், அவனுக்கு எதிரான ஆரவாரங்களும் கண்டனங்களும் அடங்கின. அது ஒரு விசித்திர நிலை; அவனை எதிர்த்தவர்களே சாஸ்திரத்திலிருந்து பிராயச்சித்தத்திற்கு ஆதரவாக உள்ள அம்சங்களை எடுத்துக் காட்டினார்கள்.

பிராயச்சித்தம், மூன்று நாள்கள் வேள்வித் தீ சுடர் விட்டெரிய நடந்தது. நூற்றுக்கு மேற்பட்ட பிராமணர்கள் – வேதம் அறிந்தவர்கள் – மாயவரம், மேலகரம், நெய்விளக்கு, மாங்குடி, இன்னும் எட்டத்திலிருந்தெல்லாம் வந்து கலந்து கொண்டார்கள். ஆனால், உள்ளூரிலிருந்த பாலசுப்பிரமணிய ஐயர் போகவில்லை.

கிருஷ்ணன், பிராயச்சித்தமான இரண்டாவது மாதம் பட்டணத்திற்குப் போனான். ஒரு கிறிஸ்துவப் பெண்ணை சர்ச்சில் கல்யாணம் பண்ணிக்கொண்டான். இந்தச் செய்தி சாயாவனத்தை மிகக் குழப்பியது. அந்த அலை இன்னும் ஓயவில்லை. அதற்குள் சிதம்பரம் வந்திருக்கிறான் – கடல் கடந்து சென்றவன்; நாடு நாடாய்ச் சுற்றியவன். அவனுக்குச் சாதிக் கட்டுப்பாடும் பிராயச்சித்தமும் கிடையாது. அவன் சாதி வேறு; அதன் தத்துவம் வேறு. கிருஷ்ணன் போலச் சாயாவனத்தைக் கலவரப்படுத்திவிட்டுப் போகக் கூடியவன் அல்ல, சிதம்பரம். அவன் ஒரு தீர்மானத்தோடு வந்திருக்கிறான்; அவனுக்கு உற்ற துணையும் இருக்கிறது.

ஆளோடியிலிருந்த அரிவாளை எடுத்துக்கொண்டு இலுப்பை மரத்தில் சாற்றியிருந்த அலக்கைத் தூக்கித் தோளில் சாய்த்துக் கொண்டான், சிதம்பரம். பெரிய நீண்ட அலக்கு; பழக்கமின்மையால் தோளில் நிற்கவில்லை; அசைந்து நெளிந்தது...

"செத்த, இப்படிக் கொடுங்க."

"..."

"அத... அலக்க..."

அவனிடமிருந்து அலக்கை வாங்கித் தன் தோளில் சாற்றிக் கொண்டு முன்னே நடந்தார் சிவனாண்டித் தேவர்.

"நான் தூக்கினப்ப அலக்கு என்ன ஆட்டம் ஆடுச்சு! இப்ப, அசையவே காணோமே!" என்று சிதம்பரம் வியந்துரைத்தான்.

"இதுலே என்ன இருக்கு, பழக்கந்தான். இன்னும் பத்து நா போனா, நீயும் தூக்குவ இப்படி..."

"நானா?..."

அவர் திரும்பி, "உன்னாலே முடியாதது ஒண்ணுமில்லே, தெரியுமா?" என்று கேட்டார்.

அவன் பதிலொன்றும் அளிக்கவில்லை; விசித்திரமாக அவரைப் பார்த்தான். பின்னால் யாரோ வேகமாக நடந்து வருவது தெரிந்தது. இரண்டு பேரும் திரும்பிப் பார்த்தார்கள்.

"என்னங்க, அண்ணா? அலக்கெல்லாம் எடுத்துக்கிட்டு எங்க கிளம்பிட்டீங்க..?"

"இவுங்க தோட்டத்துக்கு, சொர்ணம்! இவுங்களத் தெரியுமில்லே; ஐயர் தோட்டத்தை வாங்கி இருக்கிறவங்க இவுங்க தான்."

"இவுங்கதானா அந்தத் தம்பி. நமஸ்காரங்க தம்பி!"

"நமஸ்காரங்க."

"சொர்ணவேலு படையாச்சி – இந்தப் பக்கத்து யாவாரி; ஆனா, சுத்தப் போக்கிரி..."

"அண்ணா... அண்ணா!"

"என்னடா?..."

"எதுக்குங்க அண்ணா, தம்பிக்கு முன்ன அதைப் போட்டு உடைக்கணும்..." என்றவன், சிதம்பரம் பக்கம் திரும்பி, "ஆல வைக்கப்போறீங்களாமே?" என்று கேட்டான்.

"ஆமாம்."

"அப்ப, இனிமே சக்கரை நயமா கிடைக்கும்..."

"நீ கடைகூட வைக்கலாம்!"

"அண்ணா ஒரு தினுசு; அவுங்க பேசுறது ஒரு தினுசு. அதை இன்னிக்கெல்லாம் கேட்டுக்கிட்டிருக்கலாம்!"

"உன் வாயில் புகுந்து வர என்னால முடியாது. செத்த வழிய விடு; நான் போவணும்..."

"நான்கூட அங்க வரணுங்க அண்ணா; தோட்டத்திலே ரெண்டு தாறு பழுத்துப் போச்சு..."

சா. கந்தசாமி

"நீ வந்தாத்தானே?"

"நீடுரிலே சாயபு வரச் சொன்னாருங்க, அண்ணா; ஒரு நா வேலை, நாலு நாளிலே முடிஞ்சிச்சு..."

"சுருக்கா வா, நாங்க போவணும்."

"சரிங்க, அண்ணா!"

மேல வீதியைக் கடந்து செல்லும் போது புதிய வீட்டின் நினைவு வந்தது. சிதம்பரந்தான் குறிப்பாக அதை உணர்த்தினான். தேவருக்கு ரொம்ப சந்தோஷம். தன் நினைவு அடிக்கடி தப்பிப் போவதைப் பற்றி வருத்தத்தோடு சொல்லிக்கொண்டார்.

மூங்கில் படலைத் திறந்துகொண்டு, உள்ளே சென்றார்கள். இன்னும் கொத்தனார் வரவில்லை. அநேகமாக வர வேண்டிய நேரம். ஆனால், அதுவரையில் பொறுமையோடு காத்துக் கொண்டிருக்க முடியாது. அவர்களுக்கு வேலை நிறைய இருக்கிறது.

கட்டப்பட்டுவரும் வீடு முழுவதையும் சுற்றிப் பார்த்த பிறகு, சிதம்பரம் கேட்டான்: "அரிகாப்படி தூக்கி வைக்கலாம் போலவிருக்கே, மாமா!"

"ஐயரைப் பாத்து, நாளு முடிவு பண்ணனும்."

ஒரு வாழையிலை, காற்றில் சற்றே தாழ்ந்து பார்வையை மறைத்தது.

"மாமா, வாழை இங்க ரொம்ப நல்லா பயிராவும் போல இருக்குங்களே?"

"என்ன ராசியோ தெரியலே, இந்த மண்ணுக்கு வாழை சடைசடையாப் பிடிக்குதுங்க, தம்பி." வாழையின் இயற்கையைப் பற்றியும் அதில் உள்ள பிரிவுகளைப் பற்றியும் தேவர் மித மிஞ்சிய உற்சாகத்தோடு பேசினார்.

"வாழையின்னா என்ன... ஒரு பொம்பளை மாதிரிதான்."

அவன் புன்னகை பூத்தான்.

"மத்ததுக்கெல்லாம் ஒரு மாசமுண்டு; வாழைக்கும் பொம் பளைக்கும் ஒன்னும் கிடையாது!"

அவர்கள் வெளியே வந்தபோது, சொர்ணவேலு உள்ளே வந்தான்.

"அண்ணா ரெக்க கட்டிகிட்டு இப்பெல்லாம் பறக்குறாங்க."

"எலே, உன் வேலையைப் பாருடா" என்று நடையை எட்டிப் போட்டார்.

சொர்ணவேலு வாழைத் தோட்டத்தை ஊடுருவி நோக்கினான். பெரிய பெரிய தார்கள் அசைந்தாடிக்கொண் டிருந்தன. இரண்டு மூன்று நாட்களுக்குச் சரியாக வேலை யிருக்கும்; அவன் மகிழ்ச்சியுற்றான். இடுப்பிலிருந்த அரிவாளை எடுத்துக்கொண்டு, நிதானமாகக் கிடங்குகள் நிறைந்த வாழைத் தோட்டத்தினுள் புகுந்தான்.

8

தோட்டத்தின் முகப்பில் நின்று பார்வையை நிதானமாக வெகுதூரம் வரையிலும் செலுத்தினார் சிவனாண்டித் தேவர். பெரிய வனம் போன்ற தோட்டம்; எப்படிச் சின்னாபின்னம் ஆகிவிட்டது. கொஞ்சம் கொஞ்சமாக வனத்தின் ஒரு பகுதி வளர்ந்து பெருங்காடாகியது, அவருக்குத் தெரியும்; தாத்தாவோடும் தகப்பனாரோடும் ஐந்து வயதிலிருந்தே தோட்டத்திற்கு வந்து போய்க்கொண்டிருக்கிறவர். எட்டு வயதில் மரமேறிப் புளி உலுக்கத் தொடங்கினார். புளி உலுக்குவதில் அவருக்குச் சாமர்த்தியம் உண்டு. குரங்கு மாதிரி கிளைக்குக் கிளை தாவுவார்; பிடி நழுவாது. கிளை தாழ்ந்து மேலே உயரும். இப்படி ஒரு நாள் தாவும்போது, பட்டுப்போன கிளையைப் பற்ற, அது முறிந்து கீழே விழுந்தார். நல்ல அடி; ஒரு மாதம் போலப் படுக்கையில் கிடந்தார். மூட்டு பிசகிவிட்டது. அப்புறம் மெல்ல சரியாகியது. நடக்க முடிந்தது. ஆனால், மரம் ஏறுவது நின்றுபோய்விட்டது.

புளிய மரத்தடிக்கு வந்து அப்படியும் இப்படியுமாகப் பார்ப்பார்; கீழே விழுந்து கிடக்கும் பழங்களை எடுத்து ஆட்டிப் பார்ப்பார். அப்புறம் அவரிடமிருந்து புளி உலுக்கக் கட்டளை புறப்படும்.

அப்போதெல்லாம் தோட்டம் எப்படியிருக்கும்! பக்கத்தில் இருப்பதுகூடத் தெரியாது; மரம் மட்டைகள் அடைத்துக்கொண்டிருக்கும். இன்றோ, தோட்டம் வெறிச் சோடிவிட்டது! நடக்கப் பயந்துகொண்டிருந்த பகுதிகளிலெல்லாம் யார் யாரோ வேகமாக நடந்து போவது மாதிரி ஒரு காட்சி.

நேற்று வெட்டிப் போட்ட செடிகொடிகளைப் பழனியும், கலியபெருமாளும் இழுத்துக்கொண்டு வந்தார்கள்.

"நான் என்னவோ நெனச்சேன். ஆனா, நீங்க அப்படி யில்லே!" தேவர் மனம் பெருமையாலும் களிப்பாலும் பூரித்தது.

சிதம்பரம் தலையசைத்தான்.

"நான் என்ன பண்ணிட்டேன்; ஒரு வேலையும் செய்யலே."

"நீங்க சொன்னா போதுமா! இஞ்ச வெட்டிப் போட்டி ருக்கறதே சாட்சி சொல்லுதே!"

பழனியும் கலியபெருமாளும் அவர்கள் பக்கம் ஓடி வந்தார்கள்.

"முன்னாடியே வந்துட்டீங்களா?"

"செத்த முந்தீங்க."

"இன்னம இஞ்சதான் வேல. செட்டியார்கிட்ட சொல் லிட்டேன்."

"ஐயா வூட்டுக் கணக்கப்புள்ள சொன்னாங்க."

"கிழக்கால கிடக்கறதையெல்லாம் சுருக்கா எடுத்தாந்து போட்டுடுங்க. அப்புறம் இன்னக்கி வேற வேல இருக்கு" என்று இருவருக்கும் விடை கொடுத்தனுப்பினான் சிதம்பரம்.

வேட்டியைக் கோவணமாக இறுக்கிக் கட்டிக்கொண்டே தேவர், "எனக்கு என்ன வேலை சொல்லுங்க, தம்பி?" என்று கேட்டார்.

அவன் பார்வை குத்திட்டு நின்றது.

"நீங்கதான் மாமா சொல்லணும்."

"நானா?" அவர் தலையசைத்தார். "தோ, பாருங்க தம்பி. இஞ்சயே நான் பொறந்திருக்கலாம்; ரொம்ப வருஷம் இஞ்சயே சுத்தியிருக்கலாம். ஆனா, உங்களுக்குத் தெரிஞ்சு இருக்கிற சங்கதி யெல்லாம் இஞ்ச ஒத்தருக்கும் தெரியாது. நான் சும்மா ஒரு பேச்சுக்குச் சொல்லலே; நிஜமாகத்தான் சொல்லுறேன். நிஜத்தைச் சொல்லுறதுலே என்ன வெட்கம் வேண்டிக்கிடக்கு, சொல்லுங்க."

சிதம்பரம் ஆழ்ந்த மௌனத்தோடு நின்றான்.

"இஞ்ச ரொம்பப் பசங்க சவடாலு அடிப்பாங்க; தனக்குத் தெரியாதது ஒண்ணுமில்லே எம்பானுங்க. அப்படி எவன் சொல்லுறானோ அவனுக்கு ஒண்ணுந் தெரியாதுங்க!"

"வாஸ்தவங்க, மாமா."

"சொந்தப் பையன்கிட்டே கடவுள் கத்துகிட்டதா ஒரு ஐதீகங்கூட உண்டுங்க, தம்பி."

அவன் மிருதுவாகப் புன்னகை பூத்தான்.

"தெக்கால ரொம்ப காரையும் கள்ளியும் மண்டிக் கிடக்கு துங்க, மாமா."

"பழய காடு; அதான். இன்னைக்கு நேற்று முளைத்ததா என்ன! எத்தனையோ வருஷமா இருக்கறது. அதோடுங்க காரை ஒரு தனிச் செடி..."

"...வெட்ட ரொம்பக் கஷ்டமா இருக்குதுங்க."

"தேக்கு மாதிரி, ஒரு சாதி அது. நீங்க அதைப் பார்த்துக்குங்க; ஆடாதொடையைப் பசங்க பார்த்துக்கட்டும். நான்..."

"நீங்க...?"

சிவனாண்டித் தேவர் நெடிதுயர்ந்திருக்கும் மூங்கில் குத்தைச் சுட்டிக்காட்டினார். கிழக்கு மேற்காக தோட்டத்தை இரண்டாகப் பிரித்தது அது; நெடுங்காலத்துக் குத்து. அநேக ஆண்டுகளைக் கடந்த மரங்கள், முதுமை எய்திப் பூத்துக் காய்த்துத் தரையில் சாய்ந்து கிடந்தன.

மனித நடமாட்டமே அற்ற பகுதியில், நீரோடையின் பக்கத்தில் மூங்கில்கள் தன்னிச்சையாக வளர்ந்திருந்தன. ஒவ்வொரு முள்ளும் அதிசயிக்கத்தக்க விதத்தில் நீண்டிருந்தன.

புத்தம் புதிய சிங்கம் மண்ணைப் பிளந்துகொண்டு கொழு கொழுவென்று வந்துகொண்டிருந்தது. மூங்கிலை வெட்டி வெளியே இழுப்பதென்பது கனவு காணமுடியாத செயல். ஒவ்வொரு மரமும் முள்ளோடு பின்னிக்கொண்டிருந்தது. முதலில் முள்ளை வெட்டி இழுத்து, மரத்தைத் தனிமைப்படுத்த வேண்டும்.

"முள்ளு அறுக்கப் போறீங்களா, மாமா?"

"ஆமாங்க, தம்பி."

"கொளுத்திட்டா என்னங்க, மாமா – தழையோடு சேர்த்து?"

"தோ, பாருங்க தம்பி. நமக்கு வூடுகட்ட, ஆலைகட்ட மரமாகும்; வேலிக்கு முள்ளாகும். இதையெல்லாம் விட்டுப் புட்டு வெறுமனே கொளுத்திடலாங்களா, சொல்லுங்க தம்பி?"

"அப்ப, நீங்க சொல்றது சரிதாங்க, மாமா."

சிவனாண்டித் தேவர் அலக்கைப் பற்றினார். வெகு நாள் களுக்கு முன்னே வாலிப மிடுக்கு நிறைந்திருந்தபோது செய்த வேலை – அதே சுறுசுறுப்போடும் வேகத்தோடும் இப்பொழுது வேலை செய்ய முடியாது. ஆனால், அனுபவம் இருக்கிறது;

முள்ளை வெட்டி இழுக்கும் முறை தெரியும். அரிவாளில் கருக்கு இருக்கிறதா என்று தடவிப் பார்த்துக்கொண்டே மூங்கில் குத்தருகே சென்றார் தேவர்.

அலக்கை, எட்டிய, வசதியான ஒரு முள்ளில் மாட்டிவிட்டுக் கை கூப்பி, மனமொன்றிய நிலையில் மந்தையத் தேவரைத் தொழுதார். அது ஒரு மரபு; ஒரு பழக்கம். வேலையைத் தொடங்கு வதற்கு முன்னே மனத்திற்குள்ளேயே வழிபாடு. இஷ்டதெய்வம் உத்தரவு கொடுத்துவிட்டது மாதிரி, உடலைச் சிலிர்த்துக்கொண்டு முன்நோக்கிச் சென்றார்.

அலக்கு முள்ளைப் பற்றியது. தேவர் இரண்டடி பின்னுக்கு வந்து, முள்ளை வெட்டி வெட்டி இழுத்தார். மூன்றாவது வெட்டிற்கு முள் அறுந்துவிட்டது. இன்னொரு கவையில் மாட்டி, அறுந்த முள்ளை வெளியே இழுத்தார். கொஞ்சம் வெளியே வந்த முள், மற்றொரு முள்ளில் சிக்கிக்கொண்டது. மூங்கில் குத்திலே இதுதான் கஷ்டம். ஒரு முள்ளோடு ஐந்தாறு முட்கள் பின்னிக்கொண்டிருக்கும். பத்துப் பதினைந்து முட்களை வெட்டி, சிடுக்கைப் பிரித்து இரண்டு மூன்றை வெளியே இழுக்கலாம். அநேகமாக இரண்டாள் உயரம் கழிக்கும் வரையிலும் வேலை கடுமையாகவும் சலிப்பூட்டக்கூடிய தாகவும் இருக்கும்.

தேவர் சற்றே முன்னோக்கிச் சென்று, ஒவ்வொரு கணுவிலும் அலக்கை மாட்டி முட்களை வெட்டி, அப்படியப்படியே விட்டார். அலக்குப் பிடிக்கும் போது மனத்திலிருந்த முழுத் திட்டமும் இப்போது மாறிவிட்டது. குத்தை விட்டு முட்களை வெளியே இழுக்கும் யோசனையைத் தாமாகவே கைவிட்டார். மரத்தின் வலுவைக் குறைக்க வேண்டும்; தனிமைப்படுத்த வேண்டும். அதுதான் முதல் வேலை; அதற்குப் பிறகுதான் முன்னோக்கிச் செல்ல இயலும்.

ஒவ்வொரு முள்ளாக அறுத்துவிட்டுக்கொண்டு போனார் தேவர். வரவர வேலை சலிப்பூட்டும் விதத்தில் மாறியது. கை கடுத்தது; அலக்கை ஒரு முள்ளில் தொங்க விட்டுவிட்டு, மேட்டின் மீதேறிக் கீழ்க் கோடியை நோக்கிப் பார்வையைத் திருப்பினார்.

சிதம்பரம் இருக்குமிடம் தெரியவில்லை. அவன் காரைச் செடிகளோடு போராடிக்கொண்டிருந்தான். காரையைப் போர்த்திக்கொண்டிருக்கும் கோவைக் கொடி, குறிஞ்சாக் கொடி, ஓணான் கொடிகளை அறுத்து வெளியே இழுப்பதற்குள் அவனுக்கு முழு பலமும் போய்விடும் போல் இருந்தது. சிறு கொடிகள் – புதருக்குப் புதர், செடிக்குச் செடி தாவிப் பின்னிப்

பிணைந்து கிடந்தன. ஒரு புதரை வெட்டிச் சாய்த்து இழுத்த வேகத்தில் கால் இடற, மேட்டிலிருந்து உருண்டு பள்ளத்தில் போய் விழுந்தான் சிதம்பரம்.

இடுப்பிலும் தொடையிலும் காரை குத்திக் கிழித்தது. காலில் சப்பாத்தி அட்டையாய்க் குத்திக்கொண்டது. சிறிய முட்கள் – ஒவ்வொன்றும் தாளமுடியாத வலியைத் தந்தன. தாழ்ந்த கிளையொன்றைப் பற்றிக்கொண்டு எழுந்து, சப்பாத்தியை ஆத்திரத்தோடு பிடுங்கித் தூர எறிந்தான். வலி முன்னிலும் கூடியது; லேசாக ரத்தம் வந்தது. அவன் சோர்ந்து உட்கார்ந்தான்.

சற்று நேரத்திற்கெல்லாம் எழுந்து, சுற்றுமுற்றும் பார்த்தான். பழனியோ, கலியபெருமாளோ, தேவரோ கண்ணில் படவில்லை. ஆனால் செடி கொடிகளின் அசைவிலிருந்து அவர்கள் இருக்குமிடத்தை அனுமானிக்க முடிந்தது. அவர்கள் தான் விழுந்ததைப் பார்க்கவில்லை என்பது மகிழ்ச்சியை அளித்தது.

கைகளை அசைத்துக்கொண்டு எழுந்தான். ஆவேசமும், பழி வாங்க வேண்டும் என்ற எண்ணமும் மூள, அரிவாளை வீசினான். அவன் முழு பலத்தையும் காரைச் செடி எதிர்த்து நின்றது. பலம் மிகுந்த எதிரி; அவனைப் போலவே சாதுரியம் நிறைந்தது. தன் தோல்வியைக் கடைசி வரையிலும் ஒத்துக் கொள்ளாமல், நிலைகுலைந்து தரையில் சாயும்போதுகூடப் பெருமைக்குரிய வீரனைப் போல் நடந்துகொண்டது.

அரிவாளைவிடக் கோடரியால் காரையை வெட்டலாம். அது வேலையை இன்னும் சுலபமாக்கிவிடும்; பலம் மிகுந்த எதிரியை விரைவில் மாய்த்துவிடும். ஆனால், துரதிர்ஷ்டவசமாக, நின்று கோடரியை வீச முடியாது. சுற்றிலும் செடியும் கொடியும் மரங்களும் சூழ்ந்து நிற்கின்றன. அரிவாள்தான் போராட்டக் கருவி; சலிப்படைய வைத்தாலும், அதை வைத்துக்கொண்டுதான் காரியத்தைச் சாதிக்க வேண்டும்.

பழனியாண்டியைத் தேவர் அழைக்கும் குரல் கேட்டது. எல்லோரும் வெகு அருகில்தான் இருக்கிறார்கள்!

சிறுவனின் தலை தெரிந்ததும் தேவர் உற்சாகத்தோடு மீசையை ஒரு பக்கமாகத் தள்ளிவிட்டுக்கொண்டார். தம் வேலைகள் சரியாக நடந்து வருவது அவருக்குத் திருப்தி அளித்தது.

அவன், "என்னங்க" என்றதும், "உன் கூட்டாளியையும் கூட்டிக்கோ; முள்ளைத் தனியா அடுக்கிடணும்" என்றார்.

கலியபெருமாள் வந்ததும் வேலையைத் தங்களுக்குள் பங்கிட்டுக்கொண்டார்கள். அவர்கள் பேச்சிலும் வேலைப்

பிரிவினையிலும் சம்பந்தமே இல்லாதவர் மாதிரி தேவர் முட்களை அறுத்துப் போட்டுக்கொண்டிருந்தார். நெடுநேர வேலையால் உடம்பிலிருந்து வியர்வை கொட்டியது. ஒரு கையிலிருந்து இன்னொரு கைக்கு அலக்கை மாற்றிக்கொண்டார்.

முதல் குத்து கால்வாசிக்கு மேல் அழிந்துவிட்டது. இறக்கை பிய்க்கப்பட்ட கோழி மாதிரி மூங்கில் குத்து கலகலத்துவிட்டது. 'நாளைக்கு மூங்கில் குத்துக்குள்ளே நுழைந்துவிடலாம்; உள்ளே நுழைந்துவிட்டால், குத்தை அழித்தது மாதிரிதான்' என்று சொல்லிக்கொண்டே, புன்னை மரத்தடிக்கு வந்தார் தேவர். உட்கார அவருக்கு மனம் வரவில்லை; கண்கள் சிதம்பரத்தைத் தேடின. அவன் இருக்கும் இடத்தை நிதானிக்க முடியவில்லை. இரண்டு மூன்று முறைகள் கூவியழைத்தார். மூன்றாவது குரலுக்கு அவனிடமிருந்து கணீரென்று பதில் வந்தது.

"கொஞ்சம் தெக்காலத் திரும்பி, இஞ்ச வாங்க மாமா!"

"அதாங்க தம்பி தெரியலே."

"அப்ப, இருங்க, தோ நா வந்துடறேன்."

சிதம்பரம் மண்டிக் கிடந்த செடிகொடிகளைத் தள்ளி விலக்கிக்கொண்டு வெளியே வந்தான்.

"நல்ல தோப்பு, பக்கத்திலே இருக்கிறவுங்ககூடத் தெரிய மாட்டேங்குது!"

"இன்னம் எம்மா நாளைக்குங்க, மாமா!"

"இது சரியான பேச்சுங்க, தம்பி. கொஞ்ச நாளைக்கு அப்புறம், 'இஞ்ச காரை இருந்துச்சு; இஞ்ச மூங்கில் இருந்துச்சு; இஞ்ச இலுப்பை இருந்துச்சு; இஞ்ச புளி இருந்துச்சு' என்னு சொல்லறதுக்கு வந்துடும்."

சிதம்பரம் மகிழ்ச்சியோடு அந்தக் காட்சிகளை நினைவு கூர்ந்தான். மாமா சொல்வது மாதிரி சீக்கிரத்தில் நடந்தால்... அவனுக்கும் தெரிந்தது. வார்த்தைகளைவிடச் செயல் பன்மடங்கு மெல்லச் செல்வது. சலியாத உழைப்பின் ஒவ்வொரு அடியும், கோடிக்கணக்கான வார்த்தைகளை ஜீரணித்துக்கொண்டிருப்பது. கனவு மாதிரி இருக்கும் திட்டங்கள் பூர்த்தியானால், இப்போது புல்லும், பூண்டும், நாணலும், இலுப்பையும் மண்டியிருக்கும் இடத்தில் கருப்பந்தோகை சலசலவென்று ஆடும். கரும்பு ஆலையிலிருந்து சிம்னி வழியே புகை வான மண்டலத்தை நோக்கிச் செல்லும்.

நம்பிக்கை நிறைந்த மனத்தோடு இருவரும் ஆலமரத்தடிக்கு வந்தார்கள். தோட்டத்திற்கு இது இரண்டாவது மரம்; விழுது

விட்டுப்பரவி இருக்கும் பெரிய மரம். கரும் பச்சையாகப் புல்லுருவிகள் ஆங்காங்கே படர்ந்திருந்தன. புல்லுருவியைப் பார்த்துக்கொண்டிருந்த தேவரிடம், "அப்புறங்க, மாமா?" என்று கேட்டான்.

"முதல்லே, முள்ளு அறுக்கணும்; அப்புறம், மரம் வெட்டணும். இதையெல்லாம் முடிக்க ஒரு மாசமோ ஒண்ணரை மாசமோ பிடிக்கும்."

"ரெண்டு பேரும் சேர்ந்தாங்க, மாமா."

"செத்த சுருக்கா ஆயிடுங்க, தம்பி. ஆனா, காரை வெட்டற வேலை நின்னுபோயிடாதுங்களா?"

"ஆமாங்க."

மூங்கில் குத்தை அழிப்பது மாதிரி இன்னொரு விதத்தில் காரையை அழிப்பது முக்கியமானது. அநேக வேலைகளுக் கிடையில், தேவர் துணையாக வந்து, தோளோடு தோள் நின்று பணியாற்றுவது புதுத் தெம்பையும் மகிழ்ச்சியையும் அளித்தது. அவன் நிமிர்ந்து உட்கார்ந்தான். இனி துணைக்கு – ஒத்தாசைக்கு யார் வந்தாலும் சரி, வராவிட்டாலும் சரி, காரியங்கள் தடை யேதுமின்றி நடைபெறும் என்று தோன்றியது அவனுக்கு. தன் திட்டங்களை அவன் விவரித்தான். அவர் மகிழ்ச்சியுற்று அவைகளை ஏற்றுக்கொண்டார்.

ஒவ்வொரு நாளும் வெட்ட வெட்டக் குவிந்த காரை, போர் போராய் உயர்ந்துகொண்டே வந்தது. பழனியாண்டி, கலியபெருமாள், தேவர் – இவர்களுக்கெல்லாம் வேலைக்கென்று ஒரு நேரமிருந்தது. காலையில் வந்தால், இருட்டிய பின் திரும்பிப் போய்விடுவார்கள். ஆனால் சிதம்பரம் கால நேரமின்றித் தனியாக வனம் போன்ற தோட்டத்தில் வேலை செய்துகொண் டிருந்தான். எப்பொழுதாவது ஒரு முயல் குறுக்காக ஓடும்; நரி கூட்டமாக ஊளை இடும். அவன் வேலையைச் சற்றே நிறுத்திவிட்டு வேடிக்கை பார்ப்பான்.

நாளுக்கு நாள், தோட்டம் கடுமையான சோதனைக்களமாக மாறி, அவனை வேதனையுற வைத்தது. சக்தியை உறிஞ்சிவிட்டுத் தான் மறு காரியம் பார்க்கும் போலத் தோன்றியது. தன்னுடைய பிரதான இலட்சியத்தை மிகவும் தாழ்ந்த குரலில் மீண்டும் பிரகடனப்படுத்திக்கொண்டான்:

"காடே, உன்னை நான் அழிக்க வர்லே. நான் உன் நண்பன். எனக்கு உதவி செய். என்னோடு ஒத்துழை!"

படர்ந்த இருள் பிரியும் முன்னே, அவன் வேலைகள் தொடங்கிவிடும். வேலை கடினம் ஆக ஆக உற்சாகம் கூடிக்

கொண்டு வந்தது; தன் வாழ்க்கையைப் பல விதங்களிலும் தோட்டத்தோடு சம்பந்தப்படுத்திக்கொண்டுவிட்டான். காரை யின் ஒரு பகுதி தன்னந்தனியே அழித்து நிர்மூலமாக்கப்பட்டு விட்டது; மூங்கில் குத்துக்குப் போக நேரான பாதை. மூங்கில் குத்தின் ரகசியங்களும் மர்மங்களும் அகன்றுவிட்டன.

காரை அழிய, இலந்தை மரங்கள் வந்தன. இலந்தை யிலிருந்து பொன்வண்டு கூட்டம் கூட்டமாக வந்தது. மின்னி யொளிரும் வர்ணத்தை அவன் சொக்கினான்.

மூங்கில் குத்தை அழிக்கும் தேவர் வேலை, எதிர்பார்த்த படி நடக்கவில்லை. அடிக்கடி தாமதப்பட்டுக்கொண்டே வந்தது. செட்டியாருக்கு மாடு வாங்க என்று காங்கேயம் போனார். திரும்பி வரப் பன்னிரண்டு நாட்கள் ஆயின. வந்தவுடனே வேலையை ஏற்றுக்கொள்ள முடியவில்லை. மேலூரில் சாதிப் பஞ்சாயத்து என்று ஓலை வந்தது; உடனே போய்விட்டார்.

அவர் திரும்பி வந்து அலக்குப் பிடித்த மூன்றாம் நாள், சிதம்பரம் காரையை அழித்துக்கொண்டு போய் முன்னே நின்றான்.

சிவனாண்டித் தேவர் மகிழ்ச்சியுற்றார். மனம் பெருமிதத் தால் நிறைந்தது. கையை அகல விரித்து மார்போடு அவனை அணைத்துக்கொண்டார்.

"தம்பியை ஜெயிக்க ஜெகத்திலே யாருமில்லே!"

"நீங்க நின்னு வேலை செய்தா... அடே அப்பா, ஒருத்தர் கிட்ட நிக்க முடியுமா?"

"சிங்கம் கிளமாப் போயிடுச்சு; அதோட பல்லும் போயிடுச்சு ..."

அதை அவன் மறுத்துரைத்தான். அவர் மனம் நிறைவுறும் படி பேசினான்.

வேலையில் இறங்கியபோது, அவர்கள் தனித்தனியே பிரிந் தார்கள். மூங்கில் குத்தை வடக்குப் பக்கமாகத் தாண்டிக் கொண்டு சென்றான், அவன். புதிய பூமி அது; மனிதர்களின் பாதங்கள் படாதது. என்னென்ன ஆச்சரியங்களும் விந்தைகளும் காத்துக்கொண்டிருக்கின்றனவோ! அதைப் பற்றி சிந்திக்கவோ, தேவரிடம் விவாதிக்கவோ அவனுக்கு நேரமில்லை. வேலையில் ஆழ்ந்திருக்கும் மனிதன் அவன். அவனைப் பொறுத்தவரையில் எல்லாம் வேலைதான்!

மூங்கில் குத்தைத் தாண்டி உள்ளே செல்லச் செல்ல மனிதர்களின் துணை குறைந்துகொண்டு வந்தது. நால்வர்களுக் குள்ளேயே பேச்சற்றுப் போயிற்று. பிற மனிதர்களின் குரல்

எட்டாத வனத்திற்குள் சென்றுவிட்டார்கள். வண்டுகளின் ரீங்காரம்; தேனீக்களின் உய் என்ற சப்தம்; எப்போதாவது காற்றில் மூங்கில் கிறீச்சிடும் ஓசை; உதிரும் சருகுகள்; பழங்கள்; பூக்கள் – இதுதான் அவர்கள் உலகம்.

உதயத்திற்கு முன்னே பறவைகள் கூட்டைவிட்டு வெளியே புறப்பட்டுச் செல்லும் சமயத்தில், சிதம்பரம் தோட்டத்திற்குள் நுழைவான். வேலை தொடங்கியதிலிருந்து அது பழக்கமாகி விட்டது. இரண்டு மரங்களை வெட்டித் தள்ளிய பிறகு, பழனி யாண்டியும் கலியபெருமாளும் வருவார்கள். அவர்களுக்குப் பிறகு தேவர் வந்து சேர்வார். ஆனால், யாருடைய வருகைக் காகவும் யாரும் காத்துக்கொண்டிருக்கவில்லை. ஒவ்வொரு வருக்கும் தனித்தனியே நிறைய வேலை இருந்தது; குந்திக் கதை பேசிக்கொண்டிருக்க முடியாது. அவர்களுக்கு முன்னே, பெருங்காடு போன்ற தோட்டம்; அதை வென்று ஜெயக்கொடி நாட்டத் துடிக்கிறவர்கள் அவர்கள்.

சிதம்பரம் மெல்ல முன்நோக்கிச் சென்றுகொண்டிருந்தான். வெட்டுண்டு தரையில் விழும் செடி கொடிகளின் புதர்களி லிருந்து உடும்புகளும் முயல்களும் பாய்ந்தோடின. ஒரு வானரக் கும்பல் கிரீச்சிட்டுக்கொண்டு, மரத்திலிருந்து கீழே குதித்தோடியது. விநோதமான கூட்டம்; பெரிதும் சிறிதுமாக முப்பதுக்கு மேல் இருந்தன.

சிதம்பரம் சற்றே ஒதுங்கி, அவைகளுக்கு வழிவிட்டுப் பதுங்கி நின்றான். கடைசியில் சென்ற பெரிய குரங்கு, கூட்டத் திலிருந்து பிரிந்து, அவனை நோக்கிப் பல்லை இளித்துச் சீறியது. அவன் கொய்யாவின் பின்னே மறைந்துகொண்டான்.

எத்தனையோ காலமாக, மனிதர்களின குறுக்கீடு இன்றி, விருப்பப்படி பிராணிகள் வாழ்ந்த பகுதி அது. இன்றைக்கு ஒரு தனி மனிதனின் தலையீட்டால் கலவரமுற்றுப் போய்விட்டது. மரம் செடிகொடிகள் மாதிரி வண்டுகளும் பறவைகளும் மிருகங்களும் அழிவை நோக்கிக்கொண்டிருந்தன. அவைகளின் அமைதியான வாழ்க்கை நிர்ப்பந்தத்திற்கு உள்ளாகிவிட்டது.

முற்பகுதியைவிடத் தோட்டத்தின் பிற்பகுதி பல அம்சங் களில் தனித்திருப்பதை உணர்ந்தான். கொடிகள் குறைந்து, செடிகள் மிகுந்திருந்தன.

வண்ணப் பூக்கள் அழகு சொரிந்தன; பொன் வண்டுகள் ஜிவ்வென்று பறந்து வந்தன. சின்னஞ் சிறு தேனீக்களின் ரீங்காரம் இடைவிடாது கேட்டுக்கொண்டே இருந்தது. விதவிதமான தட்டான்களும் வண்ணாத்திப் பூச்சிகளும் தாழப் பறந்தன.

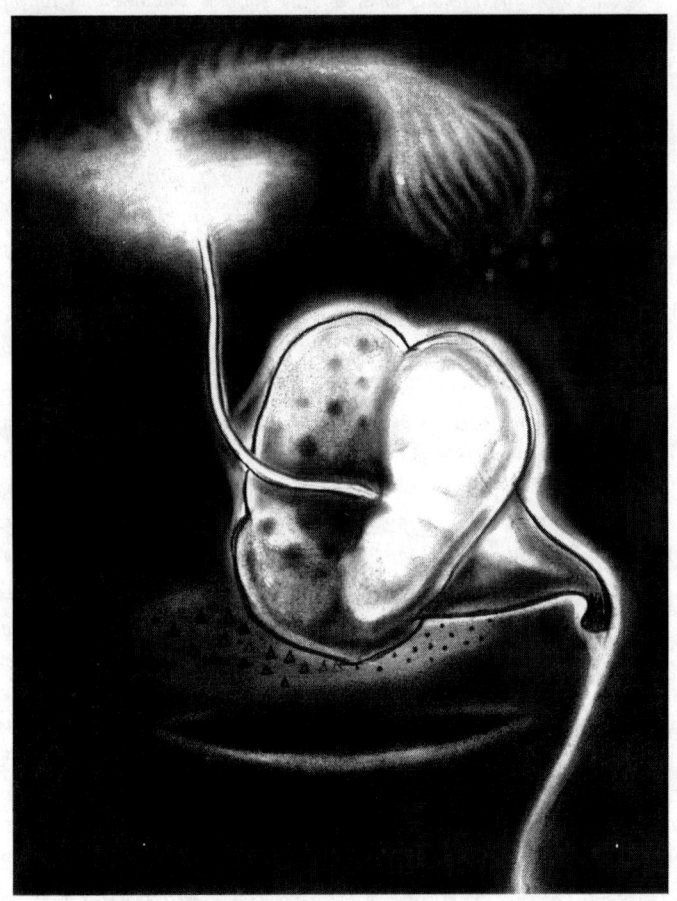

தோட்டம் மாறி வருவதின் அடிப்படையில், ஒரு நாள் கனவு மாதிரித் தோன்றிய காட்சியை நினைவுகூர்ந்தான் சிதம்பரம். பரவலாகச் செடி கொடிகளை வெட்டிக்கொண்டு போவதை விட்டுச் சுரங்கம் மாதிரி வெட்டிக்கொண்டு சென்றான். ஒரு நாளாயிற்று; இரண்டு நாளாயிற்று. அவன் இன்னும் இன்னுமென்று மேலே சென்றுகொண்டிருந்தான். எதிர்பார்த்த காட்சி ஏதும் தெரியவில்லை. மனமும் உடலும் சோர்ந்துவிட்டன. ஐந்தாம் நாள் வீட்டிற்குப் போனதும் தேவரிடம் அதைப் பற்றிப் பேசினான்.

தேவர் ஆழ்ந்த யோசனைக்குப் பிறகு அவன் கரத்தைப் பற்றிக்கொண்டு, "நம்பதாங்க தம்பி, வேலை செய்றோம். அதாங்க தம்பி விஷயம்!"

சா. கந்தசாமி

தன் பொறுப்புக்களைக் கீழே இறக்கி வைக்கத் துடித்தது பற்றி நாணினான்.

"அரிவாளக் கீழே போட்டுடமாட்டெங்க, மாமா."

அவர் மனம் பெருமிதமுற்றது.

"நம்ப அந்த சாதியில்லை. தேவேந்திர வம்சம்ங்க, தம்பி!"

சிவனாண்டித் தேவர், தேவேந்திரன் மூலமாகத் தோன்றிய தம் குலத்தைப் பற்றி அற்புதமாக விவரித்தார். மதுரையை விட்டு, தஞ்சைப் பகுதியில் தேவர்கள் குடியேறியபோது, தம் சமூகத்தில் ஏற்பட்ட மாறுதல்களையும், நிரந்தரமான போக்கையும் விவரித்தபோது, அவன் ஒரு சிறு குழந்தையைப் போல எல்லாவற்றையும் மனதில் வாங்கிக்கொண்டான்.

அன்றிரவு அவனுக்குத் தூக்கம் வரவில்லை. மனமும் உடலும் பரபரத்தது. திண்ணையை விட்டு வாசலுக்கு வந்தான். இருள் கவிந்த தெருக்களின் ஊடே நடந்து, தோட்டத்திற்குச் சென்றான். நிலவில் ஆழ்ந்து உறங்குவது போலத் தோட்டம் காட்சியளித்தது. காற்றோ அசைவோ துளிகூட இல்லை.

வெட்டுண்டு கிடக்கும் ஒரு மரத்தின் மீது ஏறி நின்று, தோட்டம் முழுவதையும் ஊடுருவி நோக்கினான். நிலவொளியில் புதர்களெல்லாம் இருட் குன்றுகளாகவும், மரங்களெல்லாம் வானத்திற்கும் பூமிக்குமிடையே தொங்கும் கயிறுகளாகவும் தோன்றின. சிதம்பரம் இடுப்பில் செருகியிருந்த அரிவாளை எடுத்து, வழி மறிக்கும் செடிகளை வெட்டிக்கொண்டே சென்றான். சிறிது நேரத்திற்கெல்லாம் பாதை தவறிவிட்டது போன்ற ஓர் உணர்வு. சப்பாத்தியும் கொடிக்கள்ளியும் பிரண்டையும் கொண்ட புதர்க்காடு. மேலே போக வழியில்லை.

சிதம்பரம் பின்னுக்கு நகர்ந்து, பூவரசு மரத்திலேறி, புன்னை மரத்திற்குத் தாவி, நெட்டிலிங்க மரத்தின் வழியே கீழே இறங்கினான். அந்த இடத்தில் கோரையும் நாணலும் வளர்ந்திருந்தன; பூவரசும், கொய்யாவும் தாழப் படர்ந்திருந்தன. ஒவ்வொரு அடியாகக் கிளைகளைத் தள்ளிக்கொண்டு முன்னே சென்றான். இலை அசைவிலும், கிளை குலுங்கலிலும் பறவைகள் பீதியுற்று அலறின. ஒவ்வொரு சமயம் நெஞ்சைப் பிழிவது மாதிரி ஒரு குரல் திடீரென்று வரும். பகலில் சில வேளைகளில் இம்மாதிரியான சப்தத்தை அவன் கேட்டிருக்கிறான். அப்போதெல்லாம் பதட்டமுறாத நெஞ்சம் இப்போது துணுக்குற்றது.

மரமேறி, கிளைக்குக் கிளை தாவி, குரங்குகளின் சீறலுக்கும் பறவைகளின் அலறலுக்கும் பின்வாங்கிப் பதுங்கி, முன்நோக்கிச் சென்றான் சிதம்பரம்.

வானில் விடிவெள்ளி முளைத்தது. அவன் புங்க மரத்தி லிருந்து கண்களை அகல விரித்துப் பார்த்தான். எதிரே ஆச்சரிய மான சிறு சமவெளி – ஒரு மரமில்லை; பெருங்குன்று போன்ற புதரில்லை. அவன் கீழே குதித்துக் கைகளைப் பின்னுக்குக் கட்டிக்கொண்டு குறுக்கும் நெடுக்குமாக நடந்தான். ஒரு முயல், காலுக்குக் கீழேயிருந்து புறப்பட்டு ஓடியது.

இரண்டு நரிகள் ஊளையிட்டன. புதரொன்று அசைந்தது. அவன் நின்று, ஒவ்வொன்றையும் கவனமாகப் பார்த்தான். ஒரு எருது எழுந்தது; அதைத் தொடர்ந்து இன்னொன்று; மற்றொன்று. காத்தவராயன் எருதும் பசுவும் அவை – யாருக்கும் அடங்காதவை. பிடித்துக் கட்ட எத்தனையோ முறை முயன்று பார்த்தாகிவிட்டது; முடியவில்லை. ஒரு முறை பிடிபட்டு, சங்கிலியை அறுத்துக்கொண்டு ஓடிவிட்டன.

சிதம்பரம் பதுங்கிப் பதுங்கிப் போய் மரத்திலேறிக் கொண்டான். மாடுகள் வாலைச் சுழற்றிக்கொண்டு சமவெளி முழுவதும் அதிர ஓடின; கூச்சலும் இரைச்சலும் கூடின. நரிகள் தொடர்ந்தாற்போல ஊளையிட்டன. குரங்குகள் கிரீச்சிட்டன. சிதம்பரம் வந்த வழியே திரும்பிச் சென்றான்.

காலையில் தேவர் இதைப் பற்றிக் கேள்விப்பட்டதும் சந்தோஷமுற்றார். அவன் கையைப் பற்றிக்கொண்டு, “தம்பி, லேசுப்பட்டவங்கயில்லே!” என்று புகழ்ந்துரைத்தார்.

தோட்டத்தின் தாவரங்கள் மாறியதின் விளைவில் பல பிரச்சனைகள் தோன்றின. முற்பகுதியில் வெட்டிப்போட்ட செடிகொடிகள் அப்படியே கிடந்தன. தேவர் மட்டும் ஆடா தொடையும் காட்டாமணக்குமாக ஐந்து வண்டிகள் எடுத்துப் போனார். மற்றவர்கள் யாரும் எருவிற்குத் தழையெடுக்க வரவில்லை. போர் போராய்க் காய்ந்து கிடப்பவைகளை அகற்றினாலொழிய, மூங்கிலை வெளியே கொண்டுவர முடியாது.

தணிந்த குரலில் சிதம்பரம் தன் திட்டத்தைத் தேவரிடம் கூறினான். அதைச் சரியென்று ஏற்றுக்கொண்டார்.

“அப்ப, எப்ப நெருப்பு வைக்கலாம்?”

“நாளைக்கு மாசம் பொறக்குது. நாளைக்கு வேணாம். அடுத்த வெள்ளிக்கிழமை வைக்கலாங்க, தம்பி.”

“சரிங்க, மாமா.”

9

திரள் திரளாய் வானத்தில் மேகங் கவிழ, மங்கிய இருள் எங்கும் படர்ந்தது. ஒரே சீராகவும் அமைதியாகவும் குளிர்காற்று வீசியது. இரண்டு நாட்களாகப் பளீரென்று காய்ந்துகொண்டிருந்த சூரியன் மறைந்தான். பருவ மழை சற்று முன்னதாகவே தொடங்கிவிட்டதாகச் சொல்லிக்கொண்டார்கள்.

சிதம்பரமும் தேவரும் வானத்தை அண்ணாந்து பார்த்து, பஞ்சாங்கத்தைப் புரட்டிப் புரட்டி, நீண்ட ஆலோசனைக்குப் பிறகு, வெள்ளிக்கிழமை தீயிடுவதாக இருந்ததைத் தள்ளி வைத்தார்கள். கருமேகக் கூட்டங்கள் கலைந்து வானம் வெளுக்கும் வரையில் நெருப்பு வைக்க முடியாது.

திண்ணையில் உட்கார்ந்து, படுத்து, சிதம்பரம் அலுத்துப் போனான்; சோர்வு மண்டியது. நன்றாக இருட்டிய பிறகு பஞ்சவர்ணத்தின் வீட்டிற்குப் போனான். மிதமிஞ்சிய உற்சாகத்தோடும், களிப்போடும் அவனை வரவேற்றாள். கட்டிலில் சாய்ந்து உட்கார்ந்தான். மனத்தில் பொங்கிய உணர்ச்சி வடிந்துவிட்டது. அந்த இரவு வெறுமனே மெல்லக் கழிந்துகொண்டு வந்தது. அவளோ, அவன் மார்பில் தலை சாய்த்தபடியே தூங்கி விழுந்து கொண்டிருந்தாள். 'எனக்கு என்ன வந்துவிட்டது! உள்ளமும் உடலும் எதற்கோ பறக்கிறது. இந்திரிய சுகத்திற்கு அல்ல என்பது, பஞ்சவர்ணம் மார்பில் துவண்டு கிடக்கை யில் தெரிகிறது. பின், எனக்கு வேண்டியது என்ன? வேட்கை என்ன? எதை நாடி மனம் துடிக்கிறது? எதற்காக இவ்வளவு தூரம் வந்தேன்!'

அவனுக்கு நெற்றிப்பொட்டும் கண்ணும் வலித்தது.

பஞ்சவர்ணத்தை மெல்லப் படுக்கையில் கிடத்தி விட்டு வெளியே வந்தான். குளிர்காற்று ஜில்லென்று

உடம்பைத் தழுவிக்கொண்டு போயிற்று. துண்டைத் தலையில் சுற்றிக்கொண்டு வெட்டாற்றின் கரைமீது ஏறினான். சந்திர வொளியில் தண்ணீர் பளபளத்தது.

பிள்ளையார் கோவில் துறையில் வேட்டியை அவிழ்த்து வைத்துவிட்டுக் கதகதப்பான வெட்டாற்று நீரில் இறங்கிக் குளித்தான்; அக்கரைக்கும் இக்கரைக்குமாக இரண்டு தடவை தண்ணீருக்குள்ளேயே மூழ்கிச் சென்றான். கரைக்கு வந்ததும் குளிரால் உடம்பு வெடவெடவென்று ஆடியது. ஆனாலும், தவிப்பு அடங்கியது. அவன் முகத்தில் ஆச்சரியமான ஓர் உணர்வு படர்ந்தது.

தோட்டத்திற்குச் சென்றபோது நன்றாக விடிந்துவிட்டது. யார் யாரோ சாலையில் போய்க்கொண்டிருந்தார்கள். பார வண்டிகளும் கருவாட்டு வண்டிகளும் குறுக்கும் நெடுக்குமாகப் போய்க்கொண்டிருந்தன. மழை மூட்டங்களைக் காற்று அடித்துத் தள்ளிக்கொண்டு இருந்தது.

சிதம்பரம் புன்னை மரத்தடியில் நின்று சுற்றும் முற்றும் பார்த்தான். காலடியில் கிடந்த மண்வெட்டி மீது ஒரு செவ்வட்டை எச்சிலை உமிழ்ந்தவாறு ஊர்ந்துகொண்டிருந்தது. அரிவாள், அலக்கு, தொரட்டி, கோடரி, பாரை – எல்லாம் தாறுமாறாகக் கிடந்தன. ஒவ்வொன்றையும் எடுத்து வந்து, கொய்யா மரத்தடியில் குவித்து, எண்ணிப் பார்த்தான். ஓர் அலக்கும் இரண்டு அரிவாளும் இல்லை. வைத்த இடம் நினைவுக்கு வரவில்லை. காரைப் புதரையும் தும்பையையும் விலக்கி விலக்கித் தேடினான். ஒரு அரிவாள், தென் பகுதியில் காரையை ஒட்டிக் கிடந்தது. இலந்தை மரத்தில் அலக்கு தொங்கிக்கொண்டிருந்தது. ஆனால், பெரிய அரிவாள் மட்டும் கிடைக்கவில்லை. புல்லையும் தும்பையையும் மிதித்துக்கொண்டு கள்ளிக்காடு வரையிலும் சென்று, வெறுங்கையோடு திரும்பி வந்தான் சிதம்பரம்.

‘சீ, இந்தக் காட்டில் இதுதான். வச்சா வச்ச இடம் தெரியற தில்லே.’ அவன் சோர்ந்து பனைமரத்தடியில் சாய்ந்து உட்கார்ந்தான்.

“தம்பி, இஞ்சயா இருக்கீங்க?” என்று கேட்டுக்கொண்டு வந்தார் தேவர்.

“வாங்க, மாமா.”

அவனைத் தலை தாழ்த்திப் பார்த்தார்.

“தம்பிக்கு, உடம்புக்கு என்ன?”

அவன் தோள்களைக் குலுக்கிக்கொண்டு எழுந்தான்.

“ஒன்றுமில்லீங்க, மாமா.”

"இப்ப வரச்செ ஐயரைப் பார்த்தேன். இந்த வருஷம் கண்டிப்பா மழை பிந்திதானாம் . . ."

அவன் கொஞ்ச நேரம் அமைதியாக இருந்தான்.

"மழையைப் பிந்தி வச்சுக்கிட்டு நெருப்பு வைக்கணுமா என்று ஒரு சந்தேகங்க, மாமா" என்றான்.

தேவர் அதற்குப் பதிலொன்றும் சொல்லவில்லை. இடி விழுந்த மரத்திலிருந்து பறந்து செல்லும் மணிப்புறாவையே பார்த்துக்கொண்டிருந்தார். சிதம்பரம் அவர் பக்கமாக நெருங்கிச் சென்றான்.

"பாருங்க, மாமா! இங்க இருந்த ரெண்டு அருவா; மூணு மண்வெட்டி; ரெண்டு அலக்கு – எல்லாத்தியுங் காணுங்க!"

"எங்க போயிடும்? எங்கயாச்சும் இஞ்சதான் கிடக்கும்."

"ரெண்டுவாட்டி தேடிட்டேங்க."

"சின்னத் தோட்டமா, சட்டென்று அம்புட . . ?"

"வாஸ்தவங்க. அதுனாலே எனக்கொரு யோசனை தோணுதுங்க."

"சொல்லுங்க."

"இங்க ஒரு சின்ன வூடு – குடிசை மாதிரி ஒண்ணு கட்டிட்டா, சாமான் போட, நம்ப வந்து செத்த குந்த, எல்லாத்துக்கும் ஒரு சௌகரியம். அதோடுகூட இப்ப வர்றதும் மழைக் காலம். . ."

"நீங்க சொல்றது நல்ல உத்தமமான யோசனை. ஆனா, மழையைப் பின்னாடி வெச்சுக்கிட்டு, இஞ்ச வூடு கட்ட முடியுமான்னு யோசனை பண்ணிப் பாக்கணும். . ."

"வூடுன்னா, பக்கா வூடுங்களா மாமா? சும்மா நாலு மூங்கில நட்டு, மேல ரெண்டு கீத்துவுட்டா போதுங்க . . ."

". . ."

"நல்லா மழை அடிச்சா, காத்து அடிச்சாப் போயிடும் . . . போவுட்டுமே. என்ன மோசமா போயிடும் நமக்குங்க, மாமா."

அவர் தலையசைத்தார்.

மூன்றாம் நாள் வேலை தொடங்கும் சமயத்தில் ஆரம்பத் திட்டங்கள் மாறின. இரண்டு பேரும் கொஞ்சம் கொஞ்சமாக மாற்றியமைத்தார்கள். இலுப்பை மரத்திற்குச் சற்று அப்பால், பலா மரத்தையொட்டிப் புதிய வீடு நிர்மாணமாகியது. தேவர்

மண்ணை வெட்டிச் சேறு மிதித்துத் தரும் வேலையை ஏற்றுக் கொண்டார். வாய்க்காலிலிருந்து தண்ணீர் கொண்டுவந்தது பழனியாண்டி. கலியபெருமாள் தூக்கி வந்த சேற்றை வாங்கிச் சுவர் வைத்தான் சிதம்பரம்.

சுற்றுச் சுவர் அரையாள் உயரத்திற்கு உயர்ந்ததும், மண் வெட்டும் வேலையைத் தேவரிடமிருந்து சிதம்பரம் ஏற்றுக் கொண்டான். பாளம் பாளமாக மண்ணை வெட்டி இழுத்தன, அவன் கரங்கள். மண்ணை வெட்டி இழுத்து, வீசியெறிந்த பாங்கு – தேர்ந்த உழைப்பாளியான தேவரைப் பெருமிதமடையச் செய்தது.

அவன் மண்வெட்டி கல்லில் விழ, பூண் கழண்டு இழை தெறித்து விழுந்தது. ஏக்கத்தோடும் ஆத்திரத்தோடும் தேவர் பக்கம் திரும்பினான்.

“அது கிடக்கட்டுங்க, தம்பி; செத்த நாழியிலே போட்டுக் கலாம்.”

“இது மூணாவது வாட்டிங்க, மாமா!” என்று சொல்லிக் கொண்டு சேற்றிலிருந்து கரையேறினான் சிதம்பரம்.

“உருக்கிலே பட்டா அதான்; கூட பூண் கழண்டு இருக்கும். செத்த தட்டிப் போட்டா சரியாப் போயிடுங்க தம்பி.”

“ஆனாங்க, மாமா... நானும் பாத்துக்கிட்டே இருந்தேன்; ஒரு வாட்டிகூட உங்களுக்குப் பூண் கழலலியே!”

அவர் மிருதுவாகப் புன்னகை பூத்தார்.

“ஒரு காட்லேங்க தம்பி, ஒரு முசலும் ஒரு ஆமையும் சிநேகிதமா இருந்துச்சுங்க. சிநேகிதமென்னா அப்படியொரு சிநேகிதம்; ரொம்ப நல்ல சிநேகிதம். ஒரு நா ரெண்டுக்கும் ஒரு போட்டி. என்ன போட்டி? கூப்பிடு தூரத்துக்கு யாரு முதல்லே போறதுன்னு ... எதுக்குங்க தம்பி சிரிக்கிறீங்க ... வேடிக்கையான போட்டின்னுதானே? சின்னக் கதைதான். சொச்சத்தையும் கேளுங்க ... ஆமைக்கும் முசலுக்கும் போட்டி ஆரம்பமாச்சு. முசலு வேகம் கேட்கணுங்களா? நாலு பாய்ச்சலிலே ரொம்பதூரம் வந்துடுச்சு. ஆமையாலே அம்மாம் வேகமா வர முடியுங்களா? அது மெல்ல, பின்னாலே, நிதானமா வந்துக் கிட்டு இருந்துச்சு. முசலு ரெண்டு காலிலே நின்னு, ஆமை எங்கன்னு பாத்துச்சு. அதைக் கண்ணிலேயே காணோம். சரி, ஆமை இஞ்ச வரத்துக்குள்ள ஒரு தூக்கம் போடலாமுன்னு ஒரு புதரிலே பூந்துக்கிச்சு. ஆனா, பாருங்க தம்பி, முசலு கண்ணு விழிச்சுப் பாத்தப்ப, ஆமை பந்தைய தூரத்தைத் தாண்டிடுச்சு..”

சிதம்பரம் கண்களை இடுக்கிக்கொண்டு, தேவரை ஆழ்ந்து நோக்கினான்.

தேவர் கண்களைச் சிமிட்டி, "கதை எப்படிங்க, தம்பி?" எனறு கேட்டார்.

"எனக்கொண்ணும் பிடிக்கிலீங்க" என்று வெறுப்போடு பதிலளித்தான்.

"ரொம்ப நல்ல கதை." – தேவர் மண்வெட்டியைத் தட்டிக் கொண்டெழுந்தார்.

ஒவ்வொரு நாளும் சுவர் கொஞ்சம் கொஞ்சமாக உயர்ந்து கொண்டேயிருந்தது. தேவர் நுட்பமாக விஷயங்களை அவனுக்குப் போதித்தார். கீழ்ச்சுவர் காய்ந்து பலம் பெறாத வரையில் மேலே சுவரை எழுப்பிக்கொண்டு போக முடியாது. மண்சுவர் வைப்பதில் இதுதான் சங்கடம். தேவர் ஆட்சேபணையும், எதிர்வாதமும் பொருள் பொதிந்தவை என்பதைச் சிதம்பரம் உணர்ந்தான்.

சுவர் மேலே வரவரச் சற்றே ஒரு பக்கமாகச் சாய்ந்தது. சிதம்பரம் உள்ளங்கையால் தட்டித் தட்டிச் சீர்படுத்தினான்.

மண்குழியைவிட்டு மேலே வந்த தேவர், நிதானமாக அவன் செய்யும் காரியத்தைப் பார்த்துவிட்டு, "இப்ப நீங்க ரொம்ப தேறிட்டீங்க தம்பி!" என்று புகழ்ந்துரைத்தார்.

"அப்ப, ஆமையா ஆயிட்டேன்!"

தேவர் பெரிதாகச் சிரித்தார்.

"அந்தக் கதையை நீங்க இன்னும் மறக்கிலியா?"

"ரொம்ப நல்ல கதைங்க மாமா, அது."

தேவர் கண்களைத் தாழ்த்திப் பார்த்தார்.

நான்கு பக்கமும் சுவர் வைத்த பிறகு உள்ளே ஒரு குறுக்குச் சுவர் வைத்து, வீட்டை இரண்டாகப் பிரிக்க வேண்டும் என்றான் சிதம்பரம். அவரால் அதனை ஏற்றுக்கொள்ள முடியவில்லை. அது விஸ்தாரத்தையும் அழகையும் பாதித்துவிடுமென்று தன் அபிப்பிராயத்தைத் தெரிவித்தார்.

"அந்த அடைப்பு இருந்தா, ஒரு பக்கத்தில் சாமாங்க போடலாம்; ஒரு பக்கத்தில் ரெண்டு பேரு வந்தா குந்திப் பேசலாம்; அசந்தா, செத்த படுத்துக்கலாங்க, மாமா."

"உம் . . ."

"அங்கெல்லாம் சின்னச் சின்னக் குடிசையும் இப்படித் தாங்க மாமா கட்டுறாங்க."

"எங்க ... கொழும்பிலா?" – வேட்டியை உதறிக் கட்டிக் கொண்டார் தேவர்.

"ஆமாங்க."

"அதான்!"

"கட்டி முடிச்சுப் பார்த்தா ரொம்ப அழகா வசதியா இருக்குங்க, மாமா."

அவர் சிரித்தார்.

இருவரும் தனித்தனியே பிரிந்து சென்றார்கள். அவனுடைய அகங்காரத்தின் மீதும் கர்வத்தின் மீதும் அளவிட முடியாத வெறுப்பு மூண்டது. 'இந்தப் பயலைக் கிட்ட அண்ட விட்டிருக்கக் கூடாது. அதான் நாம் செஞ்ச தப்பு. அதுனாலதான் இப்ப நம்பளையே எதுத்துக்கிட்டு நிக்கிறான்! கையிலே நாலு காசு இருக்கு; சும்மா கிடக்க முடியுமா?'

சிதம்பரம் புல்லிதழ்களைத் துவைத்துக்கொண்டு சென்றான். தனக்கு அனுகூலமான முறையில் காரியங்கள் நடந்து வருவது மாதிரி தோன்றியது. கூடவே தேவரின் நினைவும் வந்தது. உள்ளுக்குள்ளேயே சிரித்துக்கொண்டான். 'தென்னயில்லே, நாணல் – காத்தடிக்கிற பக்கமெல்லாம் நல்லா வளைஞ்சு கொடுக்கிற நாணல்.' – அடுத்த கணமே இம்மாதிரி நினைப்பது நிந்திக்கத் தக்கதென்று சொல்லிக்கொண்டான்.

'தான் சந்தித்த மனிதர்களிலேயே விவேகமும் தீரமும் பொருந்தியவர் தேவர்; நேசப்பாங்கும், உழைப்பில் நம்பிக்கையும் கொண்டவர்; கொஞ்சம் முரட்டுத்தனமும், நகைச்சுவையும் கொண்டவர்; உண்மையான திடமான மனிதர்.' – இதையெல்லாம் நினைவுகூர்வதின் அர்த்தம் புலனாகவில்லை.

மணி குலுங்கும் ஓசை கேட்டது. அவன் தலை நிமிர்ந்து பார்த்தான். ஆல மரத்தடியில் வண்டி வந்துகொண்டிருந்தது. அடக்கமான வில்லு வண்டி; மணிகளும் குஞ்சங்களும் கட்டியது.

"நமஸ்காரங்க!" சிதம்பரம் கை குவித்து வணங்கினான்.

"எங்க இப்படி?"

"மணி சப்தம் கேட்டுச்சு; பாத்தா, நம்ப வண்டி. நீங்கதான் வர்றீங்கன்னு தீர்மானிச்சுட்டேன்..."

"நல்ல கணிப்புத்தான்" என்று சொல்லிக்கொண்டே செட்டியார் வண்டியை விட்டுக் கீழே இறங்கினார்.

"வூட்டுக்குத்தானா?"

"ஆமாங்க."

"வேலை எம்புட்டு தூரத்திலே இருக்கு?"

"ஒண்ணும் சொல்லும்படியா இல்லீங்க..."

"ஏன்? எதுக்கு!"

"ஆளுங்க ஒண்ணும் தோதாக் கிடைக்கிலீங்க.."

"இஞ்ச அது கொஞ்சம் கஷ்டந்தான். இப்ப, குத்தாலம் வரைக்கும் போறேன். அங்க நம்ப சம்பந்தி பண்ணையிலே ஆளுங்க இருக்கும்; பாத்து ஏற்பாடு பண்ணுறேன்."

"எனக்கு ரொம்ப உபகாரமா இருக்குங்க."

செட்டியார் வண்டியைப் பிடித்தார்.

"கும்மோணம்கூடப் போகணும்; ஒரு ஜோலி இருக்கு. உனக்கு ஏதாச்சும் ஆகணுமா?"

"இப்ப சத்தியா, ஒண்ணும் இல்லீங்க!"

"கூச்சப்படாம சும்மா சொல்லு. இப்ப நாமெல்லாம் ஒண்ணாயிட்டோம்..."

"இப்படி நீங்க சொன்னதே எப்படி இருக்கு தெரியுமாங்க எனக்கு!"

"நான் என்ன சொல்லிட்டேன்?..."

அவரையே பார்த்துக்கொண்டிருந்தான்.

சரிந்த மேல் துண்டை மேலே இழுத்துப் போட்டுக் கொண்டு, "அப்ப வரட்டுமா, சிதம்பரம்?" என்று கேட்டார்.

"வாங்க."

கரம் கூப்பிப் பணிவோடு விடையளித்தான். இரண்டடி முன்னே நடந்துபோய், வண்டியில் ஏறி அமர்ந்தார் செட்டியார்.

"சாமி!" என்ற குரல் கேட்டுத் திரும்பினார். சின்னத் தம்பிப் படையாச்சி தலை குனிந்தபடியே நின்றுகொண்டிருந் தான். வேகமாக ஓடி வந்ததால், மேல்மூச்சு வாங்கியது.

"வாடா!"

"வூட்டுக்குப் போனேங்க; 'இப்பத்தாண்டா போறாங்க'ன்னு ஆச்சி சொன்னாங்க..."

"காரியத்துக்குள்ளே வந்துடுவேன்."

"கொரநாட்டுலே, மூணு கல்லுக்குச் சொல்லிட்டுப் போங்க, சாமி..."

"எதுக்குடா?"

"அவங்கதான் சுமையோடு போயிட்டாங்களே..."

நான்கு நாட்களுக்கு முன்னால், ஏழு மாதக் கர்ப்பிணியான அன்னகாமு ஜுரத்தால் காலமானாள். ஐந்து நாள் ஜுரம், அவள் மூச்சை அடக்கிவிட்டது. செய்தி கிடைத்ததும் அப்படி அப்படியே வேலையைப் போட்டுவிட்டு, இழவு வீட்டின் முன் கூடினார்கள். பெண்கள் கதறி அழுவது இடைவிடாது கேட்டுக்கொண்டிருந்தது.

சிதம்பரம் தூங்குமூஞ்சி மரத்தடியில் உட்கார்ந்து வேடிக்கை மாதிரி இதனைப் பார்த்துக்கொண்டிருந்தான். அவனுக்கு இது முற்றிலும் புதிய அனுபவம்; சாவை ரொம்ப நாள்களுக்குப் பிறகு, அருகில் இருந்து பார்க்கிறான். பல விஷயங்களை அவனால் புரிந்துகொள்ள முடியவில்லை; தவிப்புற்றுப் போனான். அவன் தாய் மரணமுற்றுக் கிடந்தபோது, எதிர் வீட்டுக்காரியைத் தவிர, மற்றவர்களெல்லாம் வேலைக்குப் போனார்கள். அவர்கள் வேலை விட்டு வரும் வரையில் பிணம் காத்துக்கொண்டு இருந்தது. இங்கேயோ ஊர் முழுவதும் வந்து குழுமியிருக்கிறது!

நடுப்பகலுக்குச் சற்றுப் பின்னர் அன்னகாமுவின் பெரியண்ணன், செட்டியார் வீட்டிலிருந்து கோடி எடுத்து வந்தான். முரட்டு சிவப்புச் சேலை. அவன் கையில் கொடுக்கும் போது செட்டியார் குலுங்கக் குலுங்க அழுதாராம். கல்யாணத் திற்கு, விலையுயர்ந்த தாழம்பூக் கரையிட்ட மஞ்சள் புடவையைத் தேர்ந்தெடுத்துக் கொடுத்தவர் அவர்தான். வருஷம் ஒன்றரை ஆகவில்லை; கடைசிச் சேலை தருகிறார்!

அன்றைய பகல் பொழுது முழுவதையும் இழவு வீட்டிலேயே கழித்தான் சிதம்பரம். பிணம் எடுப்பதற்குச் சற்று முன்னால் செட்டியார் வந்தார். அவர் வந்து போன பிறகு, சாம்பமூர்த்தி ஐயரும், பதஞ்சலி சாஸ்திரியும் வந்து போனார்கள்.

மாலையில் ஊரெல்லாம் கூடி, அழுது அரற்ற, பாடை தூக்கினார்கள். சிதம்பரம் வேளாளத் தெரு வரையில் பிணம் சுமந்தான் — நல்ல பளு; சற்றைக்கு ஒரு தரம் தோள் மாற்றிக் கொண்டான்.

மணி குலுங்க, செட்டியார் வண்டி ஓடத் தொடங்கியது.

கண்களில் நீர் தளும்ப நின்றுகொண்டிருந்த சின்னத் தம்பிப் படையாச்சியின் தோளைத் தொட்டு, "போவலாங்களா?" என்று கேட்டான் சிதம்பரம்.

அவன் தலையசைத்தான். மேல்துண்டால் கண்ணீரைத் துடைத்துக்கொண்டான். அப்புறம் எவ்விதப் பேச்சுமின்றி இருவரும் பிரிந்தார்கள்.

சா. கந்தசாமி

கள் குடித்துவிட்டுத் தேவர் திண்ணையில் வந்து சாய்ந்த போது, சிதம்பரம் ஆளோடியில் காலடியெடுத்து வைத்தான். அவனைக் கண்டதும் முகம் மலர்ந்தது. தலையை இப்படியும் அப்படியுமாக அசைத்துக்கொண்டு, “வாங்க இப்படி வந்து பக்கத்திலே குந்துங்க, தம்பி” என்றார்.

அவன் திண்ணையில் ஏறி உட்கார்ந்தான்.

“தம்பி, இம்மா நேரமா எங்க போயி இருந்துச்சு?”

“சும்மா, ஆத்தங்கரப் பக்கமாங்க, மாமா!”

“கோச்சுக்கிட்டு, அப்படி எங்காச்சும் கிளம்பிட்டீங் களோன்னு பார்த்தேன்!” என்று உரக்கச் சிரித்தார் தேவர்.

“மாமா மனசு எனக்குத் தெரியாதா?”

“ரொம்பத் தெரியுமா?” என்று முகம் மலர வினவியவர், “இப்பத்தான் குஞ்சம்மாகிட்டே சொல்லிக்கிட்டு இருந்தேன். தம்பிக்கும் எனக்கும் இன்னக்கி பெரிய சண்டைன்னு . . .” என்றார்.

“நம்ப சண்டை ஒரு சண்டையா?”

தேவர் நிமிர்ந்து உட்கார்ந்தார்.

“நம்ப போட்டுக்கிட்டது சண்டை இல்லீயா?”

அவன் தலையசைத்தான். அப்புறம் ரொம்பவும் தாழ்ந்த குரலில், “ஒரோர் சமயம் தோணுதுங்க மாமா – நம்பதான் உண்மையாகச் சண்டை போட்டுக்கிறோமோன்னு . . .” என்றான்.

தேவர் அதற்குப் பதிலொன்றும் சொல்லவில்லை. குஞ்சம் மாவைக் கூப்பிட்டு, “தம்பி வந்திருக்கு” என்றார்.

பேச்சு இப்படித் திடீரென்று முடிந்தது அவனுக்கு ஏமாற்றத்தை அளித்தது. ‘நல்லா குடிச்சாலும், நினைவு தப்பறதுல்லே!’ என்று சொல்லிக்கொண்டே வீட்டிற்குள் சென்றான்.

மூன்றாம் நாள், அவன் தோட்டத்திற்குப் போனபோது, தேவர் உருக்காங்கல்லில் அரிவாளைப் பளபள என்று தீட்டிக் கொண்டிருந்தார். பக்கத்தில் தண்ணீர் சொட்டச் சொட்ட ஊறிய பாளைக்கட்டு கிடந்தது.

“செத்த அசந்து தூங்கிட்டெங்க, மாமா.”

“இப்ப அதுக்கென்ன?”

“பசங்க எங்கங்க, மாமா; சத்தத்தைக் காணோமே.”

“கீத்து எடுத்தாற பட்டு வூட்டுக்குப் போய் இருக்கானுவ.”

“அதான், சத்தத்தைக் காணோம்.” சிதம்பரம் ஓணாங் கொடியை அவிழ்த்துப் பாளையைப் பிரித்துப் போட்டான்.

“இப்ப வந்துடுவானுவ” என்று சொல்லிக்கொண்டே, பாளையை எடுத்துக் காலில் மிதித்துக்கொண்டு கிழிக்க ஆரம்பித் தார். அவர் கைகள் ஆச்சரியப்படத்தக்க விதத்தில் ஓடின. சிதம்பரம் ஒவ்வொரு பாளையாக எடுத்து அடியும் நுனியும் தறித்து வைத்துக்கொண்டிருந்தான்.

கீற்று விடும் வேலை இரண்டு நாட்களில் முடிந்துவிடும். அப்படியொன்றும் பெரிய வேலையில்லை அது.

‘வானம் இப்படியே வெளுத்திருந்தால், நாளைக்கே தீ இடுவதைத் தொடங்கிவிடலாம்’ என்று எண்ணினான். கால நிலையும் அதற்கு ஏற்றாற்போல இருந்தது.

10

விசித்திரம் நிறைந்த மரங்கள் சூழ்ந்த தோட்டத்தில் சின்னஞ்சிறிய வீடு மெல்ல மெல்ல உருவாகியது. கூட்டாக ஒன்று சேர்ந்து, தினந்தினம் உழைத்து, அவர்கள் உருவாக்கிய வீடு அது. தங்கள் உழைப்பு, தாங்கள் உருவாக்கியது – என்பதே அவர்களுக்கு மகிழ்ச்சியளித்தது.

நாலா பக்கங்களிலும் சிதறிக் கிடந்த சாமான்களைக் கொண்டுவந்து, தரவாரியாகப் பிரித்து அடுக்கினார்கள். அதற்குப் பிறகு, தங்களுக்கு வேண்டிய சாமான்களுக்காக அவர்கள் அங்குமிங்கும் அலையவில்லை. எங்கே எதை வைத்தோம் என்று யோசித்துக்கொண்டு நிற்கவில்லை. ஒவ்வொன்றுக்கும் ஒரு திட்டமான இடம் – அங்குதான் அது இருக்க வேண்டும் என்ற நிர்ணயம் ஏற்பட்டது.

ஒரு நாள்.

புதிதாக வாங்கி வந்த கைவாள் நான்கையும் கட்டிலின் கீழே வைத்தான் சிதம்பரம். வெற்றிலையை அரைத்து அரைத்துக் குதப்பிக்கொண்டிருந்த தேவர், கைவாளை அலட்சியமாகப் பார்த்துக் கலீரென்று சிரித்தார்.

"எதுக்குங்க மாமா, சிரிக்கிறீங்க?"

"எமன் மாதிரி நம்பகிட்ட அருவா இருக்கு... அதவுட்டுப்புட்டு, இத்தனையோண்டு வாளைக் கொண்டாந்து இருக்கிறீங்கிளே – என்கறத நினைச்சேன். சிரிப்பு பொத்துக்கிட்டு வந்துடுச்சு..."

அவன் தேவரை ஆழ்ந்து நோக்கினான். அவர் கூற்றுக்கு அவனிடமிருந்து சமாதானம் ஏதும் வரவில்லை.

'கிழம் ஒரு நரி – சரியான குள்ளநரி! அதுக்கு நாலு விஷயமும் தெரியுது – அதுதான் கர்வத்துக்கெல்லாம் காரணம்.'

கையை அகல விரித்து, உள்ளங்கையைப் பார்த்தான். காய்ந்து நிறம் மாறித் தோல் தடித்துவிட்டது. கிள்ளினால் – இன்னும் இன்னுமென்று பல்லைக் கடித்துக்கொண்டு கிள்ளினால் கூட – சுரணை வருவதில்லை. அப்படியொரு தடிப்பு; ரேகை மறைய உள்ளங்கை வெளுத்துப் போயிற்று. உழைப்பின் சம்பத்து அது. மரங்கள் விழ விழ, அவன் கை வைரம் பாய்ந்துகொண்டு வந்தது.

"அரிவாளாலே வெட்டினா, மரங்க சீக்கிரம் சாய்ஞ் சிடும்ங்கறது சரிதாங்க, மாமா. ஆனா பாருங்க, நம்பளும் சீக்கறமா களச்சுப் போயிடுறோம்."

நிராகரிப்பது மாதிரி தேவர் தலையசைத்தார். அவன் விளக்கம் அவரைத் திருப்திப்படுத்தவில்லை. அவர் வழி பிரிந்தது. இரு வருக்கும் ஒரே பாதை என்பது அடைபட்டுவிட்டது. அவன் ஒரு பாதையிலும், அவர் ஒரு பாதையிலும் செல்லத் தொடங்கி விட்டார்கள்!

ஒரு கௌரவமான போர் அது. செயல் திறனிலும் அறிவுத் தீட்சண்யத்தின் மீதும் ஆதாரப்பட்டிருப்பது. தங்கள் பாதை தங்கள் வரையிலும் சரியானது, என்று இருவரும் எண்ணி னார்கள். விட்டுக் கொடுத்துச் சமரசப்படுத்திக்கொள்ள ஒன்று மில்லை.

இருவரும் மிகுந்த அபிப்பிராய பேதத்தோடு வீடு சென்றார் கள். திட்டங்கள் முரண்பட்டன; சம்பவங்கள் புதிய அர்த்தம் கொடுத்தன; ஒவ்வொரு பிணக்கும் இன்னொரு பிணக்கின் ஆதாரமாகியது.

'நெய்விளக்கிலே ஒரு அவசர ஜோலி. தோ போயிட்டு வந்துடறேன்' என்று போன தேவர் ஒரேயடியாகத் தங்கிவிட்டார். ஒவ்வொரு நாளும், 'இன்றைக்கு வந்துவிடுவார் – சற்று நேரத்தில் வந்துவிடுவார்' என்று எதிர்பார்த்துக்கொண்டே இருந்தான். எட்டு நாட்கள் சென்றுவிட்டன. தீ இடுவது தள்ளிக்கொண்டே போயிற்று. பிணக்கு இன்னும் தீரவில்லை. தன் செயல்கள் அவர் மனத்தைப் புண்படுத்திவிட்டன என்பதை முன்னைவிடத் தெளிவாக உணர்ந்தான். அது வேதனை அளித்தது. தன்மேலேயே பச்சாதாபப்பட்டுக்கொண்டான். ஆனால், தன் காரியங்கள் சரியான மார்க்கத்தில் திட்டமிடப்பட்டவைதான் என்று சொல்லிக்கொண்டான்.

இனி ஓய்ந்திருக்க முடியாதென்று வேலையில் இறங்கினான். நுணாவும் கள்ளியும் நிறைந்த கிழக்கு மூலையில் அவன் கவனம் திரும்பியது. கிழக்கிலிருந்து வடக்காகத் தீ பரவ அனுகூலமான தென்று தீர்மானித்தான்.

கிழக்கு மூலையில் வேலையைத் துவக்கிய நான்காம் நாள், கலியபெருமாள் சொந்தவூருக்குப் போனான். 'போக மாட்டேன்' என்று அடம்பிடித்தவனை, அவன் அம்மா அடித்து இழுத்துக்கொண்டு போனாள். தன் சிநேகிதன் போவதைப் பார்த்துக்கொண்டே மௌனமாக நின்றான் பழனியாண்டி. அது எவ்வித பாதிப்பையும் அவன் மனத்தில் ஏற்படுத்தவில்லை. அடுத்த நாள், அவன் தன்னந்தனியே தோட்டத்திற்குச் சென்றான்.

ஆரண்யம் போன்ற தோட்டத்தில் பறவைகளின் கூக் குரலுக்கும், பிராணிகளின் உறுமல்களுக்குமிடையே இரண்டு மனிதர்கள் எவ்விதச் சலிப்பும் முணுமுணுப்பும் இன்றி வேலை செய்துகொண்டிருந்தார்கள்.

ஒரு நாள் நிலவில் தான் கண்ட சமவெளிப் பகுதியைப் பழனியாண்டிக்குக் காட்டினான் சிதம்பரம். அவனுக்கு ஒரே ஆச்சரியம்; எங்கே இருக்கிறோம் என்பதே பிடிபடவில்லை!

"இது நம்ப தோட்டந்தாங்களா?"

"ஆமாம்."

அவனுக்கு நம்பிக்கை வரவில்லை.

இரண்டு பேரும் அந்தச் சமவெளி முழுவதும் சுற்றி வந்தார்கள். புல்லிதழ்களில் கால் புதையப் புதைய நடக்கையில் மனம் கிளர்ச்சியுற்றது. தனக்குள்ளேயே இடத்தை அளந்து கொண்டு, 'இங்கதான் ஆலை' – என்று தீர்மானித்துக்கொண்டான்.

சமவெளியையும் தோட்டத்தையும் பிரிப்பது தாழங்குத்தும் பிரம்புந்தான். வெட்டாற்றையொட்டிக் கிழக்குப் பக்கமாகச் சென்றால், சாயாவனத்தின் இன்னொரு பகுதியை மறைக்கும் காடு – பெரும் காடு; உபயோகமற்ற மரங்கள் நிறைந்த இருள் கவிழ்ந்த காடு. அந்த மரங்களை வெட்டிக் காட்டை அழிக்க வேண்டும். அதைத் தவிர வேறு மார்க்கமில்லை.

இருவரும் திரும்பிக் குடிசைக்கு வந்தார்கள். இலுப்பை மரத்தையும் புன்னை மரத்தையும் என்ன பண்ணுவது என்பது ஒரு பிரச்சனையாகவே இருந்தது. அப்போதுதான், 'புன்னைக்கும் சேர்த்துத் தீ வைத்துவிடலாம்' என்ற யோசனையைத் தெரிவித்தான் பழனியாண்டி. சிதம்பரத்திற்கும் சரியாகப் பட்டது; உடனே ஏற்றுக்கொண்டான். ஆனால் எதிர்பார்த்ததற்கு மேலாக உழைக்க வேண்டியதாயிற்று.

வடக்கே இருந்து தெற்காக உலர்ந்த கிளைகளையும் கொடி களையும் இழுத்துக்கொண்டு போய், மரங்களின் இடையே போட்டார்கள். நான்கு தடவைக்கு மேலே தெற்கே போக முடியவில்லை. பாதையற்ற – மரங்கள் நிறைந்த – தோட்டம் அவர்களைச் சோர்வடையச் செய்தது.

எதிரியின் பலம் பெரிது; இனிப் போராட முடியாது. இருவரும் வடக்காகப் பின்வாங்கினார்கள்.

தழையோடு கூடிய மிலாறுகளை இழுத்துக்கொண்டு வந்து தாழங்குத்தின் அருகில் போட்டான் பழனியாண்டி, நுணா மரத்தில் ஏறிக்கொண்டு, ஒவ்வொரு மிலாறையும் அலக்கில் மாட்டிப் பிரப்பங்காட்டினுள்ளே வீசியெறிந்தான் சிதம்பரம். இரண்டு நாட்கள் தொடர்ந்தாற்போல இதே வேலை. ஞாயிற்றுக்கிழமை பகலுக்கு மேல் தங்கள் திட்டம் பலன் தரும் என்ற நம்பிக்கை உண்டாகியது.

சா. கந்தசாமி

பழனியின் கரத்தை இறுகப் பற்றிக்கொண்டு, "நீ ஒரு அற்புதமான பையன்!" என்று புகழ்ந்துரைத்தான் சிதம்பரம். பழனியாண்டிக்கு அவ்வார்த்தைகளின் அர்த்தம் புரியவில்லை. ஆனாலும், தன்னால் எசமானன் சந்தோஷமுற்றிருப்பதை அறிந்துகொண்டான்.

"நாளைக்கு சுருக்கா வந்துடு. அவுங்க வராங்க; வந்தோடனே நெருப்பு வச்சுடணும்."

"நான் வந்துடறேங்க." அவன் விடை பெற்றுக்கொண்டான்.

திங்கட்கிழமை பொழுது புலர்ந்தது. ரம்யமான இளம் காலை. பறவைகளின் இடையறாத கூச்சல்; வண்டுகளின் ரீங்காரம். எங்கோ மரம் சரிந்து தண்ணீரில் விழும் சப்தம். மூங்கில் கிறீச்சிடுகிறது. ஒற்றைச் செம்போத்தின் தனிக்குரல். அதைத் தொடர்ந்து சிறகொலி. குதூகலமும் மகிழ்ச்சியும் நிறைந்தது.

அநேகமாக எல்லாம் தயாராக இருக்கின்றன. கால நிலையும் சரியாக இருக்கிறது. மேகங்கள் அற்ற வானம்; வறண்ட ஈரப்பசையற்ற காற்று. தீக்குச் செளகரியம்; நன்றாகக் கொழுந்துவிட்டு எரியும்.

சிதம்பரம் கதவைச் சாற்றிக்கொண்டு வெளியே வந்தான். அவன் பார்வை வெகுதூரம் வரையில் சென்றது.

தேவர் தனியாக, வேகமாய் வந்துகொண்டிருந்தார்.

"எல்லாம் சரியாகிவிட்டது" என்று சொல்லிக்கொண்டு திரும்பினான்.

அவன் பார்வை பசுமை கொழிக்கும் பிரப்பங்காட்டில் விழுந்தது. கொடி கொடியாகப் பிரம்பு வெகுதூரம் வரையில் பரவி இருந்தது. எங்கு தொடங்கி எங்கு முடிவடைகிறது என்பதே தெரியவில்லை. பிரம்பை அவன் ரொம்ப நேசித்தான். வெட்டிக் கழித்தெடுக்க ஆசைப்பட்டான். பிரம்பு, அவன் வாழ்க்கையில் அபரிமிதமான செல்வாக்கைச் செலுத்தியது. நாற்காலி, கட்டில், வர்ணக் கூடைகள் – சிங்கப்பூரில் பார்த்தது மாதிரி தன் வீட்டிலும் செய்து வைத்துக்கொள்ள விரும்பினான்.

மூன்று முறைகள், தனக்குத் தேவையான அளவிற்காவது பிரம்பை வெட்டியெடுக்க முயற்சித்தான். ஒவ்வொரு முயற்சியும், இனி பின்வாங்குவதில்லை என்ற ஆவேசத்தோடு துவக்கப் பட்டது. ஆனால், தன்னுடைய தீர்மானத்திலிருந்து வருந்தத் தக்க விதத்தில் ஒவ்வொரு தடவையும் பின்வாங்கினான். பிரம்புகள் ஒன்றோடொன்று பின்னிக்கொண்டிருந்தன; வெட்டிய பிரம்பை வெளியே இழுத்துவர முடியவில்லை.

தேவரிடம் யோசனை கேட்டபோது, அவர் பெரிதாகச் சிரித்தார்.

"என்னங்க தம்பி யோசன வேண்டிக்கிடக்கு, பேசாம தீயை அதன் தலையிலே வெக்காம!"

அவன் பதிலொன்றும் அளிக்காமல், பிரப்பங்காட்டையே பார்த்துக்கொண்டிருந்தான். அதன் கதி, தீர்மானிக்கப்பட்டு விட்டது. அதை மாற்றியமைக்க வழியொன்றுமில்லை. என்ன விசித்திரம்! ஒன்றின் அழிவு தீயினிடமும், இன்னொன்றின் அழிவு மனிதர்களிடமும் ஒப்படைக்கப்பட்டு இருக்கிறது!

தோட்டத்தின் ஒரு பகுதி விரைவாக அழிக்கப்பட்டுவிட்டது. செடிகொடிகளின் அழிவைவிட மூங்கிலின் அழிவுதான் விரைவில் நடந்தது. யாரும் நினைக்காதது! எவ்வளவு பெரிய மரங்கள் – ஒன்றரைத் தென்னை, இரண்டு தென்னை உயரம் – ஒரு கோணல் இன்றி! ராமபுரம் மணி ஐயர் கும்பகோணத்தில் மாவு மில் கட்ட நான்கு வண்டிகள் ஏற்றிக்கொண்டு போனார். அப்புறம் நடேச சாஸ்திரி மாட்டுத் தொழுவம் கட்ட, இரண்டு வண்டி; ஹுசேன் சாயபு கறிக்கடையைப் பிரித்துக் கட்ட ஒரு வண்டி – வண்டி வண்டியாக மூங்கில் சென்றன. அப்படிச் சென்றும் குறையவில்லை. இன்னும் ஐந்நூறு, புன்னை மரத் தடியில் கிடந்தன!

புன்னகை பூத்துத் தேவரை வரவேற்றான்.

"தம்பி தயாரா இருக்குறாங்க!"

இருவரும் தாழங்காட்டின் பக்கத்தில் வந்து நின்றார்கள். அவன் முன்னேற்பாடெல்லாம் அவருக்குத் திருப்தி அளித்தது.

"நெருப்பு வைக்கறதை, இங்க இருந்து தொடங்கலாங்க, மாமா."

தேவர் கண்களைச் சுழற்றிப் பார்த்தார். தாழங்காட்டோடு பிரப்பங்காடு தென் கிழக்கில் ஐக்கியமாகியது. இங்கு வைக்கும் தீ, நேராகப் பாய்ந்து சென்றால், பிரம்பைப் பொசுக்கிவிடும்.

"தம்பி ஒண்ணு செஞ்சா, அது சரியில்லாமல் இருக்குமா?"

"கிழ நரி, கயிற்றை விட்டு ஆழம் பார்க்கிறது!'

அவன் புன்னகை பூத்தான்.

காற்று சுழன்று வீசியது.

"நமக்காத்தான் காத்து அடிக்குது" என்று நெருப்புச் சட்டியை எடுத்துக்கொண்டு முன்னே நடந்தார் தேவர்.

"பழனி, மட்டையை எடுத்துக்கோ!"

சா. கந்தசாமி

முன்னே பாய்ந்தோடிய பழனியாண்டியைத் தடுத்துத் தள்ளி, சிதம்பரம் பனை மட்டையையும் அலக்கையும் எடுத்துக் கொண்டான்.

தாழங்காட்டினுள் சென்ற தேவர், சட்டியைக் கீழே வைத்துவிட்டு, ஆடாதொடையை இணுக்கு இணுக்காகக் கொய்து நெருப்பில் அடுக்கினார். மெல்ல வீசிய காற்றில் கனிந்த நெருப்பு ஆடாதொடைக்குத் தாவியது.

"செத்த இஞ்ச வந்து, மெல்ல விசுறுங்க தம்பி."

சிதம்பரம் இரு கையாலும் காய்ந்த பனை மட்டையைப் பற்றிக்கொண்டு சீராக விசிறினான். தீப்பொறி மின்னலெனக் கிளம்பி ஒரு கணத்தில் மறைந்தது.

பயபக்தியோடு தீயை நோக்கிய தேவர் மேல்துண்டை எடுத்து இடுப்பில் கட்டிக்கொண்டார்.

"தாயே, மாரி! ஏழைகாத்தா! மந்தையா! பெரிய கருப்பு! – நீங்க எல்லாம் பக்கத்துணையா இருந்து, ஒரு பங்கமும் வராம காப்பாத்தணும்" என்று பரவசத்தோடு தீயைத் தொழுதார்.

அவர் கண்கள் மின்னின; முகத்தில் ஒரு பிரகாசம். 'ஹ!' என்ற கூச்சல். உடம்பு சிலிர்த்தது. எதிர்பார்த்த உத்தரவு கிடைத்துவிட்டது.

"நம்ப சாமி சரியின்னுடுச்சுங்க, தம்பி" என்று தேவர் தீச்சட்டியை எடுத்துக்கொண்டு உள்ளே போனார். சம தரையில் அதை வைத்து, மேலே காய்ந்த பனை மட்டைகளை அடுக்கினார்.

மெல்ல வீசிக்கொண்டிருந்த காற்று அடங்கியது. சிதம்பரம் பனைமட்டையை அழுத்திப் பிடித்து, முழு பலத்தோடு விசிறினான். நெருப்பு பொறிப் பொறியாய்ச் சிதறிச் சாம்ப லாகியது!

"செத்த இந்தப் பக்கம் வாங்க, தம்பி"

அவன் திசைமாறி நின்று விசிறினான்.

தீ பச்சைத் தழைக்குத் தாவியது; மேல்நோக்கிக் கொழுந்து விட்டது. வெட்டிக் காயப் போட்டிருந்த பனைமட்டைகளை அள்ளிக்கொண்டு வந்து, எரியும் நெருப்பில் போட்டார்கள். தீ குபீரென்று, காற்றின் உதவியால் சற்றைக்கெல்லாம் மேல் நோக்கித் தாவியது.

தேவர் தீயின் மத்தியில் இரண்டு மட்டைகளைக் குத்திட்டுப் பிடித்தார். தீ சட்டென்று மேலே தாவியது; சடசடவென்று மட்டை எரியும் ஓசை; எரியும் மட்டைகளைத் தாழங்காட்டினுள்

வீசியெறிந்தார். பச்சை இலைகளின் மத்தியில் போய் அது திடீரென்று விழுந்தது.

"அவிஞ்சு போச்சு!"

"ஆமாங்க, மாமா."

"ஒண்ணு அவிஞ்சாலும் இன்னொண்ணு பத்திக்கும்."

"ஆமாங்க."

சிதம்பரம் ஒரு பனைமட்டையை அலக்கில் தூக்கி, கொழுந்து விட்டு எரியும்போது, உள்ளே வீசியெறிந்தான். அப்புறம் ஆளுக் கொன்றாக மாறி மாறி, எரியும் மட்டைகளை வீசினார்கள்.

ஓய்ந்திருந்த காற்று கிளைகள் குலுங்கப் புறப்பட்டது.

"காத்து வருதுங்க, தம்பி."

"ஆமாங்க, மாமா."

"நம்ப சாமி அனுப்புதுங்க!"

அவன் தலையசைத்தான்.

நெருப்பு, காற்றின் துணையோடு, காய்ந்த சருகுகளைத் தீய்த்துக்கொண்டு மேல்நோக்கி எழும்பியது.

"இன்னமெ கவலை இல்லீங்க, தம்பி."

தீ பூரணமாகப் பற்றவில்லை. ஆனால், அணைந்து போகாது; உள்ளுக்குள்ளேயே கனிந்துகொண்டிருக்கிறது.

சிதம்பரம் நுனி பற்றியெரியும் அலக்கைத் தரையில் தேய்த்து அணைத்தான்.

காரையின் பக்கத்தில் நிற்க முடியவில்லை; அனல் பளீரென்று வீசியது. தேவர் சற்றே பின்னுக்கு நகர்ந்து, "நல்லா பத்திக்கிச்சுங்க, தம்பி" என்றார்.

"ஆமாங்க, மாமா"

"சொக்கப் பானைப் பொறி! . . ." என்று பழனி கை கொட்டிக் குதூகலத்தோடு ஆர்ப்பரித்தான். கார்த்திகை சொக்கப்பானை நினைவுகள் அவன் மனத்தை ஆக்கிரமித்துக்கொண்டுவிட்டன.

ஒரு கிளையிலிருந்து இன்னொரு கிளைக்குத் தீ தாவும் போதெல்லாம் – தீப்பொறி வானோக்கிச் சென்று, சாம்பலாகித் தரை நோக்கும். விழிகள் படபடக்க மேலெழுந்து தாவும் தீயைப் பார்த்துக்கொண்டே மூவரும் நின்றார்கள்.

காரையிலிருந்து பச்சைப் பசும் பிரம்பிற்குத் தாவியது நெருப்பு. நீண்ட மென்மையான பிரம்பின் தழைகள் பொசுங்கின.

காற்றில் அலையலையாகத் தீ தாவிப் பரவியது. இரண்டு விதமான போராட்டம். தாழையோடு வடக்குத் தெற்காகத் தீ பரவிச் சென்ற அதே நேரத்தில், இன்னொரு முனை காய்ந்த காரையோடும் ஆடாதொடையோடும் பற்றி எரிந்துகொண் டிருந்தது.

பசுமையை மிஞ்சிய செந்தழல்! அந்தி வானத்தின் கோலம்! தோட்டம் முழுவதும் தீ பரவிவிட்டது போல ஒரு தோற்றம்! காற்றின் வேகத்தில் நிற்க முடியாத அனல் வீச்சு! மூன்று பேரும் மெல்ல மெல்லப் பின்வாங்கிக் குடிசைக்குச் சென்றார்கள். மரங்களின் மறைவில் செந்தழல் முழுமையாகத் தெரியா விட்டாலுங்கூடக் கரும்புகை பந்து பந்தாய் மேல்நோக்கிச் செல்வது தெரிந்தது.

தீயின் போக்கையும் தோட்டத்தையும் நெடுநேரம் ஆழ்ந்து நோக்கி, தேவர் சொன்னார்: "ரெண்டு நாளைக்கு எரியும் போல இருக்குங்க, தம்பி."

"ரெண்டு நாளைக்குங்களா, மாமா!"

"ஏன்?"

"கேட்டேன்."

"இம்மாம் பெரிய தோட்டம் எரியணுமே!"

"ஆமாங்க."

கரும்புகை பந்தாக எழும்பி, நேராக மேல்நோக்கிச் சென்றது. அதைத் தொடர்ந்து நெருப்புப் பொறிகள் நாலா பக்கமும் சிதறின.

"நெருப்பு மேலே கிளம்புது!"

"அதோ அதோ!..."

குட்டைப் பனையின் பச்சை மட்டைகள் திடீரென்று பொசுங்கின. ஒரு கணத்திலேயே, மட்டைகளை அகலப் பரப்பிக் கொண்டிருந்த பனை மொட்டையாகியது. தீ வந்ததின் சுவடும், போனதின் சுவடும் தெரியவில்லை. ஆனால், மரம் மொட்டை யாக நிற்கிறது; ஒன்றைத் தொடர்ந்து இன்னொன்று.

"பாருங்க மாமா, பச்சைப் பனை பத்திப் போச்சு!"

சிவனாண்டித் தேவர் தலையசைத்து முறுவலித்தார்.

"நெருப்பு இன்னும் சரியாப் பிடிக்கலேங்க, தம்பி."

அவன் விசித்திரமாக அவரைப் பார்த்தான்.

மீசையைத் தள்ளிவிட்டுக்கொண்டு, "நெருப்பு நல்லா பத்திக்கிட்டா, புகை வராது" என்றார்.

"அப்படிங்களா?"

"இப்பத்தான் தாழைப் பக்கம் நெருப்பு கனியத் தொடங்கி யிருக்கு."

"நேத்திக்கு, மொட்டா இருக்குதுன்னு எட்டுப் பூவை விட்டுட்டு வந்தேன்!" என்றான் பழனியாண்டி.

"இப்ப கருகிப் போயிருக்கும்!"

அவன் பதிலொன்றும் சொல்லவில்லை. மனத்திற்குள்ளே நீண்ட பெரிய பூவை எண்ணிப் பார்த்துக்கொண்டிருந்தான்.

"இப்படி செத்த குந்துவோம், தம்பி. எலே, கட்டில செத்தெ இப்படி இழுத்தாந்து போடுடா."

பழனியாண்டி வெளியே கொண்டுவந்த கட்டிலில் உட்கார்ந்துகொண்டு, தோட்டத்தை நாலா பக்கமும் நோக்கினார்கள்.

நெருப்பு அடங்கிக்கொண்டிருந்தது. வெறும் புகை, கரும் புகை எங்கும்!

"புகையுதுங்க."

"காத்துல்ல."

"நல்ல பச்ச."

"ஆனா, நெருப்பு பத்திக்கிட்டா, அதுகிட்ட ஒண்ணும் வேகாது."

"பத்தின நெருப்பு அடங்குதே?"

"அடங்குல, கனியுது."

"அப்படிங்களா?"

சிதம்பரம் இருக்கையை விட்டெழுந்து தீயின் பக்கம் சென்றான். அனல் வீசியது; 'சடசட'வென்று பசுந்தழைகள் பொசுங்கின.

ஒரு குரங்கு, அவன் தலைக்கு மேலேயிருந்து பயங்கரமாகக் கத்தியது. புகையில் அது இருக்குமிடம் தெரியவில்லை. ஆனால், விட்டு விட்டுக் கத்துவது மட்டும் கேட்டது.

அவன் இரண்டடி எடுத்து வைத்து, முன்னே சென்றான்.

இரண்டு அணில்கள் பொசுங்கிக் கிடந்தன. பொசுங்க நாற்றம் குமட்டியது. மூக்கை உறிஞ்சிக்கொண்டு மேலே நடந்தான்.

காலடியில் ஒரு பாம்பு நெளிந்தது!

சா. கந்தசாமி

ஒரு கணம் அதை உற்றுப் பார்த்தான்.

நல்ல பாம்பு; பெரிய பாம்பு! அதன் பாதி உடம்பு வெந்திருந்தது.

அவன் உடல் சிலிர்த்தது; வேகமாகத் திரும்பினான். ஒரு குரங்கு கத்திக்கொண்டே கீழே குதித்தது; அதைத் தொடர்ந்து இன்னொன்று; அப்புறம் மற்றொன்று. அவன் பார்த்துக் கொண்டேயிருந்தான்; எண்ண முடியவில்லை; ஐம்பது குரங்கு இருக்குமா! அதற்கு மேலும் இருக்கும்போலத் தோன்றியது!

'நெருப்பு வேலை செய்ய ஆரம்பிச்சுடுச்சு.'

'பெரிய காடுதான்!'

அவனுக்கு மாட்டின் நினைவு வந்தது. 'இப்போது அவை எங்கிருக்கும்?' என்று யோசித்துக்கொண்டே குடிசைக்கு வந்தான் சிதம்பரம்.

"தம்பி அங்க என்னத்தைக் கண்டுச்சு?"

"ஒண்ணுத்தையும் இல்லீங்க, மாமா" என்று சொல்லிக் கொண்டே கட்டிலில் ஏறி உட்கார்ந்தான்.

11

மறுநாள் அவர்கள் தோட்டத்திற்குச் சென்றபோது நெருப்பு அப்படியே புகைந்துகொண்டிருந்தது. சிதம்பரம் அதை ஆழ்ந்து நோக்கிவிட்டு, "ரொம்ப புகைங்க!" என்றான்.

"உள்ளுக்குள்ளே நல்லா எரியுது."

"இப்படி எரிஞ்சுக்கிட்டிருந்தா ரொம்ப நாளைக்கு எரியுமே, மாமா?"

அவர் சிரித்தார்.

"நெருப்பு எத்தனை நாளைக்கு இப்படி எரியும்? செத்தக்குள்ள திகுதிகுன்னு எரிய ஆரம்பிச்சுடும்."

"ஆமாம்."

இருவரும் சற்று முன்னே சென்றார்கள்.

"தாழ அழிஞ்சுட்டா ஒரு பெரிய காரியம் முடிஞ்சாப் போலத்தாங்க..."

"ஆமாங்க... பெரிய குத்து இல்லீங்களா?"

"ரொம்ப காலத்துக் குத்துங்க, தம்பி."

"தாழங் குத்திலே பாம்பு இருக்குமுங்களாமே, மாமா?"

"அப்படித்தாங்க தம்பி சொல்லுறாங்க. பாரதத்திலே கூட கதை வருதுங்களே. ஆனா, பாருங்க, என் வயசிலே ஒரு பாம்பையும் இஞ்ச நான் பார்த்ததில்லே..."

"எங்கயாச்சும் உள்ளே இருக்குங்க."

"இருக்கும்" என்றார் தேவர். அவர் பார்வை தாழங் காட்டை ஊடுருவிச் சென்றது. தீ இன்னும் பூரணமாகப் பற்றிக்கொண்டு மேலே வரவில்லை. ஆனால், உள்ளுக் குள்ளேயே சுழன்று சுழன்று எரிகிறது. தீயை மிஞ்சிய புகை; கரும் திரைகளாக மேலேயெழும்பி மேக மண்டலத்தை நோக்கி விரைந்தது.

பச்சை மரங்கள் தீப்பற்றி வெடிக்கும் சடசடப்பை மீறிக் கொண்டு, நரியின் ஊளைச் சப்தம்; ஒன்றாய், இரண்டாய் ஒலித்து, பலவாய் மாறியது!

பழனி சற்று முன்னே வந்து, "நரிங்க..!" என்றான்.

"ஆமாம்."

பத்து நரிகள் கூட்டமாக ஓடின. கடைசியில் ஒரு நொண்டி நரி. பழனி அதை அடிக்கக் கல்லையெடுத்தான். அது ஓடி மறைந்துவிட்டது.

"கப்பக்காரவங்க வூட்டிலே ஆட்டுக் குட்டியைத் தூக்கிக் கிட்டுப் போன நரிங்க!"

"அப்படியா?"

"ஆமாங்க. காலுகூட நொண்டுது பாருங்க! நான்தான் அடிச்சங்க. அன்னக்கி நல்ல நிலா. இன்னொரு கல்லு வுட்டிருந்தா சுருண்டிருக்குங்க; ஆனா, கல்லு அப்ப அம்புடாம போயிடுச் சிங்க..."

தேவர் அவனை அருகில் அழைத்துத் தட்டிக் கொடுத்தார்.

"நீ பலே சூரன்! உங்க அப்பன் மாதிரி..."

"நம்ப செத்த அந்தப் பக்கம் போகலாங்களா?"

கட்டிலை விட்டெழுந்தார் தேவர். பழனியைச் சாப் பாட்டிற்கு அனுப்பிவிட்டு, இருவரும் தீப்பற்றி எரியும் பிரப்பங் காட்டை நோக்கிச் சென்றார்கள்.

அடங்கியிருந்த தீ, திடீரென்று மேல்நோக்கித் தாவியது. தென்னையின் பசுமட்டைகள் பொசுங்கிக் கருகின. அவர்கள் சற்றும் எதிர்பாராத விதத்தில், தீ மேற்கு முனையை நோக்கி விரைந்துகொண்டிருந்தது.

கண்கள் தீயைக் குத்திட்டு நோக்க, உணர்ச்சி நிறைந்த குரலில் தேவர் பேசினார்: "பஞ்ச பூதம் என்பாங்க. அதுலே, காத்திலே, மழையிலே தப்பிச்சுக்கலாம். ஆனா, நெருப்பு இருக்குதே ... அதுலேயிருந்து ஒருத்தரும் தப்பிச்சுக்க முடியாதுங்க தம்பி."

"காத்தடிச்சா – வெள்ளம் வந்தா – பத்து மரத்திலே ஒண்ணு ரெண்டு மிஞ்சும். ஆனா, நெருப்புப் பட்டா என்னங்க மிஞ்சும்? வெறும் சாம்பதான்!"

"அதான்!" தேவர் அங்கீகரித்தார். "பத்து வருஷத்துக்கு முந்திய சமாசாரங்க, தம்பி. ஒரு தை மாசம்; பொங்கலுக்கு

எட்டு நாளு கழிச்சு. ஒருநா நடு ராவுலே, பாலு ஐயர் வூடு பத்திக்கிச்சு. குய்யோ முறையோன்னு ஒரே கூச்ச; இரச்ச. அப்பத்தான் கள்ளுக் கடைக்குப் போயிட்டு வந்து படுத்தேன்.

"அப்ப, தங்கம் இருந்தா; அவ ஓடியாந்து 'என்னங்க, அக்ரகாரத்திலே என்னமோ கத்துறாங்க! போய்ப் பாருங்க! ஊரு முழுசா ஒரே வெளிச்சமா இருக்கு!'ன்னா.

"வாசல்ல வந்து பாத்தா, ஒரே வெளிச்சம், பட்டப் பக மாதிரி! அதோடுகூட ஒரே இரச்ச – அழறதும் பேசறதும் – அப்புறம் நிக்க முடியுமா?

'எலே, அக்ரகாரம் பத்திக்கிச்சு. ஓடியாங்க'ன்னு கத்திக் கிட்டே நாலு பாய்ச்சல்லே ஓடினேன். எனக்குப் பின்னாடி கப்பக்கார அண்ணாமலைத் தேவர், பட்டா செல்லையாத் தேவர், முருகப் படையாச்சி, சங்கரப்பிள்ளை, நாராயண பிள்ளை – எல்லாம் படையா திரண்டு வந்தாங்க. ஆனா, நாங்க போறதுக்குள்ளே நாலு அஞ்சு வூட்டுக்கு வரிசையா நெருப்பு பாய்ஞ்சுடுச்சு.

"ஜோரா ஜிகுஜிகுன்னு நெருப்பு எரியுது! ஆணு பெண்ணு அடங்கலும் சாலையில் நின்னுகிட்டு 'ஓ'ன்னு அழுவுதுங்க.

"ஐயர்மாருங்க சமாசாரமே ஒரு தினுசு. வாயால ரொம்ப நல்லாப் பேசுவாங்க; வேதம் சாஸ்திரம் சொல்லுவாங்க. ஆனா, காரியமென்னா முன்னே போகமாட்டாங்க. இது இப்பத்தி சமாசாரமில்லே. ராமாயண காலத்து விஷயம். பொண்டாட்டியை ஒருத்தன் அடிச்சுக்கிட்டுப் போயிட்டான்; புருஷன் துணை தேடறான். அதுபோலதான். இஞ்ச வூடு பத்தி திகுதிகுன்னு எரியுது. மேலே ஏறி அணைக்கணுமே, அதான் இல்லை! 'அவனைக் கூப்பிடு – இவனைக் கூப்பிடு'ன்னு ஒருத்தர் பின்னாலே ஒருத்தர். எனக்கு ரொம்ப கோபம் வந்துடுச்சு; சகிக்கிலே. எதுக்க நிக்கறது ஆருன்னுகூட பாக்காம, புடுச்சுத் தள்ளிக்கிட்டு, 'எல, அண்ணாமல தண்ணி கொண்டாடா'ன்னு கத்திக்கிட்டே எரியிற வூட்டுமேலே ஏறினேன். அந்த சந்தடியிலே அவனைக் காணோம்; எங்கேயோ ஓழிஞ்சுட்டான். சங்கரப் பிள்ளை எந்த வூட்டுலேயோ புகுந்து நாலு குடம் கொண்டாந் தாரு. அவரும் முருக படையாச்சியும் தண்ணி மொண்டு மொண்டு கொடுக்க வாங்கி வாங்கித் தீயிலே ஊத்தினேன்.

"இன்னொரு பக்கத்திலே பட்டா செல்லையாத் தேவர் பச்சை மட்டையை வெட்டி வெட்டி நெருப்புகிட்ட போட்டாங்க. தண்ணி ஊத்தினாங்க. மொதல்ல பொசு பொசுன்னு எல்லாம் போயிடுச்சு. ஆனா, அவுங்க சளைக்கலே; தண்ணியும் மட்டையும் மாறி மாறிப் போட்டாங்க.

"செத்தைக்கெல்லாம் ஊரே திரண்டு வந்துடுச்சு. அக்ர காரத்திலிருந்து ஆத்து வரைக்கும், ஆணும் பொண்ணுமா ஒரு வரிசை. குடம் குடமாத் தண்ணி. ஒருவழியா பொழுது விடியற அப்ப தீயை அணைச்சோம். பத்து மாடுங்க, ஒரு குழந்த, கணக் கில்லாத சாமான் போயிடுச்சுன்னா பாத்துக்குங்க, தம்பி!"

"தழும்புகூட அப்ப பட்டதுதாங்களா?"

"ஒரு ஆணி தெறிச்சி அடுச்சிச்சு."

"நெருப்புன்னா இப்படித்தாங்க. ஒரு வாட்டி லங்கையிலே ஒரு வார்குச்சு – நூறு நூற்றைம்பது குடிசைங்க, கண்மூடித் திறக்கறதுக்குள்ளே எரிஞ்சு போயிடுச்சு. இங்கயாச்சும் தண்ணி இருக்கு கிட்டத்திலே – பத்திக்கிட்டா அணைக்க. அங்க அதெல் லாம் ஒண்ணும் கிடையாது. நெருப்பு பத்திக்கிட்டா, அதுவாத் தான் அணையணும். அந்தத் தீ விபத்திலே பத்துப் புள்ளைங்க, மூணு பொம்மனாட்டிங்க, ரெண்டு ஆளுங்க கருகித் தீய்ந்து போயிட்டாங்க!"

"அதாங்க தம்பி, நெருப்பு. இப்ப இஞ்ச பாக்கிறோம். அப்புறம் குடிசை எரியுது; பச்சை மரம் எரியுது."

"இங்க நான் பொறப்படற அப்ப ஒரு விபத்து. நாலு வீடுங்க. எட்டுக் கடைங்க. செத்த நாழியிலே பத்தி எரிஞ்சி போச்சுங்க."

"அது என்னங்க தம்பி, ரெண்டு வருஷத்துக்கு முன்னே, இஞ்ச தேரு பத்திக்கிச்சுங்க!"

"தேருங்களா?"

"ராவுலே நிலைக்கு வந்த தேர், விடியக்காத்தால பத்திக் கிச்சுங்க."

"எப்படிங்க? ரொம்ப ஆச்சரியமா இருக்கே!"

"தீவட்டியை அணைக்காம எந்தப் பயலோ தேர் இடுக்கிலே சொருகிட்டுப் போயிட்டான். ராவெல்லாம் கனிஞ்சு, விடியக் காத்தால பத்திக்கிச்சு."

"இப்ப இருக்கிற தேருங்களா?"

"ஆமாம். அங்க இங்க ஒக்கப் பண்ணி, சரி பண்ணிட்டோம். பாத்தா தெரியாதுங்க, தம்பி."

சுருள் சுருளாகப் புகையை உமிழும் தீயைப் பார்த்துக் கொண்டே சிதம்பரம், "நெருப்பைப் பத்தி ஒண்ணும் நிச்சயிக்க முடியாதுங்க" என்றான்.

"ஒரு வாட்டி, மாடவீதி பத்திக்கிச்சு. வடக்கால தீ பரவும்ன்னு தண்ணி ஊத்தினோம். பச்சை மட்டையெல்லாம்

வெட்டியாந்து போட்டோம். ஆனா பாருங்க, ஒரு காத்து வந்துச்சு; தீ தெக்கால திரும்பிடுச்சு ...”

“இங்க அப்படிப் பரவாம இருக்கணும்.”

“இஞ்ச வீடா வாசலா! அந்தாண்ட புளிய மரம்; அப்புறம் வய. அதுக்கெல்லாம் தீ எட்டாதுங்க ... ஆனா, நீங்க சொல்லறது போல நெருப்புக்கு மிஞ்சி ஒண்ணுமில்லேதாங்க.”

சீறிக்கொண்டு வந்த தீ மெல்ல அடங்கியது.

இருவரும் எதிர்பார்த்தது ஏதும் நடக்கவில்லை. சருகுகள் மிதிபட்டு நொறுங்க, தீயருகில் சென்றார்கள்.

கனன்றெரிந்த கிளைகள் நெருப்புத் துண்டுகளாய்த் தகதகத்துக்கொண்டிருந்தன. ஒரு ஜொலிப்பு! ஜுவாலையின் கம்பீரம்! நெருங்க முடியாத அனல் வீச்சு!

“உள்ளுக்குள்ளே நல்லா நெருப்பு விழுந்து போச்சுங்க தம்பி.”

“ஆமாங்க.”

“நாலு நாளைக்கு மேல எரியும்னு தோணுதுங்க.”

“நாலு நாளைக்குங்களா?” என்று கேட்டுக்கொண்டே, தோட்டத்தை ஊடுருவி நோக்கினான் சிதம்பரம். புகைந் தெரியும் காரையும் தாழையும் அழுத்தமான பாங்கில் அதை உணர்த்தின. விவாதம் ஏதுமின்றியே அதனை அங்கீகரித்தான்.

எதிர்பார்ப்பது மாதிரி சிறிய வட்டத்திற்குள்ளேயே தீ எரிந்து அணையுமா? இல்லை, கட்டுக்கடங்காமல் பெரும் தீயாய் – ஊழித் தீயாய் மாறி, தோட்டத்தைக் கடந்து வயல் வெளியைப் பொசுக்கிவிட்டு, பலாத் தோப்பிற்கும் போகுமா? வரையறுத்து நிச்சயப்படுத்த முடியாதது.

“எல்லாம் நல்லபடியா முடிஞ்சு போச்சுன்னா போதுங்க, மாமா.”

“ஆமாங்க, தம்பி.”

ஒரு நரிக்கூட்டம் ஊளையிட்டவாறு புளியந்தோப்பின் பின்னே ஓடி மறைந்தது. வானில் பறவைகள் சிறகை அடித்துக் கொண்டு அங்குமிங்கும் பறந்துகொண்டிருந்தன.

“அனல் வீச்சுங்க; அதான், பட்சி பறவையெல்லாம் கிளம் பிடுச்சுங்க!”

“என்ன அனல், நிக்க முடியலியே!”

அவன் பின்னுக்கு நகர்ந்தான்.

"சூரியன் உச்சிக்கு மேலே வந்திடுச்சுங்க; சாப்பிடப் போகலாங்களா, தம்பி?"

"இங்க யாராவது இருந்தா கொஞ்சம் சௌரியம்ன்னு படுதுங்க, மாமா."

"பய எங்கெ?"

"சாப்பாட்டுக்குப் போனவன்தாங்க."

"அப்ப, இப்ப வந்துடுவான். நான் சாம்பமூர்த்தி ஐயரைக் கொஞ்சம் பாத்துட்டு வரேன். நீங்க பய வந்ததும் வந்துடுங்க . . ."

"விசேஷங்களா?"

"நம்ப வூட்டுலே பொண்ணு இருக்கில்லே . . ."

"பொண்ணு பாக்க வராங்களா?"

"வில்லியனூரிலே இருந்து வராங்கன்னு செய்தி. ஆனா, நிச்சயமா சொல்லுறதுக்கில்லே. எதுக்கும் நாம்ப வூட்டுலே இருக்கிறது சௌரியம் . . ."

"ஆமாங்க. நான் சுருக்கா வந்துடறேங்க."

"ஐயர்கிட்ட ஒண்ணும் வேலையில்லே. நாலு வாழைத்தாரு வேணும்ன்னு சொன்னாங்களாம். அது என்ன விஷயமென்னு நேரா பாக்கணும் . . ."

"நான் சுருக்கா வந்துடறேங்க."

தேவருக்கு விடை கொடுத்து அனுப்பிவிட்டுக் கட்டிலில் போய் அமர்ந்தான். வான மண்டலம் முழுவதையும் கரும் புகையும் வெண் புகையும் மூடிக்கொண்டிருந்தன. பயங்கரமாகப் பறவைகளும் மிருகங்களும் அலறிக்கொண்டு ஓடின. தீ தன் பிடியில் சிக்கியதையெல்லாம் பொசுக்கிக்கொண்டு முன் நோக்கிச் செல்கிறது.

சிதம்பரத்தின் கட்டிலில், குருட்டாம் போக்காய் – சிறகைப் படபடவென்று அடித்துக்கொண்டு ஒரு காக்கை விழுந்தது. அவன் திடுக்கிட்டுத் துள்ளிக் குதித்தான். காக்கையைப் பார்த்ததும் புன்சிரிப்பு வெளிப்பட்டது. காக்கையின் காலைப் பிடித்துத் தீயை நோக்கி வீசியெறிந்தான். ஒரு ஓசையின்றி, சடசடப்பின்றிக் காகம் தீயில் போய் விழுந்தது. இறகு பொசுங்கிக் கருகிச் சாம்பலாகும் காட்சியைக் காண வேண்டும் என்று மனத்துக்குள் ஓர் ஆவல். அலக்கை எடுத்துக்கொண்டு முன்னே சென்றான், அனல் வீச்சையும் பொருட்படுத்தாமல்.

காக்கை தீயில் பொசுங்கிக்கொண்டிருந்தது. அலக்கால் குத்தி, எரியும் காக்கையை மேலே தூக்கினான். ஒரு நெடி,

வாடை, குப்பென்று அடித்தது. முகத்தைச் சுளித்துக்கொண்டு காக்கையை அலக்கோடு தீயில் செருகினான். அலக்கு வேகமாக உள்ளே சென்றது.

அலக்கை வெளியே உருவிப் பார்த்தபோது, நிதானமாக எரிந்துகொண்டிருந்தது. இது இரண்டாவது அலக்கு – கருக்கரிவாள் கட்டியது. தீ பற்றிய வேகத்தில் அரிவாள் வரையில் உள்ள பகுதி சாம்பலாகிவிட்டது. அரிவாள் இன்றி எரியும் அலக்கைத் தீர்க்கமாக நோக்கினான். அவன் மனத்தில் நெறி முறையைப் பற்றியும், வாழ்க்கையைப் பற்றியும் வியக்கத்தக்க விதத்தில் ஓர் உணர்வு தோன்றியது. அவன் புளகாங்கிதமுற்றான். உடல் முழுவதும் குப்பென்று வியர்த்தது; நிற்க முடியவில்லை. வெறியுற்ற நிலையில், எரியும் அலக்கைத் தீயில் வீசியெறிந்து விட்டு, கட்டிலில் போய் அமர்ந்தான்.

தீ சடசடவென்ற இரைச்சலோடு மேலுக்குத் தாவிப் புன்னை மரத்தைச் சாடியது. இலைகளிலிருந்து கிளைகளுக்கும், கிளைகளிலிருந்து அடி மரத்திற்கும் ஒரு தாவல். உயர்ந்து, அலையலையாய்ப் படர்ந்து அடங்கும் தீயின் போக்கையே அவன் பார்த்துக்கொண்டிருந்தான்.

அந்தரத்தில் தீ அற்புதம் நிகழ்த்துகிறது. ஒரோர் சமயம் தீயின் உக்ரம் அவனை நிலைகுலைய வைத்தது. இப்படியே போனால் என்ன ஆகும்?

நேரம் செல்லச் செல்லத் தீயின் கம்பீரம் கூடிக்கொண்டே வந்தது. புன்னை மரத்தில் கொடியாய்த் தாவிப் பாய்ந்து சென்றுகொண்டிருந்த நெருப்பு நின்று எரிய ஆரம்பித்தது.

கட்டிலில் உட்கார்ந்திருக்க முடியவில்லை. காற்று அனலைக் கொண்டுவந்து முகத்தில் வீசியது. துண்டை எடுத்து, முகத்தைத் துடைத்துக்கொண்டு எழுந்தபோது பழனியாண்டி வந்தான்.

"ஊரிலேயிருந்து அக்கா வந்துடுச்சுங்க..."

"சொந்த அக்காவா?"

"ஆமாங்க. நாட்டாண்மைக்காரங்க வூட்டுலே சுருக்கா உங்களை வரச் சொன்னாங்க."

"யாரு சொன்னா?"

"அத்தைங்க."

"நீ பத்திரமா இங்க இரு. நான் செத்தப் போயிட்டு வாரேன்."

"சரிங்க."

"நெருப்புகிட்டப் போய் வேடிக்கை பாக்காதே."

சா. கந்தசாமி

“இல்லீங்க.”

“பத்திரம். நெருப்பு ஜோரா எரியுது; எட்டவே இரு; நான் இப்பவே வந்துடறேன்.”

“ரெண்டு வருஷம் நான் தீ மிதிச்சு இருக்கிறேங்க!”

முன்னே காலடி எடுத்து வைத்த சிதம்பரம் சற்றே திரும்பிப் பார்த்தான். ஆனால், அவன் வாயிலிருந்து ஒரு வார்த்தையும் வரவில்லை.

தோட்டத்தைக் கடந்து சாலைக்கு வந்தபின், வழியில் சந்தித்த தலையாரி கேட்டான்: “நெருப்பு வச்சுட்டீங்க போல இருக்கே?”

“ஆமாம்.”

“புகை எட்டின வரைக்கும் தெரியுதுங்க.”

“அப்படியா?”

“ஆமாங்க.”

“இன்னும் சரியா பத்தலே.”

“சின்னத் தோட்டமா, சட்டென்னு பத்த?”

அவன் முறுவலித்தான்.

“ஒங்கள ஐயரு ஒரு வாட்டி வந்துட்டுப் போவச் சொன்னாங்க.”

“நானும் போவணும் போவணும்ன்னு பயணப்படறேன். எங்க முடியுது? ஒரு ஒரு வேலயா வந்து தள்ளிக்கிட்டுப் போவுது.”

“உம்மைதாங்க, ஒண்டியா ஆயிரம் வேலையில்லே பாக்கிறீங்க”

“எங்கெ, வேலையெல்லாம் அப்படி அப்படியே கிடக்குது.”

“நீங்க சொல்லிட்டா சரிங்களா. முக்காத் தோப்பைத் தனியா நின்னே, செத்த நாழியிலே அழிச்சிட்டீங்களே!”

“வண்டி ஓட்ட ஒரு பத்து ஆளுங்க வேணும்.”

“இஞ்ச வண்டி ஓட்டத் தோதா யாருமில்லீங்க, எதுக்கும் நீங்க பொன்னுவேலுத் தேவரைப் பாருங்க. அவுங்க ஏதாச்சும் ஏற்பாடு செய்வாங்க. ஆனா, ஒண்ணுங்க. இங்க இருக்கறவங்க எல்லாம் பயிரு பண்ணுறவுங்க. அதை வுட்டுட்டு வேற ஒண்ணுக்கும் வரமாட்டாங்க.”

“சும்மா இருக்கற அப்ப, வேற ஒரு வேலெ ஏன் பண்ணக் கூடாது?”

“எப்படிங்க அது முடியும்?”

சமூக அமைப்பு முழுவதும் சிக்கல் நிறைந்தது போலவும், புரிந்துகொள்ள முடியாதது போலவும் பட்டது.

பன்னிரண்டு நாட்களுக்கு முன்னால் – இதை உறுதிப் படுத்துவது போல நடந்த சம்பவமும் அவன் நினைவில் படர்ந்தது.

திங்கட்கிழமை வேலைக்கு வருவதாகச் சொல்லி வாளை வைத்துவிட்டுப் போன அண்ணாமலை, விடியற்காலையில் வந்து, “எங்க செட்டியார் வூட்டுக்கு மரம் வெட்டணுங்களாம். அதை முடிச்சுட்டுத்தாங்க உங்க வேலை” என்றான்.

சிதம்பரம் அவனைக் குத்திட்டு நோக்கினான்.

“அவுங்க என்ன கூலி கொடுப்பாங்க?”

“கூலி என்னாங்க, கூலி. நாலு தலைமுறையா நாங்க அவுங்க வூட்டிலே வேலை செய்யிறோங்க. குடியிருக்கற மண்ணு, தின்னுற சோறு, கட்டிருக்கற துணி – எல்லாம் அவுங்களது தாங்க. . .”

“உம். . .”

“பாருங்க. செட்டியார் அவுங்க தோட்டத்துக்கு வந்து ஒரு முப்பது முப்பத்திரண்டு வருஷத்துக்கு மேல ஆவுதுங்க. பலா காய்க்குதா, மாங்கா காய்க்குதா, தென்னை காய்க்குதா – அவுங்களுக்கு ஒண்ணும் தெரியாதுங்க. நாம்ப பாத்துச் சொல்லுறதுதாங்க.”

“ஆச்சரியமா இருக்கே!”

“அவுங்கதான் அப்படித்தான்னா, எங்க ஆச்சி அதுக்கு மேலேங்க. புண்ணியவதின்னா புண்ணியவதிங்க. பூமி அதிர ஒரு அடி வைக்கத் தெரியாதுங்க; கோவமா ஒரு வார்த்தை பேசத் தெரியாதுங்க. ‘பீத்தர்’ மாங்கா இறக்கிப் பழுக்க வச்சுக் கொண்டு போய் வூட்டுலே வச்சா, ‘ஏண்டா, நீ எடுத்துக் கிட்டியா?’ என்னுதான் மொதல்ல கேப்பாங்க.

“நான் பேசாம நிப்பேங்க.

“‘உனக்கு எத்தனி வாட்டிச் சொல்லறது? உனக்குப் போவத் தான் – மிச்சந்தான் எங்களுக்கு’ – எம்பாங்க. அவுங்க ரொம்ப பெரிய வூட்டுப் பொண்ணு; பூந்த வூடும் அப்படித்தாங்க. அவுங்க வூட்டிலேதாங்க முதல்ல கூறைப் புடவை போட்டாங்க. அதுக்கு ஒரு பிரசித்தம்; ஊரெல்லாம் பேரு. காசி என்னா. ராமேஸ்வரமென்னா – அங்கெல்லாம் இருந்து புடவைக்கு ஆளுங்க வருங்க. அவுங்கள பாத்துத்தாங்க ஒரு ஒரு செட்டி யாரா இஞ்ச தறி போட ஆரம்பிச்சாங்க . . .”

அவன் பேச்சால் சிதம்பரம் சலிப்புற்றான்.

"நீ எப்ப வேலைக்கு வர்றே?"

"அங்க முடிஞ்ச கையோடங்க."

"எப்ப முடியும்?"

"அஞ்சாறு நாளிலேங்க" என்று வாளை எடுத்துக்கொண்டு போனவன் – எட்டு நாட்களாகியும் வரவில்லை!

அவனைப் பற்றி தேவரிடம் சொன்னதும், "அந்தப் பய இருக்கானே, சுத்தக் கிறுக்கன். இஞ்ச தலையும் அங்க காலையும் நீட்டுவான். இருங்க, நம்ப செட்டியார்கிட்டச் சொல்லி, சிண்டைப் பிடிச்சுக் கொண்டாறேன்" என்றார்.

12

புகையை உமிழ்ந்தவாறு கனிந்துகொண்டிருந்த தீ, நான்காம் நாள் ஜுவாலையோடு குபீரென்று நாலா பக்கமும் பரவியது. அவன் திட்டங்களும் அனுமானங்களும் தகர்ந்து போயின; ஆழ்ந்த மௌனத்தோடு தீயை ஊடுருவி நோக்கினான் சிதம்பரம்.

மின்னல் கொடியாகத் தீ தோட்டம் முழுவதும் பாய்ந்தோடியது. செந்தழலில் பசுந்தழைகள் பொசுங்கின.

ஆரண்யம் முழுவதும் ஊழித் தீ, நெருப்புக் கடல். பிரப்பங்காட்டையும் தாழங்குத்தையும் அழித்த தீ, அவன் புதிய வீட்டைச் சாம்பலாக்கிவிட்டுப் புளிய மரத்தின் மீது பாய்ந்தது.

சிதம்பரம் வாய்க்காலோரத்தில் நின்று எரியும் நெருப்பின் ஜுவாலையைப் பார்த்துக்கொண்டிருந்தான். அனல் வீச்சில் நிற்க முடியவில்லை; பின்னுக்கு நகர்ந்தான்.

சிவனாண்டித் தேவர் குறுக்காக மேடு பள்ளம் இறங்கி ஏறி வந்தார். தீயைப் பார்த்ததும், ஒரு கணம் அவர் பேசவில்லை. வைத்த கண் வாங்காமல் அதையே பார்த்துக்கொண்டிருந்தார்.

அமைதி அவனைச் சங்கடப்படுத்தியது.

"என்னங்க, மாமா?"

"இப்ப காத்து இல்லாம இருந்தா நல்லா இருக்கும்."

"ஆமாங்க."

அவன் தலை பலமாக அசைந்தது.

சீராக வீசிக்கொண்டிருந்த காற்று சற்றே உயர்ந்தது. மரங்கள் அசைந்தாடின; கிளைகள் தீயோடு குலுங்கின. 'விர்விர்' என்று காற்று தீயின் மீது ஊடுருவிப் பாய்ந்

தோடியது; உயர்ந்தும் தாழ்ந்தும் கடல் அலைபோல மரங்களில் மோதியது.

அமைதியாகவும் தொடர்ச்சியாகவும் காற்று வீசினால் இரண்டு மூன்று நாட்களுக்குத் தொடரலாம். ஆனால், காற்று புயலாக மாறி, ஊழித் தீயோடு சேர்ந்துகொண்டால், ஒரே நாளில் சகலத்தையும் அழித்துவிடலாம்.

சிதம்பரத்தின் பார்வை தோட்டம் முழுவதும் சென்றது. உதட்டைக் கடித்துக்கொண்டான்.

"மழை வருங்களா, மாமா?"

தேவர் வானத்தைப் பார்த்தார். அப்புறம் அவன் பக்கம் திரும்பி, "மழையா?" என்று கேட்டார்.

இப்படியே காற்று வீசிக்கொண்டிருந்தால் இன்னும் பல நாட்களுக்குத் தொடர்ந்து தீ எரியலாம். ஒவ்வொரு மரத்தையும் புல்லையும் பூண்டையுங்கூட அழித்துவிடலாம். கடைசி வரிசை – இலுப்பை; அதுவும் எரிந்துவிட்டால், தோட்டம் திடலாகி விடும்!

அடுத்த நாள் காற்று நின்றுவிட்டது. திடீரென்று காற்று பூமியில் அழுந்தியது மாதிரி பிரமை. ஒரு கிளை அசையவில்லை; கொடி அசையவில்லை; தழை அசையவில்லை; எல்லாம் குத்திட்டு நின்றன.

தேவர் வான் முகட்டை நெடுநேரம் ஆழ்ந்து நோக்கினார். செவ்வானத்தில் பசலை இருள் பரவுவது தெரிந்தது.

"கிழக்கால மழை பொழியுதுங்க, தம்பி."

"இங்கே வருங்களா, மாமா?"

"வரும் போல தோணுதுங்க!"

அவர்கள் உற்சாகத்தோடும் ஆவேசத்தோடும் எதிர்பார்த்த மழை வரவில்லை. கறுத்த வானம் வெளிறியது. கார்மேகக் கூட்டங்கள் கிழக்கு நோக்கி நகர்ந்தன. இருந்தும் காற்று கிளம்பவில்லை. காற்று இன்றி – ஜுவாலை பொறியாய்ப் பறக்க, தீ உக்ரமும் ஆவேசமும் இல்லாமல் எரிந்துகொண்டிருந்தது. 'தங்கள் கரங்களில் ஒன்றுமில்லை' என்ற தவிப்போடு வீட்டிற்குத் திரும்பினார்கள்.

முன்னே சென்றுகொண்டிருந்த தேவர், சற்றே நின்று, "பார்க்கப் போனாங்க தம்பி, நெருப்புக்கு மிஞ்சி ஒண்ணுமே இல்லீங்க" என்றார்.

"..."

"லங்கையில் குரங்கு வச்ச நெருப்பு மாதிரியில்லே ஆயிடுச்சு!"

"நம்ப வூடு போயிடுச்சுங்க..."

"எல்லாம் போயிடுச்சுங்க, தம்பி."

மனம் முறிவுற்றது மாதிரி ஓர் ஏக்கம், இருவர் மனத்தையும் அழுத்தியது. ஆனால், முழு மனத்தோடு தன் செயலைக் குற்ற மென்று தீர்ப்பளிக்க அவனால் இயலவில்லை. தன் திட்டத்தின் சில அம்சங்கள் தன்னை மீறிக்கொண்டு போய்விட்டன; அவ்வளவுதான்!

அடுத்தநாள் வந்தபோது வாய்க்கால் கரையிலேயே நிற்க வேண்டியதாயிற்று. சுளீரென்று அனல்; மேலே போக முடிய வில்லை.

புளிய மரங்கள் அனைத்தும் தீப்பற்றி எரிந்துவிட்டன. வரிசையாய் மொட்டை மரங்கள் - ஒரு கிளையின்றி இலை யின்றி நின்றுகொண்டிருந்தன. தெற்கு மூலையில் இருந்த புங்க மரங்களும் பெரிய ஆலமரமும் பற்றி எரிந்துகொண் டிருந்தன.

பன்னிரண்டாம் நாள், குறிப்பிடத்தக்க அளவிற்குத் தீயின் வீரியம் குன்றியது. ஆமை தலையை உள்ளுக்குள் இழுத்துக் கொள்வது மாதிரி, நெருப்புத் தன்னையே அழுத்திக்கொண் டிருந்தது. வாய்க்கால் கரையை விட்டு, தோட்டத்தின் எல்லைக்கு வந்தார்கள். ஆனால், உள்ளே புக முடியவில்லை. நெருப்பு இன்னும் கணகணத்துக்கொண்டிருந்தது. தணல் அணைந்தா லொழிய தோட்டத்திற்குள் நுழைய முடியாது.

காடு முழுவதும் தீப்பட்டு நிற்கையில், எப்பொழுது நெருப்பு அணையும் என்பதை அனுமானிக்க முடியவில்லை. ஒவ்வொரு நாளும் தோட்டத்தின் எல்லையில் சற்று நேரம் வேடிக்கை பார்ப்பது மாதிரி நின்று திரும்புவது ஒரு வழக்கமாகிவிட்டது. சிதம்பரத்தைவிட தேவர்தான் வாடிப்போனார். அவர் உற்சாக மும் வேடிக்கைப் பேச்சும் குறைந்துபோயின.

அவர் சோர்வு சிதம்பரத்திற்கு வேதனை அளித்தது. தணிந்த குரலில், "நம்ப கையில் ஒண்ணுமில்லீங்க, மாமா" என்றான் ஆறுதலாக.

தேவர் மெல்லத் திரும்பினார். மீசையைத் தள்ளிவிட்டுக் கொண்டார். ஆனால், ஒரு வார்த்தையும் அவர் வாயிலிருந்து வரவில்லை.

யாரும் எதிர்பாராத விதத்தில் ஒரு நாள் மழை வந்தது. அவர்களுக்குத் தாள முடியாத மகிழ்ச்சி. திண்ணையில் துண்டைப் போட்டுவிட்டு, வாசலுக்கு வந்து கொட்டும் மழையில் நனைந்தபடியே சிதம்பரம், "நல்ல மழைங்க, மாமா!" என்றான்.

சா. கந்தசாமி

“செத்தப் பிந்தி வந்தாலும், சரியான மழைங்க, தம்பி!”

“அடே அப்பா, என்ன போடு போடுது! ரெண்டு நாளைக்குப் பேயும் போல இருக்குங்க, மாமா.”

“எதுக்குங்க தம்பி நனயுறீங்க? வாங்க உள்ள!”–சிவனாண்டித் தேவர் நெற்றியில் விழுந்த மழைத்துளியைத் துடைத்துக் கொண்டே திண்ணைக்கு வந்தார்.

“நெருப்பு சுத்தமா அவிஞ்சு போயிடுங்க.”

“மெல்ல சொல்லுறீங்களே, தம்பி.”

“பிந்தி வந்தாலும் கனமழைதாங்க.”

“நாலு நாளைக்கு முந்தி வந்திருந்தா, ரொம்ப உபகாரமா இருந்திருக்கும்.”

“நமக்கு அவ்வளவுதான்.”

சிதம்பரம் திண்ணையில் சாய்ந்து உட்கார்ந்தான்.

நேரம் ஆகஆக வானம் கறுத்துக்கொண்டே வந்தது. பெருமழைக்கு அறிகுறியாகக் காற்று நின்றது.

“ஒரு மின்னல், ஒரு இடிகூட இல்லீங்க, மாமா!”

“ஜோரான மழை கிளம்பிடுச்சு.”

“அன்னக்கி நெருப்பு இப்படித்தான் புடுச்சிச்சு; இன்னக்கி மழையும் அப்படித்தான் புடுச்சு இருக்கு.”

“மழையும் மக்கப் பேறும் மகாதேவனுக்கும் தெரியாது என்பாங்க.”

சிதம்பரம் லேசாக முறுவலித்தான்.

“அஞ்சு வருஷத்துக்கு முன்னெ, ஒரு வாட்டி மழை இல்லே; மழை இல்லேயின்னா சுத்தமா மழையில்லே; ஏழு மாசமா. சித்திரை மாசம் போல வெயில் கொளுத்திச்சு. பயிரெல்லாம் கருகிப் போயிடுச்சு. ஆடு மாடுகளுக்குக்கூடத் தண்ணியில்லே. குளம் குட்டையெல்லாம் சுத்தமா வத்திப் போயிடுச்சு. வேண்டாத தெய்வமில்லே; போடாத பூசையில்லே. ஆனா, மழை மட்டும் வர்லே. அந்த வருஷம் பொட்டு மழை யில்லாம போயிடுச்சு . . .”

“அப்பபடிங்களா . .?”

“ஆமாங்க!”

“இப்ப, ஜோரா மழை பொழியுதுங்க!”

“சார அடிக்குது. செத்த தட்டியை அவுத்து வுட்டுட்டு, இப்படி வந்து குந்துங்க.”

அவன் பெரிய தட்டியை அவிழ்த்துவிட்டான்.

தேவர் அவனுக்கு எதிரே தூணில் நன்றாகச் சாய்ந்து உட்கார்ந்துகொண்டார்.

“தம்பிக்கு, இந்தக் கதை தெரியுங்களா? . . . ஒரு வாட்டி தேவர்களும் அசுரர்களும் பால் கடலைக் கடஞ்சாங்க; அமிர்தம் கிடச்சிச்சு. அசுரர்களுக்குத் துளிக்கூட கொடுக்காம தேவர்கள் சாப்பிட்டாங்க. அவ்வளவுதான், புத்தி தடுமாறிப் போயிடுச்சு. உலகத்திலேயே ஒசந்தவங்க தாங்கதான், தங்களுக்கு மேல ஒண்ணுமில்லே என்னு நினைப்பு. நினைப்பு வந்த அப்புறம் எல்லாம் மாறிப் போயிடுச்சு – நடத்தெ, பேச்சு – எல்லாம். பிரம்மா பார்த்தார். அவராலே சகிக்க முடியலே. அட்டகாசம் ரொம்ப பெருத்துப் போயிடுச்சு. அட, முட்டாத் தேவர்களே! உங்களுக்கு மேலே நான் இல்லியா என்னு சொல்லிக்கிட்டு, வானத்திலே ஒரு ஜோதியா தோணினார்.

“ஆகாயத்திலே ஒரு ஜோதி; இத்தனி நாளும் இல்லாதது; புதுசா ஜொலிக்குது! தேவர்களுக்கு அது என்னான்னு தெரியலே; அசுரர்களுக்கும் தெரியலே. லோகத்திலே ஒத்தருக்கும் தெரியலே. தேவரெல்லாம் கூடிக்கூடி யோசிச்சாங்க; கணக்குப் போட்டுப் பாத்தாங்க; அப்பவும் தெரியலே. கடைசியா, கிட்டப் போய்ப் பாத்துட்டு வரும்படி அக்னியை அனுப்பினாங்க.

“அக்னி இங்க இருந்து கிர்ரென்று மேல போச்சு. ஆனா, அந்த ஜோதிகிட்ட நெருங்க முடியலே. அக்னியைவிடப் பத்து மடங்கு, நூறு மடங்கு நெருப்பைக் கக்கித்து ஜோதி. அதனால, அக்னி எட்ட இருந்தபடியே, ‘ஜோதியே, நீ யாரு?’ என்னு கேட்டுச்சு.

‘நான் ஆரு, என்கிறது இருக்கட்டும். நீ ஆரு?’

‘நான் அக்னி!’

‘அப்படியென்றால்?’

‘நெருப்பு. உலகத்திலே இருக்கறதையெல்லாம் நான் நினைச்சா பஸ்பமாக்கிடுவேன்.’

“ஜோதி சிரிச்சிச்சு.

“‘அப்ப சரி. இத பஸ்பமாக்கு!’ன்னு ஒரு துரும்பைக் கிள்ளிப் போட்டுச்சு.

“அக்னிக்கு ஒரே கோபம். அலட்சியமா, ‘இந்தத் துரும்பை என்னாலே எரிக்க முடியாதா’ன்னு முழு சக்தியையும் பயன்

படுத்திச்சு – ஒரு கணத்திலே பஸ்பமாக்கிடணுமென்னு. ஹூம்... எங்க முடிஞ்சிச்சு? துரும்பிலே துளி நெருப்பும் பிடிக்கலே..!"

குஞ்சம்மா ஒரு தட்டு நிறையச் சோளப் பொரியைக் கொண்டுவந்து வைத்தாள்.

"தம்பி எடுத்துக்குங்க."

"நீங்க...?"

"நானா?" என்று வெற்றிலையை இடிக்க ஆரம்பித்தார்.

சிதம்பரம் இரண்டு பொரியை எடுத்து வாயில் போட்டுக் கொண்டு, "இப்ப நெருப்பு சுத்தமா அவிஞ்சு போயிருக்கும் இல்லையா, மாமா?" என்று கேட்டான்.

"சாம்பலாக ஓடி வாய்க்காலில் கலந்திருக்குங்க, தம்பி."

மாலையில் சற்றே மழை குறைந்தது.

தேவர், தட்டியை மேலே தூக்கிக் கட்டினார். சாலையில், சாக்கைத் தலையில் போட்டுக்கொண்டு யார் யாரோ குறுக்கும் நெடுக்குமாகச் சென்றுகொண்டிருந்தார்கள். தாழங்குடையும், பரியும், அங்குமிங்கும் சென்றுகொண்டிருந்தன.

திண்ணையை விட்டுத் தேவர் ஆளோடிக்கு வந்தார்.

"ராமு, மீனு வருதா?"

"ஆமாங்க, மாமா."

"குளம் எதுத்துப் போயிடுச்சு" என்று சொல்லிவிட்டுத் தாழங்குடையை எடுத்துக்கொண்டு சாலைக்கு வந்தார் தேவர். கணுக்காலுக்கு மேலே தண்ணீர் வேகமாக ஓடிக்கொண்டிருந்தது. தெளியும், கெளுத்தியும் வருவது தெரிந்தது. கொஞ்சம் அதிகமாக மழை பொழிந்து, குளம் எதிர்த்துவிட்டால், வரால், கெண்டை, மயிலை, பனையேறிக் கெண்டை – எல்லாம் வரிசை வரிசையாக நீரோட்டத்தை எதிர்த்து வரும்.

மழைக்குப் பின் மீன் வேட்டை – அவர்களுக்குப் பிடித்த மான விளையாட்டு. பரியைத் தூக்கி மேலே போட்டுவிட்டு, அரிவாளை எடுத்துக்கொண்டு, ஓடும் நீரில் மீன் வேட்டையில் இறங்கிவிட்டார்கள்.

பெருமழை ஓய்ந்துவிட்டது. சிறு தூறல் விழுந்துகொண் டிருந்தது. சிதம்பரம் தெருவில் இறங்கி நடந்தான். சாலை முழுவதும் ஒரே கூட்டம்! ஆணும் பெண்ணும் குழந்தைகளும் பாய்ந்து பாய்ந்து மீனை வெட்டிக் குவித்துக்கொண்டிருந் தார்கள்.

“மழை பொழிஞ்சா, மீனு வந்துடுங்களா?”

“குளம் எதுத்துப் போயிட்டா . . . மீனு வந்துடுங்க.”

“அப்படிங்களா?” அவன் வியப்புற்றான்.

“வாங்க தம்பி, தோட்டத்தைப் பாத்துட்டு வருவோம்.”

துள்ளி வந்து காலில் விழுந்த மீனைத் தள்ளிக்கொண்டு, போகையில் சிதம்பரம் கேட்டான்:

“நெருப்பு சுத்தமா அணஞ்சு இருக்கும், இல்லீங்களா?”

“பின்னெ?” என்று, உறுமுவது மாதிரி சிரித்தார் தேவர்.

வேளாளத் தெருவிற்கு வந்தவுடனே, தீயில் கருகி மழையில் சிதைந்த தோப்பு மங்கலாகத் தெரிந்தது. வெறிச்சோடிய தோற்றம்; வெறுமைக் காட்சி.

வரப்பில் செல்லுகையில் கால் வழுக்கி விழப் போன வனைத் தேவர் பிடித்துக்கொண்டு, “அவசரமில்லெ, பார்த்து வாங்க தம்பி” என்றார்.

அவன் அதனை ஏற்றுக்கொண்டான். கருவேல மரங்கள் நிறைந்த வரப்புமேல் நடந்து செல்வது கடினமாகவே இருந்தது. மழையில் புல்லும் தரையும் நனைந்து, கால் வைக்கும் போதெல்லாம் சேறு பிசுபிசுவென்று ஒட்டிக்கொண்டது. ஆனாலும், அவன் மழையை நிந்திக்கவில்லை; அவனுடைய ஒரு பிரச்சனையை அது நீக்கிவிட்டது.

பாதி எரிந்தும் எரியாமலும் நிற்கும் மரங்களை வெட்டி அப்புறப்படுத்திவிட்டால் வேலை முடிந்தது மாதிரிதான். மொட்டை மரங்களால் பிரச்சனை ஏதும் வரப் போவதில்லை. அநேகமாக, தீர்மானத்திற்கு எதிராக மரங்கள் பயனற்றுப் போய்விட்டன. வீடு கட்ட, ஆலை நிர்மாணிக்க, செக்குக்கு – அவைகளைப் பயன்படுத்த முடியாது. சில காரியங்களைத் தள்ளிப் போட வேண்டும்; முன்னே இருப்பது பின்னே போகும்; வேறு வழியில்லை.

நேற்று அண்டவியலாத பெருந் தோப்பிற்குள் இருவரும் சென்றார்கள். தேவர் வியப்புற்றார்; தமது அனுமானத்திற்குத் துளியும் பிடிபடாத முறையில் தோட்டம் இருந்தது, ஆச்சரிய முற வைத்தது. முகமும் மீசையும் கோணக் கோணத் தமது தீர்மானங்கள் பொய்த்துப் போனது பற்றி இடைவிடாது பேசிக்கொண்டே வந்தார்.

“இந்தப் பக்கத்திலெ மரமே இல்லீங்க, தம்பி!”

“ஆமாங்க.”

“முன்னாடியே தெரியாம போயிடுச்சு.”

சிதம்பரம் தீயில் எரிந்து மழையில் கரைந்து போன வீட்டிற்குள் சென்றான். வீடு முழுவதும் அழிந்துபோய் விட்டது. கழியில்லை, சுவர் இல்லை – எல்லாம் மழையில் கரைந்து மண்ணோடு மண்ணாகச் சேர்ந்துவிட்டது. தீயும் மழையும் அவன் சேமிப்பு முழுவதையும் அந்தக் குடிசையிலிருந்து அடித்துக்கொண்டுபோய்விட்டது.

தேவர் அவன் பக்கம் நெருங்கி, தாழங்குடையைக் கீழே சாய்த்தபடியே, “தம்பி, இஞ்ச ஒண்ணும் பணம் வைக்கலயே?” என்று கேட்டார்.

“இல்லீங்க, மாமா.”

“நாம்ப நினைச்சதுக்கு மாறா – எல்லாம் நடந்து போயிடுச்சு.”

அவரைத் தேற்றுகிற பாவனையில் புன்னகை பூத்தவாறு அவன் சொன்னான்: “ஆனா, அதுகூட நமக்குச் சாதகமா வரலாம்.”

அவர் தலையசைத்தார்.

நனைந்த சாம்பலில் கால்கள் புதையத் தோட்டம் முழுவதும் நடந்தார்கள். எத்தனையோ நாட்கள் மிகுந்த பிரயாசைப்பட்டு வெட்டிச் சாய்த்த மரங்களையெல்லாம் தீ சாம்பலாக்கிவிட்டது. கற்பனைக்கு எட்டாத செயல். உக்ரத்தோடு செயல்பட்டு, அமைதியுடன் ஒடுங்கிவிட்டது.

புளிய மரங்கள் கருகி நிற்கும் இடத்திற்கு வந்தார்கள். இருள் கவிழ்ந்த வான மண்டலத்தில் கரிக்கோடு கிழித்தாற் போல மொட்டையாய்ப் புளிய மரங்கள் நின்றன. தேவர் கண்களை உயர்த்திக் கிளைகளை இழந்து நிற்கும் மரங்களை நோக்கினார்.

ஊர் முழுவதற்கும் புளி கொடுத்துக்கொண்டு இருந்த மரங்கள் அவை. பல தலைமுறையாக மனிதர்களின் வாழ்க்கை வியக்கத்தக்க முறையில் அதனோடு பிணைக்கப்பட்டிருந்தது. மென்மையான அந்த உறவு – யாரும் எதிர்பாராத விதமாகத் தீப்பட்டுப் பொசுங்கிவிட்டது.

சிவனாண்டித் தேவர் சற்றே பின்னுக்கு நகர்ந்தார். அவர் மனம் புண்பட்டுவிட்டது. பரம்பரையாக இருந்து வந்த உறவின் ஆதாரம் துண்டிக்கப்பட்டுவிட்டது. இனி ஒரு பொழுதும் அலக்கை எடுத்துக்கொண்டு மரத்தின் மீது ஏறமுடியாது. அந்த வேலை போன வருஷத்தோடு சென்றுவிட்டது. யார் என்ன நினைத்தார்களோ! தலைமுறை தலைமுறையாகக்

குடும்பத்தின் தலையாய கடமையாகவும் முதல் காரியமாகவும் இருந்தது முடிவுற்றது. வீழ்ச்சியுற்ற இடத்தில் நிற்க முடியவில்லை. காலை எட்டிப் போட்டார்.

"என்னங்க, மாமா?"

"இனிமெ புளி கிடைக்காது!"

"ஏன்?"

"அதான் மரம் போயிடுச்சே."

"இங்கெ மரம் போனா என்ன? வேறெ இடத்திலே வாங்கிக்கக் கூடாதா?"

"வாங்கலாம்; வண்டி வண்டியா வாங்கலாம். ஆனா, அது நம்ப மரத்துப் புளி ஆகுமாங்க, தம்பி!"

"..."

"வண்டியை ஓட்டிக்கிட்டு ஊருவூராப் போவணும். அப்ப ஒருத்தன் இருக்கு என்பான்; ஒருத்தன் இல்லே என்பான். அது மாத்திரமா, நமக்கு வேண்டிய ரகமாக் கிடைக்குமான்னு பார்க்கணும்..."

சிதம்பரம் தலையசைத்தான். தேவையின் அடிப்படையில் நிர்மாணிக்கப்பட்டிருக்கும் சமூகம் தன்னளவில் வெகுதூரத்தில் இருப்பது போலவும், அதனோடு இணக்கமான முறையில் உறவுகொள்ள முடியாது போலவும் தோன்றியது.

'நான், நான்தான் – வாழ்க்கை, வாழ்க்கைதான்' என்று அந்தராத்மாவைச் சமாதானப்படுத்துவது மாதிரி சொல்லிக் கொண்டான். இந்தச் சொற்களுக்கிடையில் பரிதாபமான விதத்தில் வீழ்ச்சியுற்ற புளிய மரங்களும் நினைவிற்கு வந்தன. தேவர் பக்கம் திரும்பி, "நாம்பவொண்ணும் வேணுமென்னு அழிக்கலே!" என்றான்.

"உங்க மேலெ நா ஒண்ணும் குத்தம் சொல்லலே!"

தெற்கு முனையிலிருந்து வடக்கு முனைக்குச் சென்றார்கள். தீயின் ஆட்சி அங்கே முழுமையாகப் பரவவில்லை. ஏழெட்டு மரங்கள் தழையை இழந்து நின்றுகொண்டிருந்தன. இலுப்பை மரத்தடியில் ஒரு காளை வெந்துகிடந்தது. சிதம்பரம் கருகிக் கிடக்கும் காளையை இரக்கத்தோடு நோக்கினான். மனத்தில் பழைய காட்சி தோன்றியது. அன்றைக்கு இருள் செறிந்த கானகத்தில் ஆட்சி செலுத்திய மாடு இன்றைக்கு மடிந்து கிடக்கிறது!

தேவர் அப்படியும் இப்படியும் பார்த்தார்.

“நெருப்பு காத்தவராயன் மாட்டையும் விடலயே!”

“தன்கிட்ட கிடைத்த எதையும் விடலிங்க, மாமா.”

இருவரும் மேலே நடந்தார்கள். சற்று தூரத்தில் இன்னொரு மாடும் கன்றும் தீயில் வெந்து கிடந்தன. நெருப்பு, தாவரங் களை மட்டுமல்ல, தன்னிடம் சிக்கிய சகல ஜீவராசிகளையும் சுட்டுப் பொசுக்கிவிட்டது.

கட்டிய வீடும், வெட்டிப் போட்ட மரங்களும் போனது மனதைப் பாதித்தது மாதிரியே, மாடுகள் இறந்து கிடப்பதும் மனத்தைத் தைத்தது. இருவரும் வெவ்வேறு மனநிலையில் இருந்தார்கள். அவர்களால் பேசிக்கொள்ள முடியவில்லை. மெல்ல நடந்து, மேட்டின் மீது வந்து நின்றார்கள்.

தேவர் உள்ளுணர்வின் மென்மையான அதிர்வுகள் அவனுக்குப் புலனாவது போல இருந்தது.

“என்னமோங்க மாமா, போனதை நினச்சுக்கிட்டு இருக்க முடியாதுங்க. லாபமோ நஷ்டமோ, இப்ப வேலெ கொஞ்சம் சுலபமாச்சுங்க.”

அவர் தலையசைத்தார். “ஆனா, பாருங்க, தம்பி. மூங்கிலும் புளியமரமும் போனதுதாங்க எனக்கு நெஞ்சு ஆறலேங்க.”

“எனக்கும் ரொம்பக் கஷ்டமா இருக்குங்க, மாமா... மூங்கில வெட்ட நீங்க எம்மாம் பாடுபட்டீங்க, ரத்தத்தை வேர்வையாச் சிந்தி! முடியாதுங்கற காட்டைத் தன்னந்தனியா நின்னு அழிச்சிங்க! ஆனா, கடைசியிலே பாருங்க... எல்லாம் சாம்பலாப் போயிடுச்சு...” அவன் குரல் தாழ்ந்து ஒலித்தது.

“அதான் மனுஷன் என்கிறது. அவனை புத்திக்கு எட்டாத ஒரு அம்சம் – ஒரு சக்தி கீழே தள்ளி உருட்டிக்கிட்டே இருக்குது.”

“ஆனாங்க மாமா, நாம்ப சோர்ந்து போயிடமாட்டோங்க.”

அவர் தலையசைத்தார்.

“நாம்ப அந்தப் பரம்பரை இல்லே.”

“அதுதாங்க மாமா, விசேஷம்.”

சாம்பல் நிறைந்த மேட்டுப் பகுதியின் ஊடே நடந்து செல்லுகையில், சிதம்பரம் எதிர்காலத் திட்டங்களைப் பற்றி ஒரு சித்திரம் வரைந்துகொண்டான். எங்கே வீடு வரவேண்டும், எங்கே ஆலைக்குக் கரும்பு அடுக்க வேண்டும், எங்கே வெல்லம் வைக்க வேண்டும் – என்பதை எல்லாம் மனத்திலே குறித்துக் கொண்டான்.

"அப்ப, தம்பி எப்ப வேலையை ஆரம்பிக்கப் போவுது?"

"எப்ப என்கிறது என்னங்க, மாமா! ஆளுங்க சட்டென்னு கிடச்சா, உடனே ஆரம்பிக்க வேண்டியதுதாங்க."

"அது சரிதாங்க, தம்பி!"

"எப்படியும் நமக்கு ஆளுங்க வேணும்; இங்க சல்லிசா கிடைப்பாங்கன்னு தோணலே. அதுனால வெளியூருங்க பக்கம் போய்க் கொஞ்சம் ஆளுங்க கொண்டாரலாம்ன்னு ஒரு யோசனெ. நீங்க என்ன மாமா சொல்லுறீங்க?"

"பத்துப் பதினஞ்சு வருஷத்துக்கு முன்னாடி ஒருவாட்டி, கோவில் வேலைக்கு இப்படித்தான் போயி ஆளுங்க கொண்டாந்தோம்"

"சாம்பமூர்த்தி ஐயரும், கனகசபை செட்டியாரும் ஆளுங்க தரேன்னாங்க. ஆனா, அதெல்லாம் நமக்குத் தோதுபட்டு வருமான்னு யோசிக்க வேண்டியிருக்குங்க!"

"ஒருத்திக்கு ஒரு சமயத்திலே ரெண்டு புருஷங்க இருக்க முடியாதுங்க, தம்பி!"

அவன் பெரிதாகச் சிரித்தான்.

"நீங்க போயி, ஆளுங்களெ பத்து நாளிலே கொண்டாந்துடுவிங்க."

"அப்படித்தாங்க மாமா நினைச்சுக்கிட்டிருக்கேன். அவுங்க எல்லாம் வந்துட்டா, தங்க ஒரு இடம் வேணும்."

"நீங்க போயிட்டு வரதுக்குள்ளெ, நான் இஞ்ச ஒரு ஏற்பாடு செய்துடறேங்க, தம்பி."

"நாளைக்கே நான், அப்ப புறப்பட்டுடலாம்..."

"தாராளமா!"

வேலைக்கு ஆட்கள் வருவதற்கு முன்னே, அவர்களுக்காக வீடுகள் கட்ட வேண்டும். அதற்கு முன்பாக இன்னொரு வேலையும் அவர்களுக்கு வந்தது. எரிந்தும் எரியாமலும் கிடக்கும் கிளைகளையும் மரங்களையும் அப்புறப்படுத்த வேண்டும். வீடு கட்ட மூங்கில் இல்லை. ப்ரம்மாண்டமான குத்து போய் விட்டது. வண்டி வண்டியாக அவன் பலருக்கு மூங்கில் கொடுத்தான். இன்றைக்கு அவனே வண்டியோட்டிக்கொண்டு மூங்கிலுக்குப் போக வேண்டும். அந்த வேலையைத் தேவரிடம் ஒப்படைத்தான். அவருக்கு நெளிவு சுளுவெல்லாம் தெரியும். எங்கே இருந்தாலும் கொண்டுவந்துவிடுவார்.

சாலைக்கு வந்ததும் கலைந்த கிராப்பைப் படியப்படிய அழுத்திவிட்டுக்கொண்டு, “வாங்களேன் மாமா, ஐயரைப் பாத்துவிட்டு வந்துடலாம்” என்றான்.

“இல்லீங்க தம்பி, நான் எதுக்குங்க? நான் இப்படியே போய் கல்லூட்டைப் பாக்கறேன்.”

“பிளாச்சு அடிச்சாச்சு, இல்லீங்களா, மாமா?”

“நாளைக்கு ஓடு வுடப் போறாங்க. நீங்க அந்தப் பக்கம் போறச்செ, செத்தெ வூட்டைப் பாத்துட்டுப் போங்க. தோட்டம் வந்தப்புறம், ஒரேயடியா வூட்டை மறந்துட்டீங்க.”

“அதான் நீங்க இருக்கிறீங்களே, மாமா”

“அப்படியா விஷயம்!” இரண்டு கைகளையும் கொட்டிப் பலமாகச் சிரித்தார் தேவர்: “ரொம்ப நல்லாப் பேசுறீங்க, தம்பி!”

“நானுங்களா, மாமா?”

“பின்னெ ஆரு?”

அவன் சிரித்துக்கொண்டே சாம்பமூர்த்தி ஐயரைப் பார்க்கப் புறப்பட்டான். அக்ரகாரத்தை நோக்கிப் போகப் போக, ‘ஐயர் இருப்பாரா?’ என்ற கேள்வி வந்தது.

‘இருக்கக் கூடாது’ என்று சொல்லிக்கொண்டான்.

மனத்தில் களிப்பு நிறைந்தது. கைகளை முறுக்கி, பின்னுக்குக் கட்டிக்கொண்டு வேகமாக நடந்தான்.

வாசலில் பத்மாவதி நின்றுகொண்டிருந்தாள்.

“சுவாமி இல்லையா?”

“இல்லே.”

“நல்லதா போச்சு” என்று அவன் திண்ணையில் ஏறி வசதியாக உட்கார்ந்துகொண்டான்.

பத்மாவதி புருவங்கள் சுருங்க அவனை ஒருமுறை பார்த்தாள். அப்புறம், வேகமாக உள்ளே போனாள்.

‘வருவாள், வருவாள்’ என்று வெகுநேரம் வரையில் உட்கார்ந்திருந்தான். அவள் நிழல்கூடத் தென்படவில்லை. அவனுக்கு எரிச்சல் மூண்டது. பெல்ட்டைத் திறந்து பார்த்துக்கொண்டு, திண்ணையை விட்டுச் சடேலென்று கீழே குதித்து, வேகமாக நடந்தான்.

அவன் சிந்தனை எல்லாம் பஞ்சவர்ணத்தையே சுற்றிக் கொண்டிருந்தது. வீட்டில், கால் வைத்ததுமே சண்முக வடிவு ஓடிவந்து வரவேற்றாள்.

"அப்புறம் உங்களெ காணவேயில்லையே!" என்று கேட்டாள், பஞ்சவர்ணம்.

"கொஞ்சம் வேலெ."

உள்ளே சென்று, மஞ்சத்தில் சாய்ந்து படுத்தான்.

"சக்கர ஆலெ வைக்கப் போறதா இஞ்ச ஒரே பேச்சு." பஞ்சவர்ணம் அவன் பக்கத்தில் வந்து உட்கார்ந்தாள்.

இரண்டு கைகளையும் பற்றி, அவளைத் தன்னோடு இறுக அணைத்துக்கொண்டான்.

"ராசாவுக்கு செத்தெக்கூட பொறுக்க முடியாது!"

அவள் நெற்றியில் முத்தமிட்டான்.

"ஒண்ணு சொல்றேன் – நீ மட்டுமாவது ஆலெயப் பத்தி ஒண்ணும் கேக்காதே!"

அவள் ஆழ்ந்து நோக்கி, மிருதுவாகப் புன்னகை பூத்து, அவன் மடியில் தலை புதைத்தாள்.

"எங்க போனாலும் இதேதான்; என்னாலே சகிக்க முடியலே."

அவள் கை உயர்ந்து, அவன் முதுகை வருடியது.

"உங்களுக்கு என் நினைவே இல்லே..."

"நினைவு இல்லாமதான் வந்திருக்கேனா!"

"ரொம்ப நினைப்பு!.. அதான் தெரியுது!.."

கதவு லேசாகத் தட்டப்படும் சப்தம்.

"பஞ்சு, மிராசுதார் வந்திருக்காங்க."

அவள் எழுந்து உட்கார்ந்தாள்.

"கிழட்டு நாய் வந்துடுச்சு! இன்னைக்கெல்லாம் உயிர் போனாப் போலத்தான்!"

சிதம்பரம் ஆதரவோடு அவள் முகத்தை நிமிர்த்தி இதழ் களில் முத்தமிட்டு, "என்ன?" என்று வினவினான்.

"நாங்க... தாசிங்க..."

"உம்..."

"நாளைக்கு வாங்க." அவன் மார்பில் சாய்ந்துகொண்டு விசும்பினாள்; கண்களில் நீர் சுரந்தது.

அவள் போன பிறகு, 'எதற்காக அழுதாள்?' என்று யோசிக்கலானான். நடைமுறைகளும் சம்பிரதாயங்களும் அவனுக்குப் பிடிபடவில்லை. மனத்தில் குழப்பம் நிறைந்தது. கதவைத் திறந்துகொண்டு கொல்லைப்புறமாக வெளியே வந்தான்.

வானம் நிர்மலமாக இருந்தது; நல்ல நிலவு, குளிர்காற்று.

நடந்து நடந்து காவிரிக் கரைக்கு வந்தான். தண்ணீரில் இறங்கி வெகுநேரம் வரையில் குளித்தான்.

13

நான்கு நாட்களாகத் தேவருக்கு இடைவிடாத வேலை. சிதம்பரம் சென்ற பிறகு, தம்முடைய தீர்மானத் தின்படியே, எரிந்தும் எரியாமலும் கிடந்த கிளைகளை யெல்லாம் இழுத்துவந்து வெட்டாற்றின் கரையில் குவித்தார். கூட, பழனியாண்டி அவருக்குப் பிடித்தமான முறையிலும் அனுசரணையாகவும் வேலைசெய்தான். பலவிதங்களில் அவர் எதிர்பார்த்ததற்கு முன்பாகவே வேலை முடிவடைந்தது.

சிவனாண்டித் தேவர் பழனியைக் கூட வைத்துக் கொண்டு, நான்கு குடிசைகளைக் கட்டி முடித்தார். காரியங்கள் துரிதகதியில், பிடிபடாமல் போவது மாதிரி இருந்தது. எட்டாம் நாள் குடிசைகளுக்குக் கீற்று விட் டார்கள்.

சிதம்பரம் இன்னும் திரும்பவில்லை. உற்சாகமும் குதூகலமும் நிறைந்த கோவில் கிடா வெட்டு அவன் இல்லாமலே நடந்துவிட்டது.

"சரியா, தோதா ஆளுங்க வொண்ணும் கெடச்சிருக் காது. அதான், தம்பி வர தாமசம்" என்று சொல்லிக் கொண்டே கீற்றிட்ட சிறிய குடிசைக்குச் சுவர் வைக்கத் தொடங்கினார் தேவர். முதலில் அம்மாதிரி உத்தேசம் ஏதுமில்லை. நேரம் இருக்கவே, அந்த வேலையையும் மேற்கொண்டார்; வேலை கிடுகிடுவென்று போயிற்று. எதற்கு இந்த வேகம்!

வேலை முடியும்போது, மாப்பிள்ளை வீட்டிலிருந்து இரண்டாம் முறையாகச் செய்தி வந்தது. சாப்பாட்டு நேரத்தில் குஞ்சம்மாவும் அதையே எடுத்துச் சொன்னாள்.

"எப்ப பொறப்படலாம் சொல்லு."

"நான்தாங்க மாமா, இந்த வூட்டுக்குப் பெரியவ!"

தேவர் புரையேறுகிற வரையிலும் சிரித்தார்.

"அது ஒரு கணக்கா? பொண்ணெப் பெத்தவ நீ. நீதான் சொல்லணும்."

"இப்படியெல்லாம் பரியாசம் பண்ணுவீங்கன்னு எனக்கு அப்பவே பிடிச்சுத் தெரியும்" என்று உள்ளே போனாள் குஞ்சம்மா.

"பாப்பா, இஞ்ச வா!"

"சின்னப் பாப்பா இஞ்ச இல்லே."

"பெரிய பாப்பாவைத்தான் கூப்பிடறேன்."

"சொல்லுங்க."

"தண்ணி கொண்டா."

"அந்தால இருக்கு."

"இருக்கட்டும். இஞ்ச நீ வா. வழியிலே பண்டாரத்தைப் பாத்தேன். 'வெள்ளி வேணாம், சனி போங்க – உத்தமமான நாளு'ன்னான். எதுக்கும் நம்ப ஐயரை ஒரு வார்த்தை கேட்டுட்டு வாரேன். அவுங்க சொன்னா, சனிக்கிழமையே போயிட்டு வந்துடுவோம்."

"சரிங்க, மாமா."

ஐயர் இசைவான முறையில் பதிலளித்தார். பயணத்திற்கு எல்லா ஏற்பாடுகளும் தயாராகிக்கொண்டிருந்தன. பங்காளி களுக்கு ஆட்கள் சென்றனர். வேங்கைப்புலி ராமசாமித் தேவரும், மேலூரக்காவும் வந்துவிட்டார்கள். குஞ்சம்மா பிரத்யேக மாகச் செய்தி அனுப்பி இருந்தாள். அவர்கள் வருகையால் வீடு நிறைந்தது. அப்புறம் ஒவ்வொருவராக வந்துவிட்டார்கள். சிதம்பரம்தான் பாக்கி.

ஒவ்வொருவரும் அவன் வருகையை மிகுந்த ஆவலோடு எதிர்பார்த்துக்கொண்டிருந்தார்கள். வெள்ளிக்கிழமை நடுப் பகல் வரையில் அவன் வரவில்லை. தேவர் பேருக்கு நேரே ஒரு கடிதம் வந்தது. எப்படியும் சனிக்கிழமை காலையில் வந்து விடுவதாக எழுதியிருந்தான்.

அது புது ரீதியான கடிதம்; நேரே அவர் கைக்கே வந்தது. மற்ற கடிதமெல்லாம், 'சாயாவனம் புளியந்தோப்பு சாம்ப மூர்த்தி ஐயர் மேல்பார்த்து, மேற்படியூர் நாட்டாண்மைக் காரர் அழகுத் தேவர் குமாரர் ஸ்ரீ சிவனாண்டித் தேவர் கைவசம் கொடுப்பது' என்று வரும். சாம்பமூர்த்தி ஐயர் ஆள் விட் டழைத்துப் படித்துக் காண்பிப்பார். சிதம்பரம் இதனைத் தகர்த்துவிட்டான்! கடிதம் வந்ததும் தேவர் மனம் இப்படியும்

அப்படியும் ஊசல் ஆடியது. 'தம்பிக்குத் தெரியாதது ஒண்ணு மில்லே' என்று சொல்லிக்கொண்டார்.

இரவில் அவர் மகன் கடிதத்தைப் படித்துக் காட்டினான். மிகுந்த பணிவோடு வணக்கமாக இருந்தது; ஒவ்வொரு வாசகமும் மனத்தை ஈர்த்தது.

"தம்பியா இப்படி எழுதியிருக்கு!" என்று குஞ்சம்மா வியப்புற்றாள்.

"தம்பிக்கு இங்கிலீஷ் நல்லாத் தெரியும். அதுலெகூடக் கடிதாசு எழுதுறாங்க."

அவனுடைய பெருமையை – சிறப்பை அக்கடிதம் மேலும் உறுத்திப்படுத்தியது.

வெள்ளிக்கிழமை பொழுது அடங்கிக்கொண்டு இருந்தது. அவன் இன்னும் வரவில்லை. உதய காலத்தில் பயணம்; ஊர் முழுவதும் சொல்லியாகிவிட்டது. ஆண்களையெல்லாம் தேவர் வீடு வீடாகப் போய் அழைத்தார். பெண்களைக் கூப்பிடக் குஞ்சம்மா போனாள். பயணத்திற்கு வேண்டிய எல்லா ஏற்பாடு களும் முடிந்துவிட்டன. வாசலில் மூன்று வண்டிகள் – பெண் களுக்காகக் கிடக்கின்றன!

முன்னிரவில், ஆளோடியிலிருந்து ஒரு குரல். தேவர் திண்ணையை விட்டுக் கீழே இறங்கிப் பார்த்தார். சிதம்பரம் நிற்பது தெரிந்தது. சந்தோஷமும் மனக்கிளர்ச்சியும் உற்ற தேவர், பாய்ந்து போய், அவன் கையைப் பற்றிக்கொண்டார்.

"கடுதாசு கிடச்சதிலிருந்து வழியப் பாத்துக்கிட்டே இருக் கேங்க, தம்பி."

"கொஞ்சம் அலச்ச. கும்மோணம் போய், அப்புறம் திருவாலூர் போய், அப்படியே நாவப்பட்டினம் – இப்படியே ஒரு சுத்துங்க, மாமா!"

"அதான்!.."

"கும்மோணத்திலிருந்து இருபது ஆளுங்க வந்திருக்குங்க. தோட்டத்தில் விட்டுட்டு, வூட்டைப் பார்த்தேன். என்னா மாதிரி வீடு! ரொம்ப ஜோரா இருக்குதுங்க, மாமா!"

தேவர் மீசையைத் தள்ளிவிட்டுக்கொண்டு, குறுநகை புரிந்தார்.

"நீங்க குளிச்சுட்டு, சாப்பிடுங்க தம்பி. நான் போய் அவுங்களெ எல்லாம் பாத்துட்டு வாரேன்."

"இப்ப என்னங்க மாமா, சாப்பாடு? நானும் உங்களோட வரேனே!"

"அப்ப இருங்க; தோ, வரேன்" என்று உள்ளே சென்றார். அவனுக்குக் குளிக்க வெந்நீர் போடச் சொன்னார். வந்திருக்கும் இருபது பேருக்கும் சாப்பாடு – கருவாட்டுக் குழம்போடு. இரவிலும், நாளைக் காலை வரையிலும் அவர்களுக்கு வேண்டி யதை எல்லாம் செய்யக் குஞ்சம்மா முன்வந்தாள்.

தோட்டத்திற்குச் செல்லும்போது, தன்னுடைய நன்றி யறிதலை வணக்கமாய்த் தெரிவித்துக்கொண்டான்.

"நீங்க பண்ணினது ரொம்ப சரிங்க மாமா. 'என்னடா. ராவுலே இம்மாம் பேரையும் அளச்சிக்கிட்டுப் போறோமே, என்ன பண்ணப் போறோம்'ன்னு தவியாத் தவிச்சுக்கிட்டே வந்தேங்க, மாமா."

"இந்தக் கிழவன் பொசுக்கென்னு போயிட்டான்னு நினைச்சுப்புட்டிங்களா தம்பி!"

அவன் சிறுமையுற்றான். வேளாளத் தெருவைக் கடந்து, காவிரிக்கரை வரும் வரையில் அவன் வாயிலிருந்து ஒரு வார்த்தையும் வரவில்லை.

"தம்பிக்குக் கோபமா?"

திரும்பிப் பார்த்தான், அவன்.

"ஊரெல்லாம் எப்படிங்க தம்பி இருந்துச்சு?"

"கும்மோணத்தில் ஒரு நாள் சாப்பாட்டுக்கு செத்த கஷ்டப் பட்டுப் போயிட்டேங்க, மாமா..."

"பெரிய ஊர் இல்லையா..?"

ஊரையும், அதன் சிறப்பையும், சிறுமையையும் பற்றிப் பேசிக்கொண்டே இருவரும் தோட்டத்திற்குள் சென்றார்கள்.

பஞ்சநாத ஆசாரியின் தலைமையில் வேலைக்கு வந்திருப் பவர்களைத் தேவர் ஆழ்ந்து நோக்கினார். மங்கிய வெளிச்சத் திலிருந்து கிடைத்த தடயத்திலிருந்து, வேலை ஓடிவிடும் என்பது உறுதிப்பட்டது. இருபது பேரில், எட்டுப்பேர் நன்றாகத் தொழில் தெரிந்தவர்கள். ஐந்து வருடங்களாக ஆசாரியோடு ஊர் ஊராகச் சென்று வேலை பார்க்கிறவர்கள். மற்றவர்கள் புதியவர்கள். சமீப காலத்தில் வந்து சேர்ந்தவர்கள். தோட்டத்தைச் சுற்றி வரும்போது தன் ஆட்களைப் பற்றி ஆசாரி சொல்லிக்கொண்டே வந்தார்.

வடக்காகத் திரும்பும் போது சிதம்பரம், "மாமா, அவுங்க என்ன கேக்கறாங்கன்னு கொஞ்சம் கேட்டுடுங்க!" என்றான்.

"ஆசாரிக்குத் தெரியுங்க தம்பி, அவுங்க கேட்கட்டும். அதுதான் சரி... பாருங்க ஆசாரி, நீங்க சொன்னா சரிதான்;

இத்தனை வண்டி நெல்லுன்னு நீங்க சொல்லிட்டா தம்பிக்குச் சரியாப் போயிடும்...”

“நம்பகிட்ட நெல்லு ஏதுங்க, மாமா? பணமாப் பேசுங்க. அதான் நமக்கு சல்லிசு!”

பஞ்சநாத ஆசாரி பணத்தை நிராகரித்தார்.

“பணத்தை வாங்கி என்னங்க பண்ண? சொல்லுங்க... இப்படித்தான் தெக்க ஒருத்தன் பணம் கொடுத்தான். நான் சொன்னேன்: ‘பணத்தை என்னால் தின்ன முடியாது. நான் தின்னறதா பாத்துக் கொடு’ன்னேன். நாலுவாட்டி அலக்கழிச் சுட்டு, அப்புறமா குறுவெ நெல்லா கொடுத்தான்...”

“நெல்லு நம்மகிட்ட இல்லேங்கறதுதானுங்க விஷயம்.”

“உங்ககிட்ட இல்லாட்டா ஊரிலேயே நெல்லு இல்லேன்னு அர்த்தமுங்களா, தம்பி? ஏங்கிட்ட ஏதோ கொஞ்சம் நெல்லு இருக்கு. அப்புறம் நம்ப ஐயர் இருக்காங்க; செட்டியார் இருக் காங்க. ‘பத்து வண்டி நெல்லு அனுப்பி வையுங்க’ன்னா கொடுக் கறாங்க. அதெவுட்டுப்புட்டு, எதுக்கு நீங்க பணத்தைப் பத்தியே பேசணும்..?”

அவன் தலையசைத்தான்.

கூலி விஷயம் தீர்மானம் ஆகாமலேயே சாப்பாட்டிற்கு அவர்கள் திரும்பினார்கள்.

மறுநாள் பொழுது புலரும் வேளையில் தோட்டத்தில் வேலை தொடங்கிவிடும். யார் இருந்தாலும் சரி, இல்லா விட்டாலும் சரி; காரியம் தன்போக்கில் சென்றுகொண்டி ருக்கும்; எல்லாம் அவர்கள் பொறுப்பில் விடப்பட்டுவிட்டது. அவர்கள் விருப்பப்படி எங்கிருந்து தொடங்கி, எங்கே வேண்டு மானாலும் முடிக்கலாம். இந்த ஏற்பாடு பஞ்சநாத ஆசாரிக்கு ரொம்பத் திருப்தி அளித்தது.

காலையில் மாப்பிள்ளை வீடு நோக்கிப் புறப்பட்ட சிதம்பரம், குறுக்காக நடந்து தோட்டத்திற்கு வந்தான். வெற்றிலை இடித்துக் கொண்டிருந்த ஆசாரி, அவனைக் கண்டதும் மகிழ்ச்சியுற்றார். அவர் பேச்சு எடுத்த எடுப்பிலேயே சாப்பாட்டைப் பற்றியதாக இருந்தது.

“ராச் சாப்பாடு ரொம்ப நல்ல சாப்பாடுங்க. பூண்டு வாசனையும் நெத்திலிக் கருவாடும் – எங்க அம்மா வைக்கிற குழம்பு மாதிரியே இருந்துச்சுங்க. கூட ரெண்டு புடி சாப்பிடலா மென்னுதான் ஆசை. ஆனா, வயிறு எங்க இருக்கு?”

சிதம்பரம் மெல்லச் சிரித்தான்:

“அவுங்க கைக்கு அப்படியொரு ராசி!”

“நெசங்க.”

சலங்கையொலி; மாட்டை அதட்டும் சப்தம். சிதம்பரம் அதை ஆழ்ந்து செவிமடுத்து, “உங்களுக்கு ஏதாச்சும் வேணு மென்னு தோனிச்சுன்னா, வூட்டுக்கு ஒரு ஆளுவிடுங்க. எல்லாம் வந்துடும்; அம்மாகிட்டே சொல்லியிருக்கேன்” என்றான்.

“அதுக்கு என்னங்க! நான் பாத்துக்கிறேங்க. போறது நம்ப வண்டிங்களா?”

“ஆமாம்.”

“நீங்க ஒண்ணும் கவலெப்படாம போயிட்டுவாங்க!”

“அப்ப, நான் வரேன்.”

“வாங்க.”

சிதம்பரம் வெட்டாற்றைக் கடந்து, சிவன் கோயிலைச் சுற்றிக்கொண்டு போய், குரங்குப்புத்தூரில் தேவரைப் பிடித்தான். அவனுக்காகவே காத்துக்கொண்டிருப்பது மாதிரி மாமரத்தடியில் வெற்றிலை இடித்துக்கொண்டு உட்கார்ந்திருந்தார்.

“தம்பிக்கு ஆலெ கண்ணுக்குள்ளே இருக்கு!”

அவன் சிரித்துக்கொண்டே பக்கத்திலிருந்த சுமைதாங்கியில் சாய்ந்தான்.

“வண்டி அந்தால போயிட்டாப் போல இருக்குங்களே, மாமா!”

“வரப்பு மேல வரது தெரிஞ்சிச்சு. சரி, தம்பி வரட்டு மேன்னு குந்திட்டேன்.”

“செத்தெ அந்தப் பக்கம் போனேங்க, மாமா. அப்படியே நாழி ஆயிடுச்சு.”

“அதுக்கென்னங்க, தம்பி.” வெற்றிலையை வாயில் கொட்டிக் கொண்டு எழுந்தார்.

இருவரும் மரங்கள் அடர்ந்து நிழல் பரப்பும் சாலை வழியே நடந்தார்கள். இரண்டு மைல் பயணம் முழுவதும் கரும்பு, கரும்பு வளர்ச்சி, பருவ காலம் – இவைகளைப் பற்றிய தாகவே இருந்தது. நீண்ட ஆலோசனைக்கும் தயக்கத்திற்கும் பின்னர், சொந்த நிலத்தில், இரண்டு வேலி கரும்பு பயிரிடத் தேவர் சம்மதித்தார்.

ஆற்றுப் படுகையை ஒட்டிய நன்செய் அது; பக்கிரிப் படையாச்சியிடமிருந்து போன வருஷம் வாங்கியது. பொன்னான பூமி – மாவுக்கு இருபது இருபத்தி மூன்று காணும்.

சிவனாண்டித் தேவரின் எளிமையான இசைவு அவனுக்குக் குதூகலமளித்தது. தன்னுடைய காரியம் முழுவதும் கூடிவந்து விட்டது போல மகிழ்ச்சியுற்றான். கரும்பு வளர்ந்து, ஆலைக்குப் போகக் கொஞ்ச நாட்களாகும். அதுவரையில் வில்லியனூரி லிருந்து வண்டி வண்டியாகக் கரும்பைக் கொண்டுவர வேண்டும். கோடையில் ஒருவிதக் கஷ்டமுமில்லை. ஆனால், கார்காலம் முழுவதும் மிகுந்த கஷ்டத்தைத் தருவது. வெட்டாற்றையும் காவிரியையும் கடந்து வர வேண்டும்; சுலபமான காரியமல்ல இது. தண்ணீர் ஆறு கொள்ளாமல் சுழித்துக்கொண்டு போகும். பார வண்டி மணலில் சிக்கிக்கொள்ளும்.

ஆற்றின் குறுக்கே பாலம் கட்டுவதைப் பற்றித் தீவிரமாக யோசித்தான். மூங்கில் இல்லை; எல்லாம் எரிந்து போய்விட்டது. அதற்காகச் சும்மா இருக்க முடியாது. எங்கேயாவது போய்க் கொண்டுவர வேண்டும். இதைப் பற்றிப் பேசிக்கொண்டே மாப்பிள்ளை வீட்டிற்குச் சென்றான்.

உன்னதமான வரவேற்பு. ஒவ்வொருவரும் தனித்தனியே வரவேற்றார்கள். எல்லோரையும் பின்னுக்குத் தள்ளி ஒரு கவனிப்பு; தாள முடியாமல் போயிற்று அவனுக்கு.

பெரிய வீட்டின் உள்ளும் புறமும் சிதம்பரம் நடந்தான். காமரா உள், சுவாமி உள், பத்தாயம் இருக்குமிடம் எல்லாம் கவனித்துக்கொண்டான். புறப்படும்போது, குஞ்சம்மா அவனிடம் தனியாகச் சொல்லி இருந்தாள். 'அளவிடுவது – மதிப்புப்போடுவது மாதிரி பார்வை, பேச்சு, நடத்தைக் கவனிப்பு.'

மாப்பிள்ளை நாணத்தோடு, ஆனால் கண்டுணர முடியாத ஒரு தொனியில் பேசினான். ஒரு கேள்விக்கு – ஒரு தலையசைப்பு; இல்லாவிட்டால், ஒரு புன்சிரிப்பு; அதுவும் இல்லாவிட்டால், ஒரு வார்த்தை பதில். இயல்பான குணப்பாங்கா? தன்னை மறைத்துக்கொள்கிறானா? சிதம்பரம் பலரோடு பேசினான் – மாப்பிள்ளையைத் தூக்கி வைத்து, இறக்கி, பரிகாசம் பண்ணி. தன் கண்டுபிடிப்பு அவனுக்கு மகிழ்ச்சியளித்தது.

திரும்பி வரும் வழியில் தேவர் அவன் அபிப்பிராயத்தைக் கேட்டார்.

"நம்ப பாப்பாவுக்கு ரொம்பப் பொருத்தங்க, மாமா; பையன் தங்கம்ன்னா தங்கம்" என்றான்.

"பாப்பாவுக்கு மட்டுந்தானா? ஒரு பையன் ரொம்ப பொம்மனாட்டிகளுக்குப் பொருத்தமா இருப்பான்" என்றான் வேலுசாமி.

"எலே, உன் வாயச் செத்தெ மூடுடா!"

“சீர்காழி அம்பு மவன் முதல்லே அவன் மாமன் பெண்ணெக் கட்டிக்கிட்டான். ஒரு குழந்தை பிறந்துச்சு; பயலுக்கு என்ன தோணிச்சோ தெரியாது. அவளெத் தள்ளி வச்சுட்டு, அவ தங்கச்சியெ கட்டிக்கிட்டான்.”

“கள்ளு கொஞ்சம் மிஞ்சிட்டா பயலுக்குக் கண்ணுமண்ணு தெரியாதுங்க, தம்பி. ஒரு வாட்டி, பய பொண்டாட்டியை அழச்சுக்கிட்டு மாமியார் வூட்டுக்குப் போய் இருக்கான். ராத்திரி, இவ புடவையை ஆத்தா கட்டிக்கிட்டுப் படுத்திருக்கா. இந்தப் பய பொண்டாட்டின்னு நினைச்சிக்கிட்டு...”

“அப்புறம் என்ன?”

“என்ன அப்புறம்! ஒரே கூத்து, கலாட்டா! இந்தப் பயல் அப்புறம் அந்தப் பக்கம் திரும்பறதே இல்லே!.. எங்கே பய... பின்னால் குந்திப்புட்டான். தண்ணி கொஞ்சம் மிஞ்சிப் போச்சு...”

அவனை அழைத்து வர ஒருவன் பின்னே சென்றான்.

மாப்பிள்ளைக் குடும்பம் கொஞ்சம் பெரிது என்று எல்லோரும் அபிப்பிராயப்பட்டார்கள். உண்மையில், அது பெரிய குடும்பமே – கல்யாணம் பண்ணிக்கொள்ளப் போகிறவன் மூன்றாவது பையன்; மூத்தவர்கள் இருவருக்கும் கல்யாணமாகி விட்டது.

இளையவனுக்கு இரண்டு குழந்தைகள். பெரியவன் மனைவி ஒன்பது வருடங்களுக்குப் பிறகு கருவுற்றிருக்கிறாள். மாப் பிள்ளைக்குத் தாயும் தகப்பனும் இருக்கிறார்கள். தகப்பனைப் பெற்ற தாயும் இருக்கிறாள். அவன் மூத்த சகோதரி ஒருத்திக்கும், இளைய சகோதரிகள் இரண்டு பேருக்கும் கல்யாணம் ஆகிவிட்டது. இளையவள் சிங்கப்பூரில் இருக்கிறாள். மற்ற இரண்டு சகோதரிகளும் குழந்தைகளோடு வந்திருக்கிறார்கள். நாற்பது இலை – கல்யாண வீடு மாதிரிதான் – கூட்டம், இரைச்சல் எல்லாம்.

“செத்தெ பெரிய குடும்பந்தான். ஆனா, என்னங்க அண்ணா? நாத்தனாரையெல்லாம் கட்டிக் கொடுத்தாச்சு. அது அது குடியும் குடித்தனமுமா மகராசிகளா இருக்கா. எப்பவாச்சும் அம்மா வூடுன்னு வந்தா உண்டு. அதோடு கூட, ரெண்டு பொண்ணுங்களும் அக்கா தங்கச்சி மாதிரி ஒத்துமையா இருக்குதுங்க. நம்ம பொண்ணுக்கு இஞ்ச ஒரு குறையும் வரா துங்க, அண்ணா.”

“தங்கபாப்பு, தன் அக்கா மவளைப் பத்தி பின்னெ எப்படிப் பேசும்!”

“அதுக்கோசரம் சொல்லலே காமு. இந்தப் பக்கம் பாரு; இஞ்ச அண்ணா மட்டும் எனக்கு ஆரு?”

“அண்ணா வாயே திறக்கலியே!”

அவர் தன் மகனைச் சுட்டிக்காட்டினார்.

“பொண்ணப் பெத்தவன் அவன். அவனக் கேட்காம இந்தக் கிழத்தைக் கேட்டா!”

“மாமா, செத்தெ இஞ்ச என்னப் பாத்துச் சொல்லுங்க..”

“உன்னெ என்னடி பகல்லே பார்க்கறது?”

“அட கிளவா!..”

ஊருக்குள் வந்ததும், தங்கபாப்புவிடம் தேவர் சொன்னார்: “பாப்பா சம்மதிப்பான்னு தோணுது, பாப்பு.”

அவள் மகிழ்ச்சியுற்றாள். தன் முயற்சி பலித்தது திருப்தி அளித்தது. இரண்டு குடும்பங்களுக்கும் இடையில் செய்தி பரிமாறிக்கொள்ளப்பட்டது. தைக் கடைசியில் கல்யாணம்.

உறவையொட்டி தன்னைச் சுற்றிக்கொண்டுவந்த பொறுப்புக்களிலிருந்து விலகி, வேலையில் மூழ்கினான் சிதம்பரம். தோட்டத்தில் ஒரு பாதி வேலை முடிவடைந்துவிட்டது. சிதறிக் கிடந்த குச்சிகளையும் கிளைகளையும் அப்புறப்படுத்தி விட்டார்கள். கருகிக் கிடக்கும் சிறு பகுதிதான் பாக்கி. அங்கு நிறைய வேலையில்லை. எல்லோருமாகச் சேர்ந்தால் எட்டு நாட்களில் முடிவடைந்துவிடும்.

தோட்டத்திற்குச் சென்றவுடனே, புங்க மரத்தடியில் வேலை பார்த்துக்கொண்டிருந்த பஞ்சநாத ஆசாரியிடம், “சௌகரியங்களா?” என்று வினவினான்.

“வாங்க, போன காரியம் ஆச்சுங்களா? செய்தி காதுலே உழுந்துச்சு!”

“இடம், ஊர், எல்லாம் எப்படி; புடிச்சு இருக்குங்களா?”

“எடத்துக்கு என்னாங்க! ஒரு சௌகரியத்துக்கும் கொறச்சல் இல்ல. பாருங்க, போனவாட்டி கொள்ளடத்துக்கு அன்னண்ட வேலைக்குப் போயிருந்தோம். ஆறு மாசம் – ஒரு மவராசன் வீடு கொடுத்தார். வீடுன்னா அதுதாங்க வீடு! எட்டு ஜென்மத்துக்கும் மறக்க முடியாது போங்க. வீடா அது!..”

“இது சத்தியா – சும்மா ஒப்புக்கு – ஒரு அவசரத்துக்குக் கட்டினது. இன்னும் கொஞ்ச நாளு போய்க் கல்லுவூடா ஒரு இருபது கட்டணும்” என்றார் தேவர்.

“அப்ப குடும்பத்தோட வந்துடலாம்..”

"குடும்பம் என்ன, பொண்டாட்டியோடன்னு சொல்லு."

அவன் தலையை அசைத்துக்கொண்டு சிரித்தான்.

"பயலுக்குக் கல்யாணமாகி இப்பத்தான் ஒண்ணரை மாசம் ஆகுது..."

தேவர் மீசையை ஒரு பக்கம் தள்ளி விட்டுக்கொண்டு, எல்லோரையும் பார்த்தார். நாணம் நிறைந்த, பெருமை பூக்கும் நகைப்புக்கிடையில், "நானும் சின்ன வயசில் இப்படித்தான்..." என்றார். குபீரென்று சிரிப்பு; கைதட்டல்; தூரத்தில் இருந்தவர்களெல்லாம் ஒன்றாக வந்து கூடினார்கள்.

"பொண்ணுகிட்ட சொக்காதவன் ஆரு?"

ஆச்சரியத்தோடு எல்லோரும் அவரையே பார்த்தார்கள்.

"நான் பொம்மனாட்டி இல்லே!" என்று சொல்லிக் கொண்டே நடக்க ஆரம்பித்தார். தோட்டம் முழுவதும் சுற்றி, வெட்ட வேண்டிய மரங்களை எண்ணினார். திரும்புகையில் பஞ்சநாத ஆசாரி கேட்டார், "சவுக்குப் போடப் போறீங்களா, தம்பி?" என்று.

"இல்ல, ஆலெ வைக்கப் போறங்க."

"அதான் எல்லோரும் சொல்லுறாங்க."

'செயல் பூர்வமாக நம்பிக்கையளிக்க இன்னும் கொஞ்ச காலமாகும்' என்று சொல்லிக்கொண்டான்.

"இஞ்ச இன்னமெ கரும்பு, வெல்லமெல்லாம் சுளுவா கிடைக்கும்."

"கரும்பு மட்டும் தின்னுப்புட்டு ஒருத்தனும் உசிரோட இருக்க முடியாது, ஆசாரி."

"நூத்துலே ஒரு வார்த்தைங்க."

"நாங்க திடுதிப்புன்னு கிளம்பிட்டோம்; ஒண்ணும் கவனிக்க முடியல்லே. சாப்பாட்டுக்கு என்ன பண்ணுறீங்க ஆசாரி?"

"அதுக்கென்னங்க? தம்பி 'அம்மாவைப் பாரு'ன்னு ஒரு வார்த்தை சொன்னாங்க; பார்த்தோம்; ஒரு கலம் கொத்த மல்லிச் சம்பா அரிசி கொடுத்தாங்க. சட்டி பானைக்கெல்லாம் அவுங்களே முன்னே இருந்து பாத்துக் கொடுத்தாங்க. சொந்த மவ மாதிரி ஒண்ணு ஒண்ணையும் பாத்தாங்க."

"அது பொண்ணு – ஒண்ணும் சரியாப் பண்ணி இருக்க மாட்டா."

"அதெல்லாம் சும்மா சொல்லக் கூடாதுங்க. நாங்க கேட்கறதுக்கு முன்னாடியே செட்டா எல்லாம் கொடுத்தாங்க. நான்தாங்க கேட்க மறந்துட்டேன்; ஒரு அம்மி வேணும்; கிடைக்கு மான்னு பாருங்க."

"நான் அனுப்பி வைக்கிறேன், ஆசாரி. இன்னும் ஏதாச்சும் வேணுங்களா?"

"உங்க புண்ணியத்தில் எல்லாம் இருக்குங்க."

அவர்கள் விடைபெற்றுக்கொண்டார்கள்.

பஞ்சநாத ஆசாரியின் வேலை தொடர்ந்து போய்க்கொண் டிருந்தது. வாய்க்காலின் ஓரத்தில் இலைகளை இழந்து நிற்கும் புளிய மரங்களை வெட்டிக்கொண்டு போனார்கள்; தெற்குப் பக்கத்தில் இனிப்புப் புளியமரம். செட்டியார் வீட்டிற்கு இதிலிருந்துதான் புளி போகும். மரம் இப்போது பட்டுப் போய்விட்டது. தீ சுட்டுவிட்டது. முக்கால்வாசிக் கிளைகளை மரத்திலிருந்து தறித்த பின்னர், அடிமரத்தை வெட்டிச் சாய்க்கக் கோடரியைத் தோளில் சாத்திக்கொண்டு போனான் தங்கவேலு. ராமு அவனுக்கு முன்னே போய் மரத்தில் சாய்ந்து கொண்டு, வெற்றிலை போட்டுக்கொண்டிருந்தான். இவனைப் பார்த்ததும் தலையசைத்து, வரவேற்றான்.

வீட்டின் மீது மரம் சாய்ந்துவிட்டால் – கோபுரத்தை அணைத்தாற்போல மரம் இருந்தால் – அதை வெட்டத் தங்க வேலுதான் போவான். கரணை கரணையாக மரத்தை வெட்டித் தோளில் சுமந்துகொண்டு வருவான்.

வேலையில் அவன் சூரன்; யாரும் அசைக்க முடியாது. அதே மாதிரி சாப்பாட்டிலும் சூரன்! ஒரு வேளைக்கு முக்கால் படி அரிசி; மெல்ல சுவைத்துச் சுவைத்துச் சாப்பிடுவான். கருவாடு சுட்டு வைத்தால் நாலு பிடி கூடச் செல்லும். சாப் பாட்டிற்குப் பிறகு, மொந்தைக் கள் வேண்டும் – கோழிக்கறி யோடு. இத்தனையையும் தின்றுவிட்டு, ஒரு பேச்சு இல்லாமல், ஆட்டம் இல்லாமல், முழங்காலுக்கிடையில் தலையைப் புதைத் துக்கொண்டு குந்தியிருப்பான்.

யாராவது சீண்டிக் கோபமூட்டினால், உதடுகள் துடிக்கும். சிவப்பேறிய கண்கள் அலைபாயும். தெத்து வாய்; சரியாகப் பேச்சு வராது. இழுக்க இழுக்க, 'ஒக்காளெ ராத்திரிக்கு அனுப்பு' என்பான். அவன் ஏக வசனம் அது; கொஞ்சமும் நாண முறாமல் சொல்லுவான். வேலைக்குச் செல்லுமிடத்திலெல்லாம் எப்படியோ ஒருத்தி அவனுக்குக் கிடைத்துவிடுவாள். மற்றவர் களுக்கு அதிலே பொறாமை உண்டு; ஆத்திரம் உண்டு. அவன் அதையெல்லாம் பொருட்படுத்துவதில்லை.

அவன் வேலைக்கு வந்து சேர்ந்து எட்டு வருடங்கள் சென்றுவிட்டன. அவன் மனநிலை பிடிபடாமல் இருந்தது மாதிரியே பூர்வோத்ரமும் பிடிபடவில்லை, தன்னைப் பற்றி, தன் ஊரைப்பற்றி, அவன் வாய்திறப்பதே இல்லை. ஒரு விதத்தில் ஏகாங்கி; இன்னொரு விதத்தில் பேராசைக்காரன்.

திடீர் திடீரென்று சில சமயங்களில் அவன் போக்குகள் மாறும். கீழ்க் கிளையிலிருந்து உச்சிக்குப் போய், இன்னொரு கிளைக்குத் தாவுவான்.

'எலே வேலு, உழுந்து வக்கப் போறடா!'

'ஏன்? ஒக்காவுக்குப் புருஷன் போயிடுவானேன்னு பயமா?' என்று விகாரமாக நகைப்பான். அப்புறம் இரண்டே தாவலில் கீழே இறங்கி வந்து, தாடையைப் பிடித்துக்கொண்டு கொஞ்சு வான். அவனுக்குத் தனிச் சிறப்புகளும் சிறுமைகளும் உண்டு. குடித்துவிட்டுத் தன்னை மறந்து பல தடவைகள் கிடந்திருக் கிறான். வேலி தாண்டி வரச் சொன்னவளின் வீட்டிற்குப் போய், அவள் கையாலேயே அடிபட்டுத் திரும்பி வந்திருக்கிறான். இவை யெல்லாம் அவன் பெருமையைக் குறைத்துவிடவில்லை.

வேலைக்கு வந்ததிலிருந்து, இரண்டு நாட்கள்கூடச் சேர்ந்தாற்போல உடம்பு சரியில்லை என்று அவன் படுத்த தில்லை. பகல் முழுவதும் வேலை செய்துவிட்டு, இரவில் சிலபோது தனியாகக் குந்தியிருப்பான்.

'உடம்பு சரியில்லையா வேலு?'

'சுமாரா இருக்கு.'

'வெந்நீர் போட்டுத் தரேன். குளிச்சிட்டுப் படுத்துக்கோ.'

காலையில் எல்லோருக்கும் முன்னே ஆற்றில் குளித்து விட்டு சுருட்டுப் பிடித்துக்கொண்டிருப்பான்.

'ராத்திரியெல்லாம் ஒரே முட்டா கத்திக்கிட்டு இருந்தியே!'

'வியாதிக்கு நான் படிஞ்சிடமாட்டேன்டா!'

'பொம்மனாட்டிக்கி?'

'எலே, உன் வாயெ மூடுடா?' என்று கத்துவான். அப்புறம் அவன் கையைப் பிடித்துக்கொண்டு, தாழ்ந்த குரலில் ரகசியம் போல, 'அங்க விஷயம் இருக்கு!' என்பான்.

எல்லோருடைய பார்வையும் அவன்மீது பதியும்.

'பொம்மனாட்டின்னா என்ன? ஓடுற தண்ணி. இந்தத் துறையிலே ஒருத்தன் ரெண்டு கையள்ளிக் குடிக்கிறான்; அந்தத் துறையிலே ஒருத்தன் ரெண்டு கையள்ளிக் குடிக்கிறான்; அதான்.

தண்ணியெ எங்க அள்ளிக் குடிச்சாலும் ஒரு மாதிரிதான் இருக்கும். எலே, ராமு உனக்கு வித்தியாசம் தெரியுதா?''

ராமு பதில் சொல்லமாட்டான். அவனுக்குப் பிடிக்காத விஷயம் இது.

தங்கவேலு மரத்தின் மீது ஏறிக்கொண்டே சொன்னான்: "முதலாளி வராங்க."

"சரி."

இவனும் மேலே ஏறினான்.

தூரத்தில், இரண்டு பேரோடு, சிதம்பரம் வந்துகொண்டிருந்தான்.

14

கல்யாணம் நெருங்கி வர வர, குஞ்சம்மாவுக்கு வேலைகள் கூடிக்கொண்டே வந்தன. அத்தைக்குப் பிறகு – 'இப்படிப் பண்ணலாம்னு தோணுது பாப்பா' என்று வழி நடத்திச் செல்லும் தேவர், சிதம்பரத்தோடு கரும்பாலை வைக்கும் சிந்தனையில் மூழ்கிய பிறகு– அவள் தவித்துப் போனாள். கவலையும் குழப்பமும் மிகுந்தன. ஆனால் விரைவிலேயே அவள் சமாளித்துக் கொண்டாள். தன் பலத்தின் மீதும் அறிவு மீதும் நம்பிக்கை விழுந்தது.

எப்பொழுதாவது சாப்பாட்டு வேளையில், 'வேலெ எந்த மட்டுல இருக்கு? கல்யாணம் கிட்டத்துல வந்துடுச்சே!' என்று அவள் கணவன் கேட்பான்.

கண்களைத் தாழ்த்தி நெடிது நோக்குவாள்; பதி லொன்றும் வராது. அவனும் எதிர்பார்க்கமாட்டான். சாப்பாடு ஆனதும் கையைத் துடைத்துக்கொண்டு, ஈரம் உலரும் முன்னே வெளியே போய்விடுவான். அவன் போக்கே தனி. பொறுப்புக்களிலிருந்து நழுவிக் கொண் டோடும் சுபாவம்; எதைப் பற்றியும் சிரத்தை கொள்ளாத மனம். சாப்பிட்டுவிட்டுக் கிளம்பினால், அடுத்த வேளைச் சாப்பாட்டிற்குத்தான் வருவான்.

கல்யாணமான புதிதில் குஞ்சம்மா அவன் போக்குப் புரியாமல் திகைத்துப் போனாள். தன் வாழ்வு பாழானது மாதிரி ஆத்திரம். தன் பெற்றோர்கள் மீது தாள முடியாத வெறுப்பு. அவர்களைப் பழிவாங்குவது மாதிரி மூன்றாண்டு கள் தாய் வீட்டுப் பக்கம் தலை காட்டாமல் மனம் புழுங்கித் தவித்தாள். பாப்பாவைக் கருவுற்ற ஏழாவது மாதம், வாழ்க்கை சகிக்க முடியாமல் போய்விட்டது அவளுக்கு.

'அத்தே, ஒரு நாளைக்கு தூக்கு மாட்டிக்கப் போறேன்!' என்று காலில் விழுந்தாள். கணவனைப் பெற்றவள் அவளை வாரி அணைத்துக்கொண்டாள்.

'பாப்பா, எங்களெ நட்டாத்திலே விட்டுட்டுப் போயிடா தேம்மா!' – அவள் குரல் உடைந்து கம்மியது.

அதற்குப் பின்னால் அத்தையின் கவனிப்பு கூடியது. சொந்த மகளுக்கும் மேலாகப் பாவித்தாள். பாப்பா பிறந்த பின்னால் – அத்தையின் அன்பான கவனிப்பும் ஆலோசனை களும் கிடைத்த பின்னால் – அவளுக்கு வாழ்க்கை சுலபமாகியது. கணவனின் போக்கை அப்படியொன்றும் பொருட்படுத்த வேண்டியதில்லை, அது தன்னை அமுக்கிவிடாது என்பதையும் தெரிந்துகொண்டாள். அத்தையிடமிருந்து ஒவ்வொன்றையும் கற்றுக்கொண்டாள். அத்தையின் பேச்சு, காரியம், எல்லாம் தனியானது. செட்டும், குறை காண முடியாததும், லேசில் பிடித்துக்கொள்ள முடியாததுமான போக்கு.

யாராவது வந்து, 'அக்கா! செத்த உங்க சங்கிலியைக் கொடுங்க. கல்யாணத்துக்குப் போயிட்டு வந்து தரேன்' என்றால், 'என்னெக் கேட்டா? பாப்பாவைக் கேளுங்க. அவதான் எல்லாம் நான் சும்மா வெத்து ஆளு, தங்கச்சி' என்பாள்.

குஞ்சம்மாவோ, 'என்னங்க இது, என்னெ வந்து கேக்கிறீங்க! நான் ஆரு? அத்தெ இருக்காங்க, அவுங்கதானே கொடுக்கணும்!' என்பாள்.

'அத்தையும் மருமவளும் ஊரையே வித்துப்புடுவீங்க' என்பார்கள்.

கல்யாணம் அருகில் வரவர அத்தையின் நினைவு பெருகிக் கொண்டே இருந்தது.

'அவுங்க கிட்ட இருந்தா ஆனை பலம். வேல என்னமா ஓடும்! அதுக்கெல்லாம் புண்ணியம் பண்ணியிருக்கணும்; முன்ஜென்மத்துலெ கொடுத்து வச்சிருக்கணும்.'

மாடுகள் ஓடும் சப்தம்; யாரோ இரண்டு பேர் இரைந்து பேசிக்கொள்ளும் சப்தம். குஞ்சம்மா காமரா அறையை விட்டு வெளியே வந்தாள்.

முற்றத்தில் ஏந்திரம் சுற்றுகிறது; கல்யாணி பொன்னாக மாவு அரைக்கிறாள். அதில் குஞ்சம்மாவுக்குத் திருப்தி. அவள் கைக்குத் தனி ராசி; கொட்டும் மாவைத் தொட்டுப் பார்க்கை யிலேயே பதம் தெரிந்துவிடும். எட்டு வயதில் தாய்க்குத் துணை யாக வந்தவளுக்கு வாழ்க்கை முழுவதும் இது ஒரு தொழிலாகி விட்டது.

கல்யாணி சுற்றிய ஏந்திரத்தை நிறுத்தி, "பொன்னம்மாவுக்கு சாயந்தரம் என்னக்கா போட?" என்று கேட்டாள்.

சா. கந்தசாமி

பத்து நாட்களாக வீட்டின் கொல்லைப்புறத்தில் நான்கு உரல்கள் நெல் குத்திக்கொண்டிருந்தன. பத்தாயத்திலிருந்து கொத்தமல்லிச் சம்பா நெல்லை எடுத்து வெளியே போட்டாள் குஞ்சம்மா. புழுக்கிக் காயவைத்து, குத்திக் கொழித்துக் கொடுப்பது பொன்னம்மா வேலை. பறச்சேரியிலிருந்து காலையில் வரு கின்றவளுக்கு மாலை வரையில் வேலை இருக்கும். அவள் கூட இரண்டு பெண்கள் – வாழாவெட்டியான பெரிய மகள்; ஒரு வருஷத்திற்கு முன்னே வந்த சிறிய மருமகள்.

"என்னெக் கேக்கணுமா? பதக்குப் போடேன்!"

"அக்கா பேச்சு, அவுங்க அத்தை பேச்சு மாதிரியே இருக்கு!"

குஞ்சம்மா அவளை ஏறிட்டுப் பார்த்தாள்.

"அவுங்க இருந்தா எனக்கென்ன கொறச்ச! ராசாத்தி யாட்டம் இருப்பேன்... அதுக்கெல்லாம் கொடுத்து வச்சிருக் கணும். அம்மாம் புண்ணியம் நான் பண்ணலே" என்று சொல்லிக் கொண்டே வாசலுக்குப் போனாள்.

இன்னும் எட்டுக் கலம் நெல் குத்த வேண்டும். ஆறு மரக்கால் மாவரைக்க வேண்டும். ராமசாமி செட்டியாரிட மிருந்து ஒன்பது மரக்கால் பச்சைப்பயறும், முக்குறுணி காராமணியும் வாங்கி வந்து உடைத்துத் தீட்ட வேண்டும்.

வெள்ளிக்கிழமை மாரியம்மன் கோவிலில் பூசை; மா விளக்கு – ஒவ்வொரு சுப காரியத்திற்கு முன்னேயும் நடப்பது. சம்பிரதாயபூர்வமாக அதற்கு முக்கியத்துவம் உண்டு.

சாலையில் ஒரு வண்டி சென்றால், மணியோசை கேட்டால், அடங்காத ஆவலோடு வாசலுக்கு வருவாள். சித்தமல்லி யிலிருந்து அவள் சகோதரி கோகிலமும், பட்டவத்தியிலிருந்து நாத்தனார் சேதுவும் வர வேண்டும். 'பத்து நாட்களுக்கு முன்ன தாகவே அத்தாச்சியை அழைத்துக்கொண்டு வருகிறேன்' என்று செய்தி அனுப்பியிருந்த கோகிலம் இன்னும் வரவில்லை; தங்கையின் வருகையாலேதான் அத்தாச்சி வருவதும் தள்ளிப் போய்க்கொண்டிருக்கிறது என நினைத்தாள்.

பெரிய குடும்பம்; சின்னஞ் சிறுசுகளாக நான்கு குழந்தைகள். எல்லாப் பொறுப்புக்களையும் ஏற்றுக்கொண்டிருக்கும் முதல் மருமகள் அவள். சட்டென்று புறப்பட்டு வர முடியாது. அத்தாச்சி அப்படியல்ல. பிச்சுப் பிடுங்கல் இல்லாத தனிக் குடும்பம்; ஒற்றை ஒற்றையாக இரண்டு பேர். கடுமையாக ஒரு வார்த்தை பேசத் தெரியாத அண்ணன். நினைத்த போது விசுக்கென்று வண்டியைக் கட்டிக்கொண்டு வந்துவிடலாம்.

அவள் காத்துக்கொண்டிருக்கும் போதே வண்டி வந்து விட்டது. பளீரென்று மஞ்சள் வீசும் முகத்தோடு அத்தாச்சி

இறங்கினாள். சந்தோஷத்தால் குஞ்சம்மாவின் மனம் நிறைந்தது. வேகமாகப் படி இறங்குகையில், பட்டுப் புடவையைச் சற்றே தூக்கிப் பிடித்துக்கொண்டு கோகிலம் இறங்குவது தெரிந்தது. இரண்டு பேரும் வந்துவிட்டார்கள்.

"வாங்க அத்தாச்சி!" சேதுவின் கரத்தைப் பற்றிக்கொண்டு, தன் சகோதரியைப் பார்த்துப் புன்னகை பூத்தாள் குஞ்சம்மா.

"ரெண்டு பேரும் வராம என்னமா தவிச்சுப் போயிட்டேன் தெரியுங்களா, அத்தாச்சி?"

"என்னாலேதான், அக்கா! நாலு நாளா பயணப்பட்டேன். ஒண்ணு ஒண்ணா வேலெத் தடங்க."

குழந்தைகள் வண்டியிலிருந்து குதித்துப் பெரியம்மாவைத் தாண்டிக்கொண்டு உள்ளே ஓடின.

பாப்பா, காமரா அறையிலிருந்து வெளியே வந்து குழந்தைகளை அணைத்துக்கொண்டாள். "இஞ்ச வா, பாப்பா." சின்னம்மாவின் குரல் கேட்டு முகத்தைத் திருப்பிப் பார்த்தாள். அவள் முகம் சட்டென்று மாறியது. இனந் தெரியாத வெட்கம்; பின்னுக்கு நகர்ந்தாள்.

"இஞ்ச வா, அம்மா." சேது அவளைத் தன்னோடு இறுக அணைத்துக்கொண்டாள். பாப்பா கூச்சமுற்றாள். பொறுக்க முடியாத மாதிரி இருந்தது.

"நம்ப பாப்பாவுக்கு இப்பவே வெட்கம் வந்துடுச்சு!"

"நாளைக்கு வாக்கப்படற பொண்ணுயில்லையா?"

"அத்தெ, சும்மா இருக்கமாட்டீங்க?"

"மாட்டேன்!"

"எனக்குக் கோபம் வரும்."

"வரட்டும்."

"அப்புறம் பேசமாட்டேன்."

"யாருகிட்டே?"

"உங்க கிட்டேத்தான்."

"என் கிட்டயா, இஞ்ச பாரு!" சேது தாவிப் பிடிப்பதற்குள் பாப்பா ஓடிவிட்டாள்.

சேதுவும் கோகிலமும் தங்களையறியாமலே பொறுப்பை ஏற்றுக்கொண்டுவிட்டார்கள். அவர்கள் வீட்டுக் கல்யாணம்; அவர்கள் வீட்டுக் காரியம். ஒவ்வொரு காரியத்தையும் முடிவெடுக்கக் குஞ்சம்மா தேவைப்பட்டாள்.

“அக்கா செத்தே இஞ்ச வாயேன்.” கொல்லையில் மேலகரத்திலிருந்து அண்ணாமலைப் படையாச்சி கொண்டு வந்திருந்த உளுந்தை அளந்து கொட்டிக்கொண்டு கூப்பிட்டாள் கோகிலம்.

“என்ன கோகிலம்?”

“ஒரு வார்த்தை எங்கிட்ட சொல்லி இருக்கப்படாதா, அக்கா? நான் கொண்டாந்து இருப்பேனே! போன வருஷம் எப்பவும் இல்லாம உளுந்து எட்டுக் கலம் கண்டுச்சு. அப்படியே தான் கெடக்கு.”

“நீ நாலு பேரோட இருக்கிறவ. ஒண்ணுன்னா அவுங்களுக்கெல்லாம் பதில் சொல்லணும். போன தடவை நம்ப வயல்ல மூணு கலம் கண்டுச்சு. செட்டியார் கல்யாணத்துக்குக் கேட்டாங்கன்னு கொடுத்தாச்சு. இந்த வாட்டி வெறப்புக்கூட இல்லே; அவுங்கதான் தம்பிகூட ஆலெ ஆலென்னு சுத்திக்கிட்டு இருக்காங்களே.”

“அத்தாச்சி, அப்பா கூப்பிடறாங்க” என்றாள் சேது.

“இதோ.”

பெரிய திண்ணையை அடைத்துக்கொண்டு பூசாரி ஆறுமுகப் படையாச்சி, தோப்புத்துறை கன்னையா பிள்ளை, மேலகரம் சாமிநாத முதலியார், நெய்விளக்கு சாமியப்பா, மேளக்கார உத்திராபதிப் பிள்ளை – உட்கார்ந்திருப்பது தெரிந்தது. சிறிய திண்ணையின் தூண் மறைவில் சிதம்பரம் இருந்தான். அவனை ஒட்டினாற்போலத் தேவர். அத்தனை பேரையும் ஒருசேரக் கண்டதும் குஞ்சம்மா உள்ளேயே நின்றுவிட்டாள்.

“மாமா, செத்தெ வந்துட்டுப் போங்களேன்.”

தேவர் உள்ளே வந்தார்.

“எல்லோரும் வந்துட்டாங்க; எப்ப பந்தப் போடச் சொல்ல?”

“நமக்கு நாளு ரொம்ப இல்லெ; சீக்கிரமா ஆரம்பிக்கச் சொல்லுங்க, மாமா. நாளைக்கே ஆரம்பிச்சாக்கூடத் தேவலாம். அப்புறம், அந்த அண்ணன் அங்கெ இங்கேன்னு போயிடுவாங்க.”

“என்னையா தங்கச்சி சொல்றே? இப்ப அப்படியெல்லாம் பண்ணமாட்டேன்!”

“கல்யாண காலம் பாருங்க, அண்ணா!”

“நம்ப கல்யாணம் மாதிரி அம்மா இது...”

அவள் லேசாகச் சிரித்துக்கொண்டே முன்னே வந்தாள்.

“நடுப்புற மணப்பந்த. வடக்கெ இருந்து கிழக்கெ அடச்சு – போனவாட்டி சுப்பு ஐயர் வூட்டுலே போட்டது மாதிரி – போட்டுடறேன். என்ன தங்கச்சி, சரிதானே?”

"நம்ப வூட்டுக் கல்யாணம். அப்புறம், சொல்ல ஒண்ணு மில்லேங்க!"

"தங்கச்சி, அந்த அத்தை மாதிரியே பேசுது!" என்றான் தேவரைப் பார்த்தபடி.

"நீங்க ஒர்த்தர்தான் பாக்கி – அதுவும் இப்ப சொல்லிட்டீங்க!"

"அத்தையைப் பன்னண்டு வருஷமா எனக்குத் தெரியும். இந்த வூட்டுக்கு ஆயிரம் வாட்டி வந்திருக்கேன். அவுங்க அருமை எனக்குத் தெரியும். இப்ப இப்ப தங்கச்சியைப் பாக்கற அப்ப அந்த ஞாபகம் வந்துடுது..."

அவள் அதற்குப் பதிலொன்றும் அளிக்கவில்லை. மௌனமாகக் கன்னையா பிள்ளையைக் கொல்லைப்புறம் அழைத்துக் கொண்டு போய், வீட்டையொட்டிச் சார்ப்பு இறங்குவதைப் பற்றி அவள் கூறிய யோசனைகளைக் கேட்டதும், "இப்பத்தான் தங்கச்சி புரியுது – பட்டா அண்ணன் எதுக்கு வூட்டு விஷயத்திலே கவனம் இல்லாம இருக்குதுன்னு!..." என்றார்.

குஞ்சம்மா லேசாகத் தலையசைத்தாள்.

"நாளைக்கு ஆரம்பிச்சிடறேன், தங்கச்சி."

"ரொம்ப நாளு நமக்கு இல்லே."

"எனக்குத் தெரியாதா?"

இரண்டு பேரும் திரும்பி வாசலுக்கு வந்தபோது, சிதம்பரமும் தேவரும் எதிர்ப்பட்டார்கள்.

"என்ன, எல்லாத்தியும் கேட்டுக்கிட்டே இல்லெ!"

"நம்ப வூட்டுக் கல்யாணமாச்சே!"

"அட அப்பா, அதுக்குத்தான் இத்தனை நாளு கழிச்சு வந்தே!"

"எட்டு நாளா பயணப்பட்டேன். ஒவ்வொரு நாளும் தட்டிப் போச்சு..."

"பெரிய வேலைக்காரன்; ஊருக்கெல்லாம் வேண்டியவன்..."

"அண்ணா இப்படித்தான் எப்பவும் பரிகாசம் பண்ணு வாங்க!" என்று சிதம்பரம் பக்கம் திரும்பிச் சிரித்தார்.

"அப்ப... வரேங்க." குஞ்சம்மா தலை குனிந்தபடியே வீட்டிற்குள் சென்றாள்.

அவள் போன பிறகு, கன்னையா பிள்ளை தணிந்த குரலில் தேவரிடம் சொன்னார்: "நான் சும்மா சொல்லலே அண்ணே;

அண்ணி செத்து எங்கேயும் போயிடலே; அப்படியே தங்கச்சி மனசிலே புகுந்துட்டாங்க!"

முழு மனத்தோடு அதனை அங்கீகரிப்பது மாதிரி, தேவர் தலையசைத்தார்.

இவர்கள் வாசலுக்குத் திரும்பி வந்தபோது, பெரிய கொத்தனார் வந்தார். வீட்டைக் கட்டி முடித்துவிட்டார். பூச்சு வேலை முடிந்து, ஓடு வேய்ந்தாயிற்று. இன்றைக்கு எட்டாம் நாள் கிரகப் பிரவேசம்; அதற்கு இரண்டு நாட்கள் கழித்துக் கல்யாணம்.

கிரகப் பிரவேச விஷயத்தில், எல்லோருடைய அபிப்பிராயங் களுக்கும் விரோதமாக நடந்துகொண்டான் சிதம்பரம். மேளச் சப்தமும் ஐயரும் இல்லாமல் புதுமனை புகுவிழா முடிவடைந்து விடும். அதையெல்லாம் விரும்பாத தேவர், இரண்டுமுறை ஜாடையாகப் பேசினார். அவனோ தன் தீர்மானத்தின் மீது விடாப்பிடியாக இருந்தான்.

கொத்தனார் வாசல் புன்னை மரத்தில் சாய்ந்துகொண்டு கேட்டார்: "கல்யாணத்துக்கு அப்புறம் ஆலெ வேலயெ ஆரம்பிக்க வேண்டியதுதானேங்க?"

"நிச்சயமாங்க." தேவரைப் பார்த்துக்கொண்டே சொன்னான் சிதம்பரம்.

"கொஞ்சம் கல்லு மண்ணெல்லாம் தயார் பண்ணி வச்சிடுங்க. மடமடன்னு அடிச்சுத் தள்ளிடலாம்."

"ரெண்டு நாளுலே பாத்துட்டு, ஆளு விடறேன். செத்த இஞ்ச வந்து, போதுமான்னு பாத்துட்டுப் போ."

"பின்னெ, தம்பி வேலெக்காக மத்த வேலையையெல்லாம் செத்தெ தள்ளி வச்சிட்டேன்."

அவன் அவரை நோக்கிப் புன்னகை பூத்தான்.

"அப்ப, நான் வரேங்க."

"பிச்சையைப் பாக்கணும்; அப்படித்தானே போறீங்க?"

"ஆமாங்க."

"வாங்க, சேந்து போவலாம்."

ஐயனார் கோவிலுக்கு எதிரில் வண்டி வந்துகொண்டு இருந்தது.

"ஆரு? நம்ப ஐயர் வண்டிகணக்கா இருக்கே!"

“நேத்தி கிழக்கால போனாங்க; இப்ப திரும்பி வராங்க போல இருக்கு...” என்று தேவர் சொல்லிக்கொண்டு இருக்கும் போதே சாம்பமூர்த்தி ஐயரின் வண்டி நின்றது. எல்லோரும் சற்றே ஒதுங்க, தேவர், “வாங்க சாமி!” என்று வரவேற்றார்.

“பேத்திக்குக் கல்யாணம் வந்துட்டாப் போல இருக்கு ...”

“சாமி வந்துடணும்?”

“நான் வராமலா?”

சாம்பமூர்த்தி ஐயர் வண்டியை விட்டிறங்கினார். அவர் பார்வை சிதம்பரத்தின் மீது விழுந்தது. “வீடு முடிஞ்சாச்சா?” என்றதற்கு அவன் சிரித்தான்.

அவர் பேச்சு திடீரென்று பருவ காலத்தைப் பற்றியும் மாடுகளுக்கு வரும் கோமாரி நோயைப் பற்றியும் சென்றது. கன்னையா பிள்ளை, வெளியூரிலிருந்து ஒரு மாட்டு வைத்தியனை இங்கே கொண்டுவர வேண்டும் என்றார். ஐயருக்கு அது சரியாகவே பட்டது. இந்த விஷயம் முழுவதும் சிதம்பரத்திற்குப் புரியவில்லை. அவன் மௌனமாக, அவர்கள் வாயை வேடிக்கை பார்த்துக்கொண்டிருந்தான்.

வண்டியில் ஏறப்போன ஐயர், கொஞ்சம் தயங்கி, “சிதம்பரம், நீ காங்கிரசுக்குப் போயிருக்கியோ?” என்று கேட்டார்.

“இல்லீங்க, இன்னும் பாக்கலீங்க.”

“நானும் பாத்ததில்லே. ஆனா, ரொம்ப வேடிக்கையா இருக்குமாம். பெரிய பெரிய தலைவாள்ளாம் வருவாளாம். பேச்சும் கூட்டமும் பிரமாதமா இருக்குமாம்! ஒரு வாட்டி தூத்துக்குடி சிதம்பரம் பிள்ளை, கூறைநாடு சண்முக படையாச்சி, நாகப்பட்டினம் அப்துல் காதர், எட்டயபுரம் சுப்பிரமணிய பாரதி எல்லாரும் இந்த வழியாத்தான் போனா. அவாளுக்கு ஒரு பெரிய மாலை போட்டோம்.”

“அப்படிங்களா?”

“அந்த வருஷம் காங்கிரசு சண்டையிலே முடிஞ்சுச்சாம்! நான் அடுத்த காங்கிரசுக்குப் போகலாம்ன்னு நெனச்சுண்டு இருக்கேன்!”

“அதுக்கு ரொம்ப நாளு இருக்குப் போல இருக்குங்களே. இப்பத்தானே, ரெண்டு மாசத்துக்கு முன்னே காங்கிரசு முடிஞ்சிச்சு.”

“ஏழு மாசத்துக்கு முன்னாடி – கல்கத்தாவிலெ முடிஞ்சுது. என்ன பேச்சு; என்ன கூட்டம்! நெய்விளக்கு ராமசுப்பிரமணியம் அங்கெ நடந்ததையெல்லாம் சொல்லறதை இன்னிக்

கெல்லாம் கேட்டுண்டே இருக்கலாம். அவன் சொல்றது அப்படியே 'சுதேசமித்திரன்'லே வந்திருக்கு..."

"அவுங்க நல்லாப் பேசுவாங்க."

"இவன் பேச என்ன இருக்குங்கறேன்? அங்கெ பாத்தான்; இஞ்ச பேசறான்."

"அதுவும் சரிதாங்க."

"அடுத்த வாட்டி நான் கட்டாயம் போகப் போறேன். ஏன், நீயும் வாயேன்!"

"அவசியம் வரேங்க. ஒரு வாட்டி நான் சென்னெப் பட்டினத்திலெ இருந்தேன். கடல்கரையில் ஒரு கூட்டம். கூட்டம்னா அப்படி ஒரு கூட்டங்க. பால்னு ஒருத்தர் – வங்காளின்னு சொல்லிக்கிட்டாங்க. அட, அப்பா, என்ன பேச்சு! என்ன வேகம்! அப்படியே அசந்து போயிட்டேங்க..!"

"பால்... வெறும் பால் இல்லே ... பிபின் சந்திர பால் – 'சுதேசமித்திரன்'ல்கூட அடிக்கடி வருமே!"

"பாக்கறேங்க."

"அவருதான் இப்ப பெரிய பேச்சாளர். இன்னொருத்தர் திலகர். அவர் பம்பாய் பக்கம்..."

வண்டிக்காரன் பக்கத்தில் வந்து, அவர் காதில் மட்டும் விழும்படியாக, "அம்மா, போவட்டுமான்னு கேட்கறாங்க!" என்றான்.

"ஓ! அவ, வண்டியிலெ காத்துண்டு இருக்காளா! பேச்சு வாக்கிலே மறந்துட்டேன்... அப்ப, சிவனாண்டி, கல்யாணத்திலே பாக்கலாம்; என்ன சிதம்பரம், வீட்டுப்பக்கம் வாயேன்! பேச லாம் ..." என்று சொல்லிக்கொண்டே போய் வண்டியில் ஏறினார்.

"அப்ப, நானும் உத்தரவு வாங்கிக்கிறேன்."

"உங்க வேலெதான் பாக்கி."

"சொல்லிட்டா, இந்தக் கொத்தன் மாறமாட்டான்."

"நான் அதுக்குச் சொல்லலீங்க."

"மனுஷனுக்கு நாக்கு ஒண்ணுதான்."

அவன் மௌனமாக இருந்தான்.

"அப்ப உத்தரவு கொடுங்க."

"கல்யாணத்துக்கு வந்துடணும்."

"கட்டாயமா!"

ஒவ்வொருவரும் தனித்தனியே பிரிந்து சென்றார்கள்.

மத்தியானச் சாப்பாட்டிற்குப் பிறகு, சிதம்பரம் தேவரோடு புதிய வீட்டைப் பார்க்கச் சென்றான். வீடு தூரத்திலேயே தெரிந்தது. வீட்டையொட்டி இருந்த ஒவ்வொரு மரத்தையும் அவன் வெட்டிவிட்டான். கொல்லையிலிருந்த வேர்ப்பலாதான் கடைசியாக வெட்டப்பட்டது.

மூங்கில் படலைத் திறந்துகொண்டு உள்ளே சென்றார்கள். தோட்டமாய் ஒரு காலத்தில் இருந்த தன் நிலத்தைத் தேவர் கண்களை இடுக்கிக்கொண்டு பார்த்தார். என்னமாய் வெறிச் சோடிவிட்டது. அவரை, பாகல், மிதிப்பாகல், கொம்புப் பாகல், கொத்தவரை, கத்தரி, மிளகாய், பரங்கி, புடலை – சடை சடை யாய்ப் பிடித்துக் காய்த்ததெல்லாம் ஒரு பழங்கனவு போலப் பட்டது. இந்த மண்ணில்தான் எல்லாம் விளைந்ததா?

தோட்டம் இனி அவர் உடைமையல்ல; இன்னொருவன் சொத்து. பேசித் தீர்க்காவிட்டாலும் – பத்திரம் எழுதாவிட்டாலும் அது அவன் கைக்குப் போய்விட்டது. தன் விருப்பப்படியெல்லாம் மண்ணைக் கிண்டிக் கிளறுவான்; தலையிட முடியாது.

அந்த வருடந்தான் தோட்டத்தில் மிளகாயும் கத்தரியும் போடவில்லை. பத்தொன்பது வருடமாகக் கார்த்திகையில் நாற்று விடுவது போல இந்த வருடமும் நாற்று விட்டார். ஆனால், பிடுங்கி நட முடியவில்லை – அவருக்கு வேலை சிதம்பரத்தோடு; குஞ்சம்மாவுக்கு வீட்டில் வேலை. நாற்று முற்றிக்கொண்டு வந்தது. என்ன செய்வதென்று தெரியவில்லை. அப்போதுதான் ராமசாமிப் படையாச்சி, "நாத்து இருக்குமா, தேவரே?" என்றார்.

தேவருக்கு சந்தோஷம் தாள முடியவில்லை. "எல்லாத் தையும் புடுங்கிக்கிட்டுப் போ!" என்றார். ராமசாமிப் படையாச்சி கையில் சிக்காத நாற்றுக்கள் வளர்ந்து காய்த்துக் குலுங்கு கின்றன. தோட்டம் முழுவதுமே பிடுங்கி நட்டிருந்தால் பழம் வந்திருக்கும். முதல் ஈடு பழங்கூட எடுத்திருக்கலாம்.

சிதம்பரம் கதவைத் திறந்து வைத்துக்கொண்டு, "வாங்க, மாமா" என்றான்.

சிவனாண்டித் தேவர் படியேறி உள்ளே சென்றார். வீடு கண்ணைப் பறித்தது. எல்லா வேலைகளும் முடிவடைந்து விட்டன. சம்பிரதாய பூர்வமாகக் குடிவர வேண்டும்; அவ்வளவு தான்.

சா. கந்தசாமி

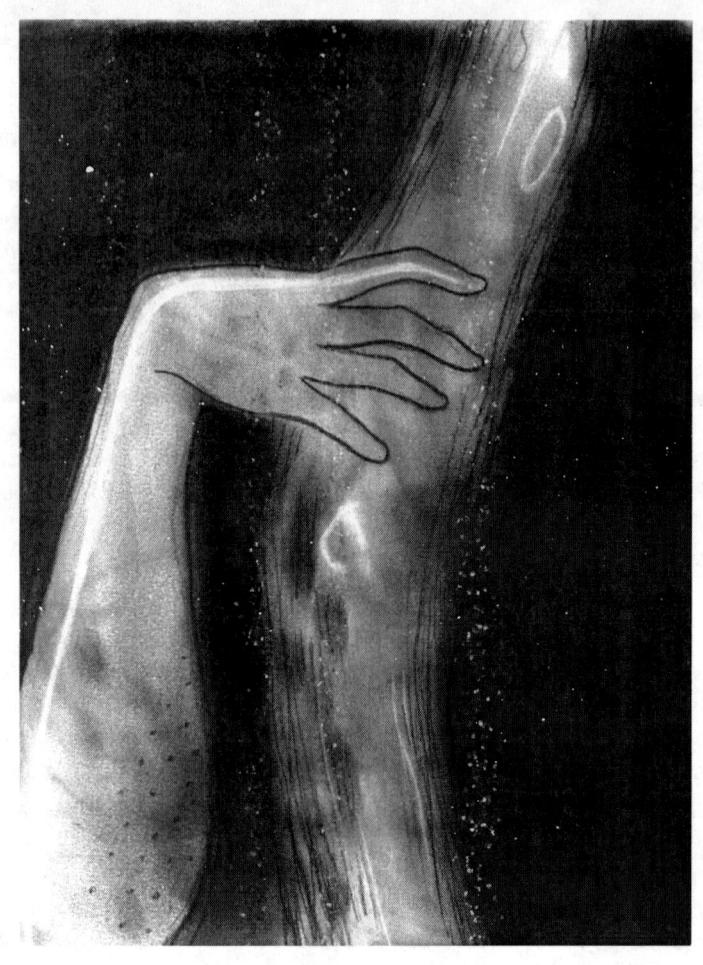

'எனக்கொரு வீடு இருக்கிறது!'

வீடு மாதிரி ஆலை சீக்கிரத்தில் அமையாது போலத் தோன்றியது. ஒருவேளை பங்குனி, சித்திரையைத் தாண்டிக் கூடப் போகலாம். ஆலை என்றால் எஞ்சின் ரூம் கட்ட வேண்டும். சர்க்கரையைச் சேமித்து வைக்க ஒரு கிடங்கு; கரும்பு அடுக்க ஒரு கிடங்கு; கணக்குவழக்குப் பார்க்க ஒரு அறை. எடுபிடிச் சாமான்கள் போட்டு வைக்க ஐந்தாறு அறை கள் – தற்சமயம் இவ்வளவுதான். அப்புறம் போகப் போகப் பார்த்துக்கொள்ளலாம்.

ஆலை – அதில் வேலை செய்கின்றவர்களுக்கு வீடு. வெளியூர் வாசிகளுக்கு இது ஒரு பிரச்சனை. இப்போது இருக்கிற வீடு

களைக் கொஞ்சம் மாற்றி அமைத்தால் ஒன்பது குடும்பங்கள் தங்கலாம்; அது காணாது. வேலை தொடங்கிவிட்டால் – சிரத்தையோடு கவனிக்க வேண்டிய விஷயம் அது. ஆட்கள் கிடைத்தால் மடமடவென்று வீடுகள் கட்டித் தள்ளிவிடலாம். ஆட்கள் எங்கிருந்து கிடைப்பார்கள்?

தோட்டத்திற்கும் சாலைக்கும் இடையே இருந்த ஒற்றை யடிப் பாதையை அகலப்படுத்தி, வண்டி போக ஏற்றதாக மாற்றியமைத்திருந்தான். அந்த வேலைக்கு ஆட்களே கிடைக்க வில்லை. அவனும் பழனியாண்டியும் மாறி மாறி மண்வெட்டி பிடித்தார்கள். ஒரு மைல் சாலை – ரெட்டைச் சாலை; இரண்டு வண்டிகள் போகலாம்.

சாலையைப் பார்த்துத் தேவர் களிப்புற்றார்.

“தம்பி, ஒண்ணு ஒண்ணையும் புதுசு புதுசாச் செய்யுது.”

“பாருங்க, மாமா, நமக்கு எப்பவும் வண்டி வரும்; போவும். அதான்...”

“வாஸ்தவங்க, தம்பி.”

அவன் புது வண்டிதான் முதன்முதலாகப் புதுச்சாலையில் வெள்ளோட்டம் ஓடியது. தேவரின் யோசனையின் பேரில் உருவான வண்டி; அழகும் கம்பீரமும் நிறைந்த வில்வண்டி. தோப்புத்துறை ராஜமையர் வண்டியைப் ‘பீட்’ அடித்துவிட்ட தாகச் சொல்லிக்கொண்டார்கள்.

வண்டி மாதிரி மாடும் அமைந்துவிட்டது, சிதம்பரத்திற்கு. காங்கேயம் மாடு; தவிட்டு நிறம்; வீச்சு வீச்சாய்க் கொம்புகள்; சீவி, சின்னக் குஞ்சம் கட்டினான் பாவாடைப் படையாச்சி. மல்லியம் கோவர்த்தன செட்டியார் மாட்டை விற்பதாகவே இல்லை. தரகுக்கு மேல் தரகெல்லாம் போய்த் திரும்பி வந்து விட்டது.

சிதம்பரம் யோசித்துப் பார்த்தான். பாங்கான வண்டி; மொட்டை மாடு கட்ட முடியாது; உயர்ந்த ஜாதி மாடுதான் கட்ட வேண்டும். செட்டியாரின் மாடாக இருந்தால் ரொம்பப் பாங்காய் இருக்கும். அக்கரைக்குப் போனவன் அப்படியே ஒரு மூச்சாக நடந்து செட்டியார் வீட்டிற்குப் போனான். அவனைச் செட்டியார் உடனே அடையாளம் கண்டுகொண்டார். ஆலையைப் பற்றியும், சர்க்கரையைப் பற்றியும் வெகு உற்சாக மாகப் பேசினார். அவன் ஒவ்வொன்றுக்கும் மிகுந்த கவனத் தோடு பதில் அளித்தான். அவன் பேச்சு செட்டியாரைத் திருப்தியுற வைத்தது.

“ஒரு வண்டி பண்ணி இருக்கிறேங்க. அதுக்கு உங்க மாடு ஒண்ணு கட்டினா, நல்லா இருக்கும்னு தோணுதுங்க.”

“அதுக்கென்ன, பேஷா ஓட்டிக்கிட்டுப் போயேன்” என்று தானே தொழுவத்திற்கு வந்து, அரைக்கால் பல்லு மாட்டைப் பிடித்துத் தந்தார்.

மாட்டைப் பிடித்துக்கொண்டு வரும்போது சாம்பமூர்த்தி ஐயர் எதிரே வந்தார். பஞ்சவர்ணத்தின் வீட்டிலிருந்து திரும்பி வருவது மாதிரி தோற்றம்.

“கோவர்த்தன் மாடா, சிதம்பரம்?”

“ஆமாங்க.”

“அவனெக்கூட இளக்கிட்டியே!”

“. . .”

“கோவர்த்தன் கஞ்சன்லெ கடஞ்செடுத்த கஞ்சன். ஒருத் தருக்கு ஒண்ணு தரமாட்டான். ஆனா, மாட்டிலே அவனுக்கு ஒரு ராசி; அவங்கிட்டெ ஒரு மாடு பிடிச்சுட்டா செத்தெ நாழிலே நம்ப தொழுவம் நெறஞ்சுடும் . . .”

“இதுதாங்க நமக்கு முதல் மாடு.”

“இருந்தா என்ன? இன்னைக்கொண்ணு; நாளைக்கு ரெண்டு; அப்புறம் மூணு, நாலு. . .”

கிடாரியைக் கண்டதும் தும்பை உருவிக்கொண்டு, அவன் கையிலிருந்த மாடு ஓடியது.

மாட்டை அவன் இழுத்துப் பிடித்தான்.

ஐயர் அலட்சியமாகப் புன்னகை பூத்தார்.

அசாதாரணமான அந்தச் சிரிப்பு அவன் நினைவைப் புரட்டியது. மூன்றாண்டுகள் சென்றுவிட்டன; எத்தனையோ நிகழ்ச்சிகள் நடந்துவிட்டன. அவள் நினைவு மட்டும் மங்க வில்லை; துல்லியமாக இருக்கிறது. எவ்வளவு விசித்திரமான பெண், அவள்! மூன்று குழந்தைகளுக்குத் தாயான பிறகும், மோகம் குன்றாமல் மையலுற்றாள், அவள் – அவள் குடிகாரக் கணவன். . . அந்தக் குழந்தைகள் – எல்லாவற்றையும் அந்தக் கணமே மறக்க முயன்றான்.

மலேயாவில் இருந்து வந்த புதிதில் மிகுந்த அக்கறையோடு கல்யாணத்தைப் பற்றி விசாரித்தார் தேவர். தனக்கு இன்னும் கல்யாணம் ஆகவில்லை என்றதும் சந்தோஷமுற்றார். தன் சொந்தத்தில் பெண் பார்த்தார். ஏற்பாடுகள் எல்லாம் முடிந்து விட்டன! கடைசியில்தான் செய்தி அவன் காதில் விழுந்தது. அவன் ரொம்ப பவ்யமாக, “கொஞ்சம் போகட்டுங்க மாமா!” என்று நழுவினான்.

"ஏன், ஏதாவது விசேஷமா?"

"அதெல்லாம் ஒண்ணும் இல்லீங்க, மாமா!"

அவன் புன்சிரிப்புச் சிரித்தான்.

இயல்பான சிரிப்பாக அவருக்கு அது படவில்லை.

"தம்பி மனசெப் புரிஞ்சுக்க முடியலே."

அவன் பதிலொன்றும் சொல்லவில்லை. மௌனமாகச் சிறிது நேரம் உட்கார்ந்திருந்தான். பிறகு, எழுந்து போனான். அப்புறம்கூட, சந்தர்ப்பம் கிடைத்தபோது, கல்யாணத்தைப் பற்றி விஸ்தாரமாகப் பேசினார். அவன் பிடி ஏதும் கொடுக்கவில்லை; அவர் சலிப்புற்றார். அந்தப் பேச்சுக்கள் அடங்கிவிட்டன.

புதிய வீட்டைப் பூட்டிக்கொண்டு, சாலைக்கு வந்தார்கள்.

"அப்புறம், தம்பி எங்கே போவுது?"

"சாயந்தரமா தோட்டத்துப் பக்கம் போகலாம்னு இருக்கேன்."

"சாயரச்சதானே?"

"ஆமாங்க, மாமா!"

"அப்ப, இப்பப் போய், செத்தெ வூட்டுலே இருங்க; ஆராச்சும் வருவாங்க; ஆம்பளைங்க ஆருமில்லே. நான் தோட்டத்துப் பக்கம் போயிட்டு, அப்படியே பூக்காரனைப் பாத்துட்டு வரேன்."

"சரிங்க, மாமா."

குஞ்சம்மாவுக்கு அவனைக் கண்டதும் சந்தோஷம் தாள முடியவில்லை. "தம்பி இல்லாமெ தவிச்சிப் போய்ட்டேன். பாருங்க தம்பி, அட்டிகை தேவலாமா?" என்று நகையை முன்னே வைத்தாள்.

விசித்திரமாக அவைகளை நோட்டமிட்டான். ஒவ்வொன்றைப் பற்றியும் அவன் அபிப்பிராயம் சொல்ல வேண்டும்; அவர்கள் சந்தோஷத்தில் பங்கு பெற வேண்டும்; துக்கத்தில் கலங்க வேண்டும்.

"ரொம்ப நேர்த்தியா இருக்கு!"

"நெஜமா?"

"நெஜமாங்க!"

அவன் கையிலிருந்து அட்டிகையை வாங்கிக்கொண்டு உள்ளே சென்றாள்.

சா. கந்தசாமி

சிதம்பரம் திண்ணையில் ஏறி உட்கார்ந்தான்; காலை நீட்டிச் சாய்ந்து படுத்தான். பெண்களின் இரைச்சலும் கூப்பாடும் காதைத் துளைத்தன. அவனால் படுத்திருக்க முடியவில்லை; துண்டை உதறித் தோளில் போட்டுக் கொண்டு புறப்பட்டபோது, "எங்கெ தம்பி?" என்று கேட்டுக் கொண்டு குஞ்சம்மாள் வந்தாள்.

"செத்தெ இப்படிக் காலார..."

"சுருக்கா வந்துடுங்க; ரொம்ப வேலெ கிடக்கு."

"செத்தைக்கெல்லாம் திரும்பிடுவேன்" என்று சொல்லிக் கொண்டே படியைவிட்டுக் கீழ் இறங்கினான். அவன் கால்கள் தோட்டத்தை நோக்கி நடந்தன.

வெட்டாற்றையொட்டிப் பத்து வீடுகள், ஒரே மாதிரியாகத் தென்னங்கீற்று வேய்ந்த சிறு வீடுகள். நான்கு வீட்டில் குடி இருந்தது; வேலை தொடங்கிவிட்டால், ஜனம் வந்துவிடும். பத்து இருபது நாளில் எஞ்சின் டிரைவர் வந்துவிடுவான். அவனுக்கொரு வீடு; அப்புறம் ஐந்து வீடுகள். ரொம்ப சீக்கிரத்தில் இன்னும் பல வீடுகள் கட்ட வேண்டியிருக்கும்.

மூன்றாவது வீட்டு வாசலில், சாலையை அடைத்து, நெல் மாதிரி ஏதோ ஒன்றைப் பரப்பிக் காய வைத்திருந்தார்கள். சிதம்பரம் குனிந்து பார்த்தான். ஏதோ பூச்சி, மீசையும் இறக்கையுமாகக் கிடந்தன. அவனுக்கு என்னவென்று தெரியவில்லை. காவல் பார்த்துக்கொண்டிருந்த சிறுவனை அருகில் அழைத்துக் கேட்டான்.

"ஈசங்க."

"ஈசலா! எதுக்கு?"

"வறுத்துப் பொரியரிசி வெல்லம் போட்டுத் தின்னங்க."

"ம்... எங்க புடுச்சே."

"நேத்தி கொஞ்சம் மழை தூறிச்சில்லே; அப்ப ஒரு விளக் கேத்தி வெச்சுப் புடுச்சேங்க."

"நீ முனுசாமி பையனா?"

"ஆமாங்க!"

"ஒப்பன் எங்கெ?"

"வேலைக்குங்க!"

சிதம்பரம் திரும்பிக் கடைப்பக்கம் சென்றான். அவன் சொந்தக் கடை – உப்பு மிளகாய்க் கடை; ஆனால், பொறுப்பு முழுவதும் தேவரிடம் இருந்தது.

பழனியாண்டியும், கோகிலத்தின் பெரிய பையன் சண் முகமும் கடையில் இருந்தார்கள். நல்ல வியாபாரம்; மட மடவென்று பொருள்கள் விற்க ஆரம்பித்துவிட்டன. கனக சபை செட்டியார், பார்த்தசாரதி ஐயங்கார், மணவாள நாயுடு, பதஞ்சலி சாஸ்திரி, வேம்பு படையாச்சி, கம்ப ராமாயணம் முருகபூபதிப் பிள்ளை – இவர்களெல்லாம் பழைய கடையை விட்டு விட்டு, புதுக் கடைப் பக்கம் திரும்பினார்கள்.

கடை வாசலில் ஒரே இரைச்சல்; கூக்குரல். என்ன நடக்கிறது என்பது தெரியவில்லை.

சிதம்பரத்தைப் பார்த்துவிட்டு ஒரு பெண், "முதலாளி வராங்க; வழி விடுங்க!" என்றாள். அவன் கடைக்குள் நுழைந்ததும் கூச்சல் ஓய்ந்து அமைதி ஏற்பட்டது.

முணுமுணுத்துக்கொண்டிருந்த பாட்டியைப் பார்த்துச் சிதம்பரம், "இப்படி வாங்க, பாட்டீ; உங்களுக்கு என்ன வேணும்?" என்று கேட்டான்.

"இஞ்ச பாருங்க, தம்பி. பதக்கு நெல்லு இருக்கு. அளந்து கிட்டு ஒரு சேர் நல்லெண்ண; ரெண்டுபடி கொத்த மல்லி கொடுன்னா, பய, 'காசு கொண்டா; இஞ்ச நெல்லு எடுத்துக்க மாட்டேங்'கறான்."

"இங்க வாங்க பாட்டீ. ஒரு சேர் எண்ணயா ..?"

ஆட்கள் மிக மிக, கூலியை அவனால் நெல்லாகக் கொடுக்க முடியவில்லை. ஆரம்பத்தில் தேவரிடமும், கனகசபாபதி செட்டி யாரிடமும், சாம்பமூர்த்தி ஐயரிடமும் நெல் வாங்கிக் கூலி கொடுத்தான். ஆனால், நாட்கள் செல்லச் செல்ல சம்பாவிலிருந்து கூலி குறுவைக்கும், கார் குறுவைக்கும், ஒட்டுக் குறுவைக்கும் வந்து, அப்புறம் அதுவும் நின்றுபோய்விட்டது.

மிகுந்த ஆலோசனைக்குப் பிறகு கூலியைப் பணமாகக் கொடுத்தான். சிக்கலும் குழப்பமும் ஏற்பட்டன. எண்ணவும் கணக்கிடவும் தெரியாமல் தவித்துப் போனார்கள். பணத்தை வாங்கிக்கொண்டு சாமான்கள் கொடுக்க கோமுட்டிச் செட்டி யும், அப்துல் காதர் ராவுத்தரும் முன்வரவில்லை. பணம் கொண்டு போனவர்களையெல்லாம், "நெல்லு கொண்டாங்க; இந்தச் சனியன் வேணாம்" என்று விரட்டியடித்தார்கள்.

ஆத்திரத்தோடும் துக்கத்தோடும் திரும்பிவந்து, காசை வீசியெறிந்து முறையிட்டார்கள். 'நாளையிலிருந்து, நெல்லு கொடுக்காவிட்டால் வேலைக்கு வரமாட்டோம்' என்றார்கள். அன்றிரவே அதற்கொரு வழி கண்டுபிடித்தான் அவன். தேவர்

யோசனையின் பேரில் பார்த்தசாரதி ஐயங்காரின் சின்னவீட்டில் கடை திறக்கப்பட்டது.

நெல்லுக்கும் உப்புக்கும் தனித்தனியே விலை நிர்ணயிக்கப் பட்டது. ஆனால், ஆரம்ப நாட்களில் பணத்தை எண்ணவும் கணக்கிடவும் தெரியாமல் தவித்துப் போனார்கள். பல மாதங்கள் வரையில் பணம் சிக்கல் நிறைந்த ஓர் அம்சமாகவே இருந்தது.

பாட்டி, எண்ணெயை வாங்கிக்கொண்டு, "தம்பி, சமயத்திலே நீங்க வராட்டா, அந்தப் பயலுவோ என்னெ விரட்டி இருப்பானுவோ. அந்தக் கயவாலிப் பயலுவளெ கட்டி வச்சு நல்லா ஒதேடாப்பா ..." என்றாள்.

"சரிங்க, பாட்டி!"

சிதம்பரம் பழனியைப் பார்த்து லேசாகச் சிரித்தான்.

15

கல்யாண வீடு நிறைந்துவிட்டது. உள்ளூரிலிருந்தும் வெளியூரிலிருந்தும் உறவினர்கள் வந்து குழுமினார்கள். புதிய புதிய முகங்கள்; புதிய புதிய நடை; தினுசு தினுசான புடவைகள்; வளையல்களும் கொலுசுகளும் குலுங்க வரும் சிரிப்பொலி – பல்லாண்டுகளுக்குப் பின்னால் தேவர் வீடு திருமணக் கோலத்தில் அமிழ்ந்தது.

பெரிய பந்தல் – தெரு முழுவதையும் அடைத்துக் கொண்டு வண்டி போக வர வழியில்லை. இரண்டு நாட்களாக மாதானம் போக வேண்டிய வண்டி களெல்லாம் தெற்கில் திரும்பி, வேளாளத் தெரு வழியாகச் சென்றன.

பிரமாண்டமான பந்தலின் நடுவே மணிகளும் ஜிகினாவும் இழைத்த கல்யாணக் கூடம், திருக்குளத்து மண்டபம் மாதிரி. ஆனாலும், அதில் இல்லாத அழகு, கவர்ச்சி. சிவப்பு, மஞ்சள், பச்சை, ஊதா வர்ணத்தில் மணிகள். நீண்ட மணிகள்; குட்டை மணிகள் – வகை வகையாகக் கோர்த்துக் குஞ்சம் கட்டித் தொங்கவிட்டிருந் தார்கள். வீசும் காற்றில் மணிகள் அசைந்து வர்ணம் மாறும் நேர்த்தி; கிணுகிணுக்கும் ஒலி – ரம்யமான காட்சி!

மணப் பந்தலைச் சுற்றிக் கூச்சலிட்டு ஆர்ப்பரிக்கும் சிறுவர் கூட்டம்; அதில் நான்கைந்து பெண் குழந்தை களும் இருந்தார்கள். விநோதமான அவர்கள் விளை யாட்டைப் பார்த்துக்கொண்டு நின்றான் சிதம்பரம். ஒரு குழநதை எங்கிருநதோ ஓடிவந்து, அவன் காலைக் கட்டிக்கொண்டு, 'மாமா' என்றது.

பெண் குழந்தை – நான்கு வயதிருக்கும். பொன்னிற மான மேனி. அலைபாயும் பெரிய பெரிய கண்கள். அவன் உவகையுற்று அவளை வாரியணைத்துக்கொண்

டான். கன்னத்தில் முத்தமிட்டான். குழந்தை அவனையே உற்று நோக்கியது. பார்வை மிரள, தன் மாமா இல்லை என்பதை உறுதிப்படுத்திக்கொண்டதுபோல அவன் பிடியிலிருந்து நழுவி விருட்டென்று ஓடியது.

சிதம்பரம் அப்படியே நின்றான். அவன் இதழ்களில் சோகம் கப்பிய புன்னகை அரும்பி மறைந்தது:

'இதற்கெல்லாம் நான் ஆசைப்பட முடியாது.'

பந்தலைவிட்டு உள்ளே சென்றான். பின்கட்டு முழுவதும் பெண்கள் நிறைந்திருந்தார்கள். அநேகமாக, ஆண்களே போகாத பகுதி அது. குழந்தைகளை வாரி எடுத்துக்கொண்டு, வளையலும் கொலுசும் குலுங்க யார் யாரோ வேகமாகக் காமரா அறைக்குள் மறைவது தெரிந்தது. அவன் கால்கள் பெயரவில்லை; அப்படியே நின்றான்.

குஞ்சம்மா பரக்கப் பரக்க கூட்டத்தைத் தள்ளிக்கொண்டு வந்து, "வாங்க தம்பி" என்றாள்.

"மாமா, எங்கெ அக்கா?"

"இஞ்ச இல்லியே. கப்பக்காரவுங்களெ பாக்கணும்னாங்க. இப்ப வந்துடுவாங்க தம்பி."

"அவுங்களெல்லாம் வந்துட்டாங்களாம்."

"இப்ப சாரட்டு வந்துடும். அது கூட நீங்க போங்க தம்பி."

"மாமா இல்லாமெயா?"

"மாமா இல்லாமெ எங்கெ போயிட்டாங்க!"

அவள் வெகு நளினமாகப் புன்னகை பூத்தாள்.

"இதான் ... காவேரி மவன் செதம்பரமா?" என்று கேட்டுக் கொண்டே வந்தாள் ஒரு பாட்டி.

"ஆமாங்க, மச்சி."

அவள் பார்வை அவன் மீது ஆழ விழுந்தது. முகம் ஆனந்தத் தால் மேலும் வெளிறியது. "ஏண்டாப்பா செளக்கியமா..? ரெண்டு வயசிலோ மூணு வயசிலோ பார்த்தது. அப்புறம் இப்பத்தான் பாக்கறேன். காவேரி அன்னக்கி போறதைப் பத்தி எங்கிட்டத்தான் சொன்னா; பதக்கு நெல்லுப் போட்டுட்டு வந்து, காசைக் கொடுத்தேன் ... அதை வாங்கிப் புடவைத் தலைப்பில் முடிஞ்சிக்கிட்டுத் தாரை தாரையா அழுதா ..." அவளுக்கு மூச்சு வாங்கியது; தூணில் சாய்ந்துகொண்டாள்.

சிதம்பரம் விசித்திரமாக அவளைப் பார்த்தான்.

"அவ குணத்துக்கும் பதவுசுக்கும்தாண்டா அப்பா, குடும்பத்துப் பேர் சொல்ல இஞ்ச வந்துட்டெ!"

அவன் வெறுமனே உணர்ச்சியற்ற நிலையில் தலையசைத் தான். தன் தாயாரின் இளம் பருவத் தோழியின் உளப்பூர்வ மான அனுதாபத்தின் சிதறல்கள் தெளிவாகப் புலனாகியது. அதை ஏற்றுக்கொள்வதும், அதற்கு நன்றி செலுத்துவதும் தன்னளவில் அசாத்தியமானது.

"நாலு நாளைக்கு இருப்பீங்கல்லே? அப்புறம் வந்து பாக்கறேன்!"

"வா, கண்ணு, உன்னெப் பாக்கறது பெத்த புள்ளையெ பாக்கறதாட்டம் இருக்கு!"

"வாங்க!"

அவன் நடந்து செல்லும் பாங்கைப் பார்த்து, "அந்த ஜாடெ, அந்தக் கைவீச்சு, அந்தப் பேச்சு, நாணிக்கிட்டு நின்னு கண்ணெச் சிமிட்டிக்கிட்டுக் கவட்டுத்தனமா பாக்கறது – அவ எதுக்க வந்து நிக்கறது மாதிரி இருக்குலே குஞ்சம்மா!" என்றாள்.

"இப்படித்தாங்க மச்சி; மாமாவும்கூட அடிக்கடி சொல்லு றாங்க."

"நாங்களெல்லாம் அப்ப ஒரு வயசு."

"மாமா போல இருக்கு; தோ வந்துட்டேங்க, மச்சி." அவள் வெளியே வந்தாள்.

"அவுங்க எல்லாம் வந்துட்டாங்களாமே. அழச்சாற ஆரை அனுப்பினே, பாப்பா?"

"நம்ப தம்பியங்க, மாமா!"

"உனக்கு சொல்லியா தரணும்..."

"சாரட்டு எங்க மாமா?"

"தோ வந்துகிட்டிருக்கு; பின்னாடியே மோளக்காரன் வரான்; செத்தைக்கெல்லாம் தஞ்சாவூர் 'பேண்டு' வந்துடும். அது வந்ததும் நாம்ப புறப்படணும்."

"எல்லாம் தயாராக இருக்குங்க, மாமா"

அப்புறம் தூணில் சாய்ந்தபடியே இரவுப் பந்தியைப் பற்றி விசாரித்தார். 'மாப்பிள்ளை அழைப்பு முடிந்ததும்தான் பந்தி' என்று சந்தேகமின்றி அவள் சொன்னதும், "அது சரிதான்; வழக்கமும் அதுதான். ஆனா, நேரம் ஆகுமேன்னு பார்த்தேன்; அதைப் பார்த்தா முடியுமா... அப்படியே பண்ணிடுவோம், பாப்பா..." என்று வெளியே புறப்பட்டார்.

வீடு முழுவதும் விளக்குகள் – ஜகஜ்ஜோதியாக எரிந்தன. எத்தனை விளக்குகள்! இன்னும் சற்று நேரத்திற்கெல்லாம் மாப்பிள்ளை அழைப்பிற்குப் புறப்பட வேண்டும்.

மாப்பிள்ளையை அழைத்து வர ஒவ்வொரு பெண்ணும் பயணப்பட்டுக்கொண்டிருந்தாள். காலம் காலமாக – ஒவ்வொரு பெண்ணுக்கும் இழையறாமல் நடைபெறும் சடங்கு – மரபுகள் மீதும் ஐதீகங்கள் மீதும் ஆதாரப்பட்டு இருப்பது. ஒரு பொன் கூண்டிலிருந்து இன்னொரு பொன் கூண்டிற்குப் பெண்ணைக் கொண்டு செல்லும் திருநாள்!...

தூரத்தில் மங்களவோசை; நாதசுரத்தோடு கூறைநாட்டுப் பக்கிரியாப் பிள்ளையின் தவுல். பூ, சந்தனம், பன்னீர், ஊது பத்தி – மணம் கமழ்ந்தது.

நான்கு குதிரைகள் பூட்டிய சாரட்டிலிருந்து மாப்பிள்ளை பட்டுத்துண்டு காற்றில் பறக்க இறங்கி, மந்த கோவிலுக்குள் சென்றான். அவர்கள் கோவில் அது; வேட்டைக்குப் புறப்பட ஆயத்தமாகக் கரத்தில் அரிவாள் ஏந்தியிருக்கும் பெரிய கருப்பு; காலிலும் கழுத்திலும் பொற்சலங்கை; ஒரு காலை எடுத்து முன்னே வைத்திருக்கும் கருப்புவின் பின்னே கம்பீரமான வேட்டை நாய் – அவர்கள் வாழ்க்கையின் சகல அம்சங்கள் மீதும் ஆட்சி புரியும் கடவுள். வசந்த கால முளைக்கொட்டு, ஒயிலாட்டம் ஆடும் திருவிழாவிற்குப் பிறகு – கல்யாணங்கள் தான் சிறப்பானவை. வாழ்க்கையைப் பந்தப்படுத்தி அதற்கோர் அர்த்தம் கற்பிக்கின்றவை.

மாப்பிள்ளை எரியும் கற்பூரத்தின் சுடரைத் தொட்டுக் கண்ணில் ஒற்றிக்கொண்டு சற்றே பின்னுக்கு நகர்ந்தான். எட்டுத் தேங்காய்கள் சிதறவிட்டுப் பலி பீடத்திற்குக் கற்பூரம் காட்டினார்கள். பதினெட்டுப் படிகளிலும் வரிசையாக வைத்திருந்த 'வரிசை'த் தட்டுக்களை மாப்பிள்ளையின் உறவுப் பெண்கள் மீண்டும் ஏந்திப் பின்னே வர, மாப்பிள்ளை பணிவோடு சாரட்டில் ஏறியமர்ந்தான்.

ஒளி சிந்தும் இரவில் சாரட்டு மெல்லச் சென்றது. ஒரு சம்பிரதாயத்தின் சொச்சம் – மறைந்துகொண்டே வருவதின் தடயம். முன்பெல்லாம் ஒற்றைக் குதிரையில் மாப்பிள்ளை – அரையில் பட்டு வேட்டியும், கழுத்தில் மல்லிகைப் பூ மாலையும், காதில் கடுக்கனும், கைகளில் தங்கக் காப்புமாக ஊர்வலம் வருவான். இடையில் நீண்ட பட்டாக் கத்தி இருக்கும். கொண் டையை நன்றாகச் சீவி முடிந்திருப்பான் – குல சம்பிரதாயம்; ஐதீகங்கள் மீது ஆதாரப்பட்டிருப்பது. ஒவ்வொரு மணமகனும் – அன்று மந்தையா; பெரிய கருப்பு; கடவுள்!

பெண்ணின் தாய்மாமன் தனிக் குதிரை ஏறிப் போய் மருமகனை எதிர்கொண்டழைப்பான். இன்றைக்கும் அது போய்விடவில்லை; ஆனால், ஒற்றைக் குதிரைகள் போய்

விட்டன. ஒற்றைக் குதிரைக்குப் பதில் சாரட்டுப் பூட்டிய குதிரைகள்; எத்தனை குதிரைகள்! எத்தனை நிறங்கள்..!

வளையல்கள் சப்தமிட, சிரிப்பும் பேச்சும் கூட்டுச் சேர, பூவின் மணத்தோடு பெண்கள் – ஜீனி, சர்க்கரை, கற்கண்டு, வாழைப்பழம், வெற்றிலைப் பாக்கு, பூ, புடவை, வேட்டி, கோபுரமாய் நவதானியங்கள் நிறைந்த தாம்பாளங்களை ஏந்தி – மெல்ல அசைந்து சென்றுகொண்டிருந்தார்கள்.

ஊர்வலம் மேலத் தெருவைத் தாண்டிப் பெரிய சாலியத் தெருவிற்கு வந்ததும், சிவனாண்டித் தேவர் மாப்பிள்ளையின் அண்ணன் அழகுத் தேவரிடம், "சித்தி விநாயகருக்கு ஒரு அர்ச்செனெ பண்ணச் சொல்லுங்க" என்றார்.

சாரட்டு நின்று மாப்பிள்ளை பதவிசோடு கீழே இறங்கிப் பிள்ளையாரை வலம் வந்து, தரையில் விழுந்து வணங்கினான்.

நிலவு மேலே எழும்பிக்கொண்டிருந்தது. அனைவர் முகத்திலும் சோர்வு; தூக்கத்தின் அறிகுறி.

"செத்த சுருக்கா ஆவட்டும்!" சிதம்பரம் எல்லோரையும் துரிதப்படுத்தினான். ஆக்கிய சோறு விரைத்துச் சில்லிட்டுக் கொண்டிருந்தது – குஞ்சம்மா தனியாக அவனுக்குச் செய்தி அனுப்பியிருந்தாள்.

பேண்டு வாத்தியக்காரர்கள் வேகமாக அடியெடுத்து வைத்தார்கள்.

இன்னும் ஒரு தெருதான், கல்யாண வீடு போய்ச் சேர. வடக்காகச் சென்று, தெற்குப் பக்கம் திரும்பினால் மாரியம்மன் கோவில் தெரு; தேவர் வீடு வந்துவிடும்.

குனிந்திருந்த மாப்பிள்ளையின் தலையை உயர்த்தி, "நீ ஒண்ணும் பொண்ணில்லே; மாப்பிள்ளே! நல்லா நிமிந்து குந்து!" என்றாள் அவனுடைய இரண்டாவது சகோதரி.

அவன் அடக்கமாகப் புன்னகை செய்தான்.

பேண்டு வாத்தியம் துரித கதியில் முழங்க மாப்பிள்ளை சாரட்டை விட்டிறங்கினான். சேது ஆலத்தி சுற்றினாள்; யாரோ திருஷ்டி கழித்தார்கள்.

"வாங்க, வாங்க, எல்லாரும் வாங்க... எல்லாரும் வாங்க!..." – ஒரே சமயத்தில் பல்வேறு குரல்கள் வரவேற்புக் கூறின. பிரவாகம் மாதிரி இரைச்சல்; புடவைகளின் சரசரப்பு; குலுங்கும் தண்டைகள் சப்தம்... எங்கும் சப்தங்கள்...

பொழுது புலரும் முன்னே மேளம் கொட்டி முழங்கியது. ஜிகினாவும் மணிகளும் இழைத்த அலங்காரப் பந்தலில் சரம்

சரமாகப் பூ மாலைகள்; குறுக்கும் நெடுக்குமாக மஞ்சள் நூலும் வர்ண மணிகளும். சிறிய மணமேடையைச் சுற்றி வாழைக் கன்றுகள்; அதற்கு எதிரே பூரண கும்பம்; புதுப்பானை; பாலி வகைகள்; அம்மி; அரசாணிக்கால் ஓமகுண்டம்; குந்தாணி; நாச்சியார் விளக்கு; மாங்கல்யம்; கூறைப் புடவை; வேஷ்டி, வரிசைகள் . . .

ஐயர், "மாப்பிள்ளையை அழச்சுண்டு வாங்கோ" என்றார். அதைத் தொடர்ந்து, "மாப்பிள்ளை!. . . மாப்பிள்ளை!" என்று பல குரல்கள் எழுந்தன.

கோகிலத்தின் மகனுடைய கையைப் பற்றிக்கொண்டு, தலை குனிந்தபடியே வந்தான் மாப்பிள்ளை.

புது நெல் பரப்பி அதன் மீது மடித்துப் போட்டிருந்த சன்னக் கோரைக் கல்யாணப் பாயில் அமர்ந்தான் மாப்பிள்ளை. ஐயர் மந்திரங்கள் சொல்லி, எரியும் அக்னியில் மாவிலையால் நெய்யை அள்ளியள்ளி விட்டுக்கொண்டே, "மாப்பிள்ளை வேட்டி எங்கே?" என்றார்.

"இந்தாங்க, சாமி."

நவதானியங்கள் தூவி, மந்திரங்கள் முணுமுணுத்து, தீர்த்தம் தெளித்து, கோடியின் முனைகளில் மஞ்சள் தடவி, வேட்டியைச் சிவனாண்டித் தேவரிடம் தந்தார் ஐயர். மிகுந்த பணிவோடு கண்ணில் ஒற்றிக்கொண்டு, அதனை அண்ணாமலைத் தேவரிடம் கொடுத்தார். நெய்விளக்கு வெள்ளையன் தேவர், மல்லியக் கொல்லை பெரியகருப்பன் தேவர், காவேரிப்பட்டினம் வெள்ளைச்சாமித் தேவர், காடுவெட்டிக் குஞ்சாலுத் தேவர், சீர்காழி நல்லதம்பித் தேவர், வேங்கைப்புலி அருணாசலத் தேவர், கல்லூட்டு ராஜாத்தி, புதுப்பட்டணம் செல்லம்மா, ஆச்சாபுரம் சொர்ணம் – எல்லோரும் ஆசீர்வாதம் பண்ணி, ஐயரிடம் தந்தார்கள்.

திரும்பி வந்த தாம்பாளத்தை, மாப்பிள்ளைத் தோழனிடம் கொடுத்து ஐயர் சொன்னார், "சவரம் பண்ணிண்டு குளிச்சிட்டு, அப்புறமா இதைக் கட்டிக்கச் சொல்லு!" என்று.

மாப்பிள்ளைத் தோழன் மணமகனை அழைத்துக்கொண்டு முன்னே போகையில், "நின்னு, மெல்ல அழைச்சிக்கிட்டுப் போ!" என்று பரிகாசம் பண்ணினாள் மாப்பிள்ளையின் அண்ணி; அவன் குத்திட்டுப் பார்த்தான். அப்புறம் மாப்பிள்ளையை இறுக அணைத்துக்கொண்டு, "இப்படியா?" என்றான். அலை யலையாகச் சிரிப்பு எழுந்தது. யாரோ ஒருத்தி, "ம் . . . அப்படித் தான்!" என்று பெருங்குரலில் சொன்னாள்.

ஆரவாரமும் சிரிப்பும் அடங்கிய போது, தோழி வலது கரம் பற்றி முன்னே வர, பாப்பா ஒவ்வொரு அடியாகப் பெயர்த்து வந்து பந்தலில் அமர்ந்தாள். நெற்றியில் பறந்து விழுந்து அலை பாய்ந்த முடியைச் சற்றே ஒதுக்கிவிட்ட தோழி, தலையைச் சற்றே உயர்த்திக் காதோடு, "இப்படியே இரு" என்றாள். ஆனால், தோழியின் கரம் விலகிய கணத்திலேயே பாப்பாவின் சிரம் தாழ்ந்தது.

பெரிய வெள்ளித் தாம்பாளத்தில் கூறை நாட்டுக் கொட்டடிச் சேலை; மஞ்சள், குங்குமம், மல்லிகைப் பூ, சீப்பு, கண்ணாடி – எல்லாம் நிறைந்திருந்தன. ஐயர் அதை எடுத்து, "சீக்கரம் ஆகட்டும்" என்று வெள்ளச்சாமித் தேவரிடம் கொடுத்தார். கரம் கரமாக மாறிப் பெண்கள் பக்கம் சென்றது, அப்படியே நின்றுவிட்டது. புடவையின் நீள அகலத்தையும் ஜரிகை வேலைப் பாட்டையும், தங்கள் கல்யாணத்திற்கு எடுத்த புடவையைப் பற்றியும் பேச ஆரம்பித்துவிட்டார்கள்.

ஐயர் சுற்றும் முற்றும் பார்த்தார்.

"அப்புறமா அழகு பாக்கலாம்; சீக்கிரமாக் கொண் டாங்கோ!"

"அக்கா, ஐயர் பறக்குறாங்க."

"செத்தெ இருடீ!"

கோகிலம் வெடுக்கென்று தாம்பளத்தைப் பிடுங்கிக்கொண்டு போய் ஐயர் முன்னே வைத்தாள். அதை மந்திரம் சொல்லி, தீர்த்தம் தெளித்துப் பெண்ணிடம் கொடுத்தார். அவள் கரம் நீளவில்லை; தோழி அவளுக்காக அதனைப் பெற்றுக்கொண்டாள்.

"கல்யாணப் பெண்ணுக்குக் கட்டி, அழகு பாத்துண்டு நின்னுடாமெ, சீக்கிரமா அழச்சுண்டு வந்துடு."

முழங்கும் நாதஸ்வர இசைக்கிடையில் தேவருக்கு அழைப்பு வந்தது; வேகமாக உள்ளே சென்றார்.

சிதம்பரத்திடம் மத்தியானச் சாப்பாட்டைப் பற்றிச் சொல்லிக்கொண்டிருந்த குஞ்சம்மா, "நீங்களும் கல்யாணத்தில் குந்திட்டீங்களா, மாமா? செட்டியார் வந்திருக்காங்க" என்றாள்.

"அதுக்குள்ள வந்துட்டாங்களா!" என்று வேகமாக வாசலுக்குச் சென்றார்.

"வாங்க, சந்தனம் எடுத்துக்குங்க."

"ஆச்சு, பையன் கொடுத்தான்."

"செத்தெ உள்ளே போயிட்டேன்."

"அதுக்கென்ன . . ."

"அம்பாளுக்கு ஆம்பளைப் பிள்ளையாங்களாமே?"

"மூணும் பசங்க!"

தேவரின் சிரிப்பு மீசைகளுள் மறைந்தது.

"அடுத்த வருஷம் பேத்தி பொறந்துடறா!"

செட்டியார் பகபகவென்று சிரித்தார்.

"பொண்ணு மணையிலே குந்திட்டாப்போல இருக்கே?"

"ஆமாங்க."

இருவரும் உள்ளே வந்தார்கள்.

"நாளைக்கு ஒரே பாயில் அவனோடு படுக்கப் போறே; அதனாலே நெருங்கி உட்கார்ந்தா ஒண்ணும் தோஷமில்லே!"

கலீரென்று பெரும் சிரிப்பு மூண்டது.

"சாமி, சரியாச் சொன்னீங்க!"

"பின்னெ ..?"

நாதஸ்வரத்தோடு மேளம் கிடுகிடுக்க மந்திரங்கள் ஒலிக்க, பூவும் அட்சதையும் சொரிய, மங்கல வேளையில் தலை குனிந் திருக்கும் பெண்ணின் கழுத்தில் தாலி ஏறியது.

சற்றைக்கெல்லாம் பட்டம் கட்டும் கூட்டம் மணப் பெண்ணைச் சூழ்ந்துகொண்டது. சொர்ணம் முதல் பட்டம் கட்டினாள் – மாப்பிள்ளையின் பெரியக்கா அவள். ஒரு பவுன் – முழுப் பவுன் பட்டம்; இரண்டு பக்கத்திலும் குண்டு; ஒவ் வொன்றும் கால் பவுன். பெரிய குடும்பத்தின் முதல் மருமகள் அவள்; சம்பிரதாயங்கள் எல்லாவற்றையும் மீறிக்கொண்டு போய்விட்டாள். அதில் பரம திருப்தி அவளுக்கு. அவளைத் தொடர்ந்து அவள் தங்கை இரண்டாவது நாத்தி ராஜாத்தி பட்டத்தை நெற்றியில் கட்டினாள் – முக்கால் பவுன் பட்டம்; கிடாவுக்குப் பதில் முழு வெள்ளி ரூபாயை வைத்தாள். கல்யாண மாகாத பெண்களுக்குப் பட்டம் கட்டிக் கிடா ஏற உரிமையில்லை என்பதால் செல்லம்மாளுக்கு மனம் வாடிப் போயிற்று; தூணில் சாய்ந்தபடியே ஒவ்வொரு நிகழ்ச்சியையும் ஆச்சரியம் ததும்பப் பார்த்துக்கொண்டிருந்தாள்.

நெருங்கிய சொந்தம் முடிவடைந்ததும், நாத்தி முறை ஆக வேண்டியவர்களெல்லாம் பட்டம் கட்டினார்கள். தங்கக் காசுகளாலும், பொன் குண்டுகளாலும், மஞ்சள் நூல்களாலும், வெற்றிலைகளாலும் பாப்பாவின் நெற்றி நிறைந்துவிட்டது.

பாரம் அழுத்துவது போலப் பிரமை; தலையை அசைத்துக் கொண்டாள்.

தோழி குனிந்து காதோடு காதாக, "ஆச்சு, செத்த இரு பாப்பா" என்றாள்.

"இன்னும் யாராவது இருக்காளா பட்டம் கட்ட?"

"செத்தெ இரு சாமி."

கால் பவுன் காசும், மஞ்சள் கயிற்றில் இணைத்த வெற்றிலையோடும் முன்னே வந்தாள் ஆண்டாள்.

வெகுநேரம் வரையில் – ஆண்களெல்லாம் எழுந்து போகும் வரையில் பட்டங்கட்டுவது தொடர்ந்து நடந்துகொண்டிருந்தது.

வாசலில் ஒரு பெரிய கூட்டம் – கனகசபாபதி செட்டியாரோடு, சுப்பு ஐயர், சாம்பமூர்த்தி ஐயர். பலாத்தோப்பு பார்த்தசாரதி ஐயங்கார், பதஞ்சலி சாஸ்திரி, முருகபூபதிப் பிள்ளை, ரத்னசாமிப் பிள்ளை, அண்ணாப் பிள்ளை, உத்திராபதிப் படையாச்சி, கோவர்த்தனச் செட்டியார், லட்சுமணராவ். தேவர் மனம் நிறைவுற்றிருந்தது; பேச்சு வரவில்லை. உலகமே திரண்டு வந்து வாசலில் நிற்பது மாதிரி ஒரு காட்சி; கண் கொள்ளாக் காட்சி! எந்தக் கல்யாணத்திலும் இத்தனை பேரும் ஒன்று சேர்ந்ததில்லை. சிலருக்கு ஒருவர் நிழல் இன்னொருவர் மீது படக் கூடாது; அப்படியொரு பகை. பதஞ்சலி சாஸ்திரிக்கு சாம்பமூர்த்தி ஐயர் ஆகாது. சாம்பமூர்த்தி ஐயருக்கு ஐயங்கார் ஆகாது. அண்ணாப் பிள்ளைக்கு முருகபூபதிப் பிள்ளை ஜென்மப் பகை; எட்டு வருடங்களாக அப்படித்தான்.

இருபத்தெட்டு முறை ராசிப் பேச்சுக்களால் ஒரு பயனும் கிடைக்கவில்லை. ஆனால் இன்றைக்கு எல்லோரும் ஒன்றாகச் சேர்ந்து இருக்கிறார்கள்!

"நாங்க வரவும் தாலி கட்டவும் சரியா இருந்துச்சு!" என்றார் முருகபூபதிப் பிள்ளை.

"நான் கொடுத்து வச்சவன்."

"என்ன சிவனாண்டி அப்படிச் சொல்றே?"

"பின்னெ, இத்தினி பேரும் தேவலோகத்திலிருந்து வந்த மாதிரி, ஒண்ணா வந்திருக்கீங்களே!"

ஒரு பேச்சின்றி, பெருஞ்சிரிப்பு மூண்டு, மெல்ல அடங்கியது.

சுப்பு ஐயர், சாம்பமூர்த்தி ஐயர், பதஞ்சலி சாஸ்திரி, பலாத்தோப்பு ஐயங்கார், லட்சுமணராவ் – எல்லோரும் சேர்ந்தாற்போல ஒரு விசுப்பலகையில் உட்கார்ந்தார்கள்.

இன்னொரு விசுப்பலகையின் விளிம்பில் கோவர்த்தன செட்டியார் அமர்ந்தார். வெற்றிலைப் பெட்டியை இடையில் வைத்துவிட்டுச் சற்றுத் தள்ளி முருகபூபதிப் பிள்ளை, அண்ணாப் பிள்ளை, ரத்னசாமிப் பிள்ளை, உத்திரபதிப் படையாச்சி, ஆறுமுகத் தேவர் – அமர்ந்தார்கள்.

"தம்பி, இப்படி வந்து குந்துங்க."

"இருக்கட்டுங்க."

"இன்னமெ என்ன வேலை... செத்தெ இஞ்ச குந்துங்க தம்பி."

"உட்கார், சிதம்பரம்" என்றார் பதஞ்சலி சாஸ்திரி.

"எப்ப சிதம்பரம், ஆலெ வரும்?"

"இப்ப ... செத்தெப் பின்னே போவும் போலப் படுதுங்க ... சித்தரை, வைகாசியைத் தாண்டிடலாங்க!"

"புதுசா, என்னவோ இஞ்ச பண்ணப்போறே."

சிதம்பரம் முறுவலித்தான்.

"அப்படியெல்லாம் ஒண்ணுமில்லீங்க. என்னவோ ஒரு ஆசை; அங்கெ பாத்தது ... அதான். நீங்க எல்லாம் ரொம்ப ஒத்தாசையா இருந்தா, செத்தெ சட்டுன்னு ஆயிடும் ..."

"அப்ப எங்களெ இஞ்ச கரும்பு போடச் சொல்லுறியா?"

முருகபூபதிப் பிள்ளை பகபகவென்று சிரித்தார்.

சிதம்பரம் தலையுயர்த்தி நம்பிக்கையோடு எல்லோரையும் பார்த்தான்.

"நாலு வருஷத்துக்கு முன்னாடி, கும்மோணத்தில் ஆரோ சொன்னாங்கன்னு, நாகப்ப செட்டியார் கத்தரித் தோட்டத்தில் வாழை போட்டாங்க; அப்படியே அழிஞ்சு போச்சு!"

"ஏன் அம்மாந்தூரம் போவணும்? போன வாட்டி ஒரு ஆசை; நம்ப கொல்லையில் பத்து மாஞ்செடி நட்டேன். எதுக்கு சொல்லறது! சொன்னாச் சிரிப்பீங்க; ஒண்ணுகூடக் கிளம்பலே! .."

"ஒரு மண்ணுக்கு ஒண்ணுதான் வரும்!"

அவன் கண்களை இடுக்கிக்கொண்டு தேவரைப் பார்த்தான். அவரோ மௌனமாக உட்கார்ந்திருந்தார்.

"பொண்ணும் பிள்ளையும் வராங்க" என்று கருப்பண்ணத் தேவர் சொன்னதும், எல்லோரும் எழுந்தார்கள்.

"வாங்க!"

ஒரே குரலில் மணமக்களுக்கு அவர்களிடமிருந்து அழைப்புச் சென்றது.

"சுவாமி காலில் விழு!"

மணமகன் சாஷ்டாங்கமாக சுப்பு ஐயர் காலில் விழுந்து வணங்கினான்; அவனைத் தொடர்ந்து பாப்பாவும் நமஸ் கரித்தாள்.

"தீர்க்க சுமங்கலியா இரு!" என்று சொல்லிப் பணத்தை வெற்றிலைப் பாக்கில் வைத்துக் கொடுத்தார். அது ஒரு சம்பிர தாயம் – பெண்ணும் மாப்பிள்ளையும் கும்பிட்டுப் பணம் பெறுதல். சிதம்பரத்தின் காலில் மணமகன் கும்பிட வந்ததும், "வேண்டாம், வேண்டாம்!" என்று பின்னுக்கு நகர்ந்தான்.

"அட நீங்க ஒண்ணு, சும்மா இருங்க." முருகபூபதிப் பிள்ளை அவனைப் பிடித்து நிற்க வைத்தார்.

சற்றே பின்னுக்கு ஒதுங்கி நின்ற அவன் கால்களில் மாப்பிள்ளை வணங்கியெழுந்தான். அவன் நெற்றியில் திருநீறு பூசி, வெற்றிலையில் ஒற்றைப் பவுன் வைத்துத் தந்தான். அப்படியே பாப்பாவின் முகத்தில் விபூதிக்கு மேலே குங்குமம் வைத்து ஒரு பவுன் கொடுத்தான்.

பெண்ணும் மாப்பிள்ளையும் உள்ளே போன பிறகு, பதஞ்சலி சாஸ்திரி எழுந்தார். அவர் கூடவே அந்த விசுப் பலகையிலிருந்த அத்தனை பேரும் எழுந்தார்கள்.

"சிவனாண்டி, வரட்டுமா?"

"புறப்பட்டுட்டீங்களா?"

நாற்காலியிலிருந்து கனகசபாபதிச் செட்டியார் எழுந்தார்.

"வரோம், சிதம்பரம்."

"சந்தோஷங்க."

இருவரும் வண்டி வரையிலும் சென்று, அவர்களுக்கு விடை கொடுத்தார்கள்.

வண்டியில் போகும்போது பதஞ்சலி சாஸ்திரி சுப்பு ஐயரிடம் சொன்னார்:

"பையன் ரொம்பச் சமத்து."

"சிதம்பரத்தைச் சொல்றேளா?"

"ஆமாம், சீக்கரமா முன்னுக்கு வந்துடுவான். ஓய் உமக்குத் தெரியுமா . . . கல்கத்தா காங்ரஸுக்குப் போக ராமசுப்பிரமண் யத்துக்கு இவன்தான் பணம் கொடுத்தானாம் . . ."

“என் காதிலேகூட விழுந்துது.”

“பார்த்தீரா, நமஸ்காரம் பண்ணினவாளுக்கு ஆளுக்கு ஒரு பவுன் கொடுத்தான்!”

“பணம் ரொம்ப இருக்கு.”

“ஒரு வெள்ளெக்காரனைக் கொன்னுட்டு, பணத்தை அள்ளிண்டு வந்துட்டானாம்...”

“நெஜமா...”

“நெஜந்தான்!”

“கள்ள ஜாதி... எல்லாம் பண்ணும்...”

கல்யாணத்திற்கு வந்திருந்த ஒவ்வொருவரும் தேவரிடம் விடைபெற்றுக்கொண்டு, தனியாகச் சிதம்பரத்திடமும் சொல்லிக் கொண்டு போனார்கள். அத்தனை மதிப்பும் கௌரவமும் எதற்காகத் தனக்கு அளிக்கப்படுகிறது என்பது அவனுக்கு விளங்கவில்லை.

பாலி விட்டுவிட்டு வந்ததும் மணப்பெண் மருவுக்குப் புறப்பட்டுக்கொண்டிருந்தாள்.

அவன் மனத்தில் ஆலை பற்றிய நினைவுகள் மண்டின. நான்கு நாட்களாக அந்தப் பக்கம் போகவில்லை. கல்யாணத் திற்கு வந்த கொத்தனார், எஞ்சின் அறை அநேகமாக முடிந்து விட்டதாகச் சொன்னார். அதைப் போய்ப் பார்க்க வேண்டும்.

அவன் புறப்பட்டுக்கொண்டிருக்கும்போது, குஞ்சம்மா, “தம்பி மாட்டேங்கக் கூடாது; மருவுக்கு செத்தெ கூடப் போவணும்!” என்றாள்.

“நான் போவாமெயா மருவு!”

அவள் கலீரென்று சிரித்தாள்.

இரண்டாவது வண்டியில் மார்பளவு அண்டா, அதற் கேற்ற தாம்பாளம், நெல் நிறைந்த பித்தளை மரக்கால், விளக்கு, பூரணகும்பப் பானையில் பச்சிரிசி, புழுங்கல் அரிசி, இருபத் தோரு தேங்காய், இருபத்தோரு வெல்லக்கட்டி – மணப்பெண் தன் வீடு போகிறாள். அது அவள் வீடு. இனி சுகமும் துக்கமும் அங்குதான் அவளுக்கு இருக்கிறது. முன்பின் பாத்திராத வீடு நோக்கி – உள்ளத்தில் மகிழ்ச்சி பொங்கப் போகிறாள்...

வரிசையாகச் சென்ற வண்டிகள் தெரு முனை திரும்பின.

16

எட்டு நாட்களுக்குப் பிறகு, சிதம்பரம் தோட்டத் திற்குச் சென்றான். எஞ்சின் அறை சாரத்தைப் பிரிந்து விட்டார்கள். அநேகமாக வேலை முடிவடைந்துவிட்டது. எஞ்சின் அறைக்குச் சற்று அப்பால் ஒரு கட்டிடம் எழும்பிக்கொண்டிருந்தது. நான்கைந்து நாட்களில் அதுவும் முடிவடைந்துவிடும்.

கட்டிட நிழலில் ஒதுங்கி நின்று, நடைபெறும் வேலையைக் கவனித்துக்கொண்டிருந்த சிதம்பரம், தூரத்தில் வரும் தேவரைக் கண்ணுற்றான். நெய்விளக் கிற்குப் போய்விட்டு வருகிறார். கல்யாணக் கூட்டத்தோடு போனவர் சிவபாக்கியம் வீட்டிற்குப் போய்விட்டுத் திரும்புகிறார். அவனுக்குச் சிரிப்பு வந்தது. சிரிக்கக் கூடாது என்று மனத்துக்குள்ளேயே சொல்லிக்கொண்டு, அவரை வரவேற்க முன்னே சென்றான்.

இருவரும் தோட்டத்தைச் சுற்றி வந்தார்கள். வன மாய்க் காட்சியளித்துக்கொண்டிருந்த தோட்டம் அடி யோடு மாறிவிட்டது. பழைய நிலையை இனி அடைய முடியாது – புற்கள் கருகிவிட்டன. நெடிதுயர்ந்த மரங்கள் சாய்ந்துவிட்டன. அவைகளின் வேரை மண்ணைக் கிளறிக் கிளறித் தோண்டி எடுத்துக்கொண்டு போய்விட்டார்கள். வேலையை முடித்துவிட்டு ஒரு கூட்டம் சென்றுவிட்டது. இரண்டு பேர்கள் மட்டும் சொந்த விருப்பத்தின் மீது சாயாவனத்தில் தங்கினார்கள். ஒருவன் மீசைக்காரன் – வண்டி ஓட்டும் தடியன் – கொலைகாரன்; தம்பி மனை வியை மூன்றாண்டுகள் சொந்த மனைவியாக வைத்துக் கொண்டிருந்தான்.

ஒரு நாள் அவள் மூன்றாவது வீட்டுக்காரனோடு வைக்கோல் போர் ஓரத்தில் பேசிக்கொண்டிருப்பதைப் பார்த்தான். ஒன்றும் பேசவில்லை; சீட்டி அடித்துக்

கொண்டு கள்ளுக்கடைக்குப் போய் நிறையத் தண்ணி போட்டுக்கொண்டு வந்தான். இரவு நெடுநேரம் வரையில் சிரிப்பு; கும்மாளம். அவன் சந்தோஷத்தைப் பார்த்து அவள் ஆச்சரியமுற்றாள். 'எனக்குத் தூக்கம் வருகிறது' என்று கீழே படுத்தாள். திடீரென்று ஒரு அலறல் சப்தம்; அவள் மூச்சு அடங்கிவிட்டது!

"பீடை!" என்று முணுமுணுத்துக்கொண்டே வீட்டை விட்டுப் புறப்பட்டான். அதற்குப் பிறகு மனம் பேதலிக்கவில்லை; தனக்குத் தானே சுய கட்டுப்பாடுகளை விதித்துக்கொண்டான்; அவற்றை ஒரு பொழுதும் மீறியதில்லை. தான் ரொம்பவும் மகிழ்ச்சியாக இருப்பதாகத் தன் நண்பனான செவிட்டூமையிடம் சொல்லிக்கொள்ளுவான்.

செவிட்டூமை குமாரசாமிக்கு இரண்டு மனைவிகள் – அக்காவும் தங்கையுமாக. அக்கா முன்னிருந்து தங்கையின் கல்யாணத்தை நடத்தி வைத்தாள். கல்யாணமான தங்கை அவளோடு பத்து நாட்கள் இருக்க வந்தாள். வந்தவள் திரும்ப வில்லை. அக்காவுக்கு ஆத்திரம் ஆத்திரமாக வந்தது; சாலையில் இழுத்துப்போட்டு அடி அடியென்று அடித்தாள். ஒரு மாசம் சண்டை; தினம் தினம் நடந்தது. ஆனால் தங்கை, மூன்று மாதம் என்றதும் அவள் மனங்கரைந்து போனாள். அவளைக் கட்டிக்கொண்டு கண்ணீர் உகுத்தாள். எட்டு வருடமாக அவளுக்குக் கிடைக்காத பாக்கியம் தங்கைக்குக் கிடைத்தது களிப்புற வைத்தது. முதல் தாலியை அறுத்து, அதற்குரியவன் முகத்தில் வீசிவிட்டு வந்து, தன் கணவனை விட்டுப் புதுத் தாலி கட்டச் சொன்னாள்!

ஆண்டுகள் செல்லச் செல்ல வீடு நிறையக் குழந்தைகள் – ஆண்டுக்கு ஒன்றாய்த் தங்கை பெறப் பெற, அக்கா அன்போடு வளர்க்கலானாள்.

செவிட்டூமையின் குழந்தை ஒன்று வேகமாக அவர்களைத் தாண்டிக்கொண்டு போயிற்று.

வாசல் படியைக் கடந்து எஞ்சின் அறைக்குள் சென்றார்கள், தேவரும் சிதம்பரமும்.

அது புது மாதிரியான கட்டிடம்; அதுவரையில் பார்த்திராத ஒரு விசித்திரத் தோற்றம். திரும்பத் திரும்பப் பார்த்தவர்க ளெல்லாம் இதையே சொன்னார்கள். அவன் யோசனையின் பேரிலும் திட்டத்தின்படியும் உருவானது அது. நெல்லிக் குப்பத்திலிருந்து வந்த ஒரு மேஸ்திரி கட்டிடத்தைச் சுற்றிப் பார்த்துவிட்டு, "எங்களெ மிஞ்சிட்டீங்களே!" என்று பாராட்டி னான்; அவ்வளவு அற்புதமாக அமைந்துவிட்டது.

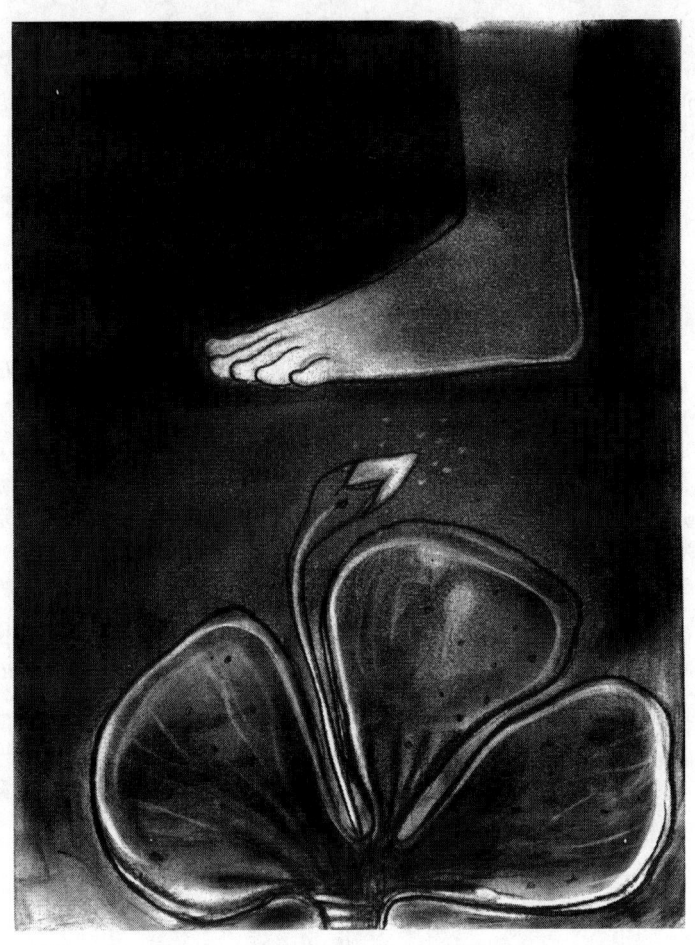

இருவரும் சாலைக்கு வந்தார்கள். சாலைப் புன்னை மரத்தடியில் ஒரு பெண் கண்ணீர் விட்டுக்கொண்டிருந்தாள் – புன்னை மரத்தடியில் தூக்கில் தொங்கிய லட்சுமியின் தாய் போல இருந்தது. அந்தச் சாவைப் பற்றி பல்வேறு கதைகள், ஒன்றுக்கொன்று சம்பந்தமில்லாமல், சொல்லப்பட்டன. அதில் எவ்வளவு நிஜம், பொய் என்பது அவனுக்குத் தெரியாது. ஆனால், பரிதாபத்திற்குரிய அவளைச் சிதம்பரம் இரண்டு மூன்று தடவைகள் பார்த்திருக்கிறான். மிஞ்சி மிஞ்சிப் போனால் அவளுக்குப் பதினேழு பதினெட்டு வயதிருக்கும். நல்ல சிவப்பு, நல்ல உயரம்.

சா. கந்தசாமி

"தூக்கு மாட்டிக்கிட்ட பொண்ணோட அம்மா மாதிரி இருக்கே!" என்றான் சிதம்பரம்.

தேவர் அவனை நிமிர்ந்து பார்த்தார். "தூக்கு மாட்டிக்கிச்சா! இல்லெ, அவுங்க அடிச்சுக் கொன்னு, தூக்கிலெ மாட்டிட்டாங்க."

"அப்படிங்களா? . ."

"அவ அக்கா கெட்டுப்போயிட்டாளாம்; அதுக்கு இவளெ கொன்னுட்டாங்க!"

அவன் மிகுந்த துயரத்தோடு தலையசைத்தான்.

"இது ரொம்பக் கொடுமைங்க, மாமா!"

"எங்க சின்னப் பாட்டி சிரிக்கறதை எதுத்த வூட்டுக்காரன் பாத்துட்டான்னு அவளைப் புருஷன் தள்ளி வெச்சிட்டான் . . ."

"அப்புறங்க . . ?"

"அவ மான ஸ்திரீ; மூணாம் நாளூ அரளி விதையை அரச்சு, நல்லெண்ணெயில குழச்சுக் குடிச்சுட்டு செத்துப் போயிட்டா. . ."

பாரத்தால் இதயம் அழுந்துவது மாதிரி இருந்தது.

"எங்க பெரியம்மா பொண்ணு . . . செல்லம். . . அம்மாம் செல்லமா வளர்ந்தது. ஒரு தடியனுக்கு வாக்கப்பட்டா; அவன் வெட்டிக் கொள்ளடத்திலே விட்டான்."

"மனசுக்கு ரொம்பக் கஷ்டமா இருக்குதுங்க மாமா."

"ரொம்பக் கிட்டப் போய்ப் பாத்தா, அதான்; அத்திக் காயை விண்டு பாக்கற கதைதான்."

"ரொம்பக் கணக்கா சொல்லுறீங்க!"

அவர் மெல்லப் புன்னகை பூத்தார்.

"நான் எம்மாம் கஷ்டப்படுறேன், தெரியுமா?"

சிரிப்பு திடீரென்று அடங்கி, சோகம் பொங்கியது.

சிதம்பரம் மௌனமாக அவர் பின்னே நடந்தான். அவன் மனம் அமைதி இழந்துவிட்டது. தவறுகளைச் சுமப்பது மாதிரி பிரமை.

அவனுக்கு ஏன் இந்த ஏக்கம்? மனம் எதற்காக அடித்துக் கொள்கிறது? அவன் இதுவரையில் வாழ்ந்து வந்த வாழ்க்கையே தவறு நிறைந்ததுதானா?

சாலைக்கு வந்ததும் அவன் கேட்டான். "என்ன மாமா நாத்தம்?"

"ராமசாமி போறான் – கருவாட்டு வண்டி ஓட்டிக்கிட்டு."

"எம்மா நாத்தம்!"

"உப்பு கம்மி போல இருக்கு."

அவன் வேட்டியைச் சற்று மேலே தூக்கி, முகத்தைத் துடைத்துக்கொண்டான்.

"தம்பி, நீங்க சீக்கிரமா கல்யாணம் பண்ணிக்கணுங்க . . ."

"ஒரு நல்ல பொண்ணு பாருங்க, மாமா."

"குஞ்சம்மா ரெண்டு மாசமா உடாம நச்சரிக்குது. நான்தான் என்னமோ தள்ளிக்கிட்டு வந்துட்டேன்."

தேவர் பெண் பார்க்கப் புறப்படுவதற்கு முன்னதாக எஞ்சின் வந்துவிட்டது. பெரிய எஞ்சின்; பெரிய பெரிய பல் சக்கரங்கள் – பயங்கரமாக இருந்தது.

எஞ்சின் வந்த இரண்டாம் நாள் நெல்லிக்குப்பம் டிரைவர் வந்தான் – ஒற்றை நாடி, நல்ல கறுப்பு; எப்பொழுதும் முழுக் குடியில் இருப்பான், கிறிஸ்துவன்; பெயர் டேவிட் சாரநாதன்.

பெரிய பார வண்டியிலிருந்த எஞ்சினை அப்படியும் இப்படியுமாகச் சாய்த்து, பையில் கைவிட்டுக்கொண்டு பார்த்தான், டேவிட் சாரநாதன். கண்கள் பரபரவென்று சுழன்றன; துணிச்சல், அழுத்தம், சாமர்த்தியம். பொடியை அள்ளி மூக்கு நிறைய ஏற்றிக்கொண்டு, வண்டியை எஞ்சின் கட்டிடத்தை நோக்கி ஓட்டச் சொன்னான்.

நீண்ட உறுதியான மரக்கட்டைகளை முட்டுக் கொடுத்து, கயிறு கட்டி, மெல்ல மெல்ல அசைத்து, எஞ்சினைக் கீழே இறக்கினார்கள்.

எஞ்சின், அறைக்குள் வந்துவிட்டது. இனிப் பெரும் கூட்டம் வேண்டாம்; ஆரவாரமும் கூச்சலும் வேண்டாம். எஞ்சியிருப்ப தெல்லாம் டேவிட் சாரநாதனின் வேலை; அவன் கூட்டாளியின் வேலை.

பெரிய பல்சக்கரத்தை வாஞ்சையோடு பற்றிக்கொண்டு முத்தமிட்டான்; அவனுக்கு அது ஓர் அபூர்வமான படைப்பு – ஒரு குழந்தை மாதிரி! ஆனால், எதிர்மறையான ஒரு போக்கு – தன் குழந்தைகளை அவன் நேசித்ததில்லை, கரம் பற்றித் தூக்கியதுகூட இல்லை!

மனைவி கருவுற்ற போதெல்லாம் உறுமுவான். அவளிடம் கொண்டிருந்த மோகமெல்லாம் கலைந்துவிடும். பேச்சும் நடத்தையும் மாற, ஆளே புதுசாகிவிடுவான். களிப்பும் ஆனந்தமும்

நிறைந்த அவன் வீட்டிலிருந்து, அழுகுரலும் அடியோசையும் அடிக்கடி கேட்டுக்கொண்டே இருக்கும்.

எட்டாவது குழந்தையை அவன் மனைவி உண்டாகியிருந்த போது டேவிட் சாரநாதனின் கையால் அடிபட்டு இறந்து போனாள். அவன் துளிக்கூடக் கண்ணீர் வடிக்கவில்லை. கர்த்தர் தன்னை மனப்பூர்வமாக மன்னித்துவிட்டதாகச் சொல்லிக்கொண்டு நெல்லிக்குப்பத்திற்குப் போனான். சர்ச்சோடும், தொழிற்சாலையோடும் அவன் வாழ்க்கை பந்தமுற்றது. அவன் அமைதியுற்றான்; வேலையில் பிடிப்பும் ஆர்வமும் பிறந்தது. இரண்டு மூன்று ஆண்டுகளில் தேர்ந்த தொழிலாளி ஆகிவிட்டான்.

நெல்லிக்குப்பத்திலிருந்து அவன் சாயாவனத்திற்கு வந்தாகி விட்டது.

தன்னந்தனியாக இரண்டு மொந்தைக் கள்ளையும் கறியையும் தின்றுவிட்டு, எஞ்சினின் பல் சக்கரங்களைச் சுற்றினான்; ஆயில் போட்டான். வாரை இழுத்துவிட்டு மேலும் மேலும் சுற்றினான். சிறு சக்கரங்களும், பெரும் சக்கரங்களும், பல் சக்கரங்களும் கிறுகிறுவென்று ஓட ஆரம்பித்தன. கையைப் பின்னுக்குக் கட்டிக்கொண்டு எஞ்சின் முழுவதையும் ஆழ்ந்து பார்த்துக்கொண்டிருந்தான்; எஞ்சின் சரியாக ஓடிக்கொண் டிருந்தது.

வெள்ளிக்கிழமை ஆலை ஓடத் தொடங்கிவிடும். ஐயர் நாள் பார்த்து, நேரம் கணித்துக் கொடுத்திருக்கிறார். சிதம்பரத்தின் பெயரில், குஞ்சம்மா மந்தையா கோவிலுக்கும், மாரியம்மன் கோவிலுக்கும் தனித்தனியே அர்ச்சனை செய்தாள்.

வெள்ளிக்கிழமை வந்தது.

ஆலையைச் சுற்றி ஒரு கூட்டம். சாம்பமூர்த்தி ஐயர், பதஞ்சலி சாஸ்திரி, பார்த்தசாரதி ஐயங்கார், கனகசபாபதி செட்டியார், குத்தாலம் மாணிக்கம் செட்டியார், மேலகரம் லட்சுமணராவ், நீடூர் அப்துல் சுலைமான் ராவுத்தர், காதர் மொகைதீன் மரக்காயர், முருகபூபதிப் பிள்ளை, உத்திராபதிப் படையாச்சி, கப்பக்கார அண்ணாமலைத் தேவர், சீர்காழி யிலிருந்து ராமுத்தேவர், காவேரிப்பட்டினத்திலிருந்து வெள்ளச் சாமித் தேவர் ஆகியோர் வந்திருந்தார்கள். கடைசி இரண்டு பேரும் அவன் தாயின் தூரத்து உறவினர்கள்.

தள்ளாடிக்கொண்டு சுப்பிரமணிய ஐயர் வந்தார். அவர் வருவார் என்று ஒருவரும் எதிர்பார்க்கவில்லை. அனைவரும் ஆச்சரியமுற்றுப் போனார்கள். ஒரு காலத்தில் தனக்கு ஆசீர் வாதம் செய்ய மறுத்தவரை, சிதம்பரம் முன்னே போய் பணிவோடு வரவேற்றான்.

"எனக்குத்தான் காத்துண்டிருக்கேளா?"

அவன் மிருதுவாகப் புன்னகை பூத்தான்.

எஞ்சினுக்குக் குருக்கள் தேங்காய் உடைத்துக் கற்பூரம் கொளுத்தி மந்திரம் சொன்னார். சுப்பிரமணிய ஐயர், சீக்கிரத்தில் அவன் கோடீஸ்வரன் ஆக வேண்டும் என்று ஆசீர்வாதம் பண்ணினார்.

டேவிட் சாரநாதன் சம்பிரதாய ரீதியில் எஞ்சினை முடுக்கி விட்டான். சிக்சிக்கென்று எஞ்சின் ஓசையிட பெரிய பல் சக்கரங்கள் நிதானமாகக் கரும்பைப் பிழிந்தன.

கருப்பஞ்சாறு சின்னஞ் சிறிய குழாயின் வழியே ஓடி வந்து பெரிய ஒரு பாத்திரத்தில் நிறைந்தது. துளிகூடத் தூசி இல்லாத சாறு – சக்கை இல்லாத சாறு. குருக்கள் வெள்ளிக் குவளையில் மொண்டு சிதம்பரத்தின் பக்கம் நீட்டினார்; அவன் சுப்பிரமணிய ஐயரைக் காட்டினான்.

ஒரு சொட்டு வாயில் விட்டுக்கொண்டு திருப்தியோடு தலையசைத்தார்.

அன்று மாலை சிதம்பரம் ஒவ்வொரு வீட்டிற்கும் தனித் தனியே கருப்பஞ்சாறு கொடுத்தனுப்பினான். சாம்பமூர்த்தி ஐயர், பதஞ்சலி சாஸ்திரி, பார்த்தசாரதி ஐயங்கார், கனக சபாபதிச் செட்டியார் – வீடுகளுக்குத் தானே நேரில் கருப்பஞ் சாறு கொண்டு கொடுத்தான்.

நான்காம் நாள் வெல்லம் தயாரித்தார்கள். அச்சு வெல்லம், உருண்டை வெல்லம், வாலாஜாபேட்டை வெல்லம் – சர்க்கரை. தேர்ந்த பக்குவத்தில் எல்லாம் சரியாக வந்தன. பதட்ட மில்லாத நோக்கு, கொதிக்கிற பாகைத் தூரத்திலிருந்தபடியே இறக்கிவிடலாம் என்கிற ஒரு பக்குவம் – அவனுடைய அறிவும் தீட்சண்யமும் தேவரை மெய்மறக்க வைத்தன.

"தம்பியை ஜெயிக்க இந்த லோகத்தில் ஆளு இல்லெ! ஆமாங்க, நெசங்க தம்பி!"

அவன் நாணமுற்றான்.

முகம் தெரியாத இடத்திலிருந்தெல்லாம் பாராட்டுரைகள் வந்தன; கும்பகோணத்திலும், தஞ்சாவூரிலும், மாயவரத்திலும், நாகப்பட்டினத்திலும், திருவாரூரிலும் சர்க்கரையும் வெல்லமும் நன்றாக விலை போயின.

தேவர் சொந்த நிலத்தில் நட்ட கரும்பு பச்சை பிடித்து மதமதவென்று மேலே கிளம்பியது, வளர்த்தியில் ஒரு வேகம், செழுமை!

“உங்களுக்குத்தாங்க தம்பி இப்படிக் கிளம்புது!”

“மண்ணுன்னா என்னதுன்னே தெரியாது அவுங்களுக்கு!”

“ரொம்ப சரியா சொல்லுறீங்க.”

“உங்ககிட்டக் கத்துக்கிட்டதுதாங்க, மாமா.”

“அடே, எங்கப்பா!..” தேவர் கைகொட்டிச் சிரித்தார்.

“நெஜங்க, மாமா! நீங்க இல்லேங்கலாம்; ஆனா, நெஜம்கறது என்னக்கியும் இல்லேன்னு போயிடுங்களா, மாமா?”

“தம்பி மனசு ரொம்ப இளகுது, வெல்லம் மாதிரி...”

“வெல்ல யாவாரிதான்களே!”

“ஆலெ முதலாளி!”

“அப்படிங்களா?”

“பின்னெ..?”

“அதுக்கு ரொம்ப நாள் ஆகணுங்க, மாமா.”

“நாளு போவாம, அப்படியே நிக்கவா போவுது?”

“மடக்கி மடக்கி என்னெ செயிச்சுடுறீங்க மாமா..!”

“உன்னையா..?” தேவர் பரிகாசமாகச் சிரித்தார். அப்புறம், “அது கிடக்கட்டுங்க, தம்பி. நம்ப வேம்புப் படையாச்சியை நேத்திப் பாத்தேன். ‘என்ன அண்ணே, கரும்பு ரொம்ப ஜோராக் கிளம்புதே’ என்றான். ‘நீயும் போடேன், உனக்கும் வருமெ’ன்றேன். ‘தம்பியும் அதான் சொல்லுறான். இந்த வாட்டி சம்பா ஒண்ணும் சரியா விளையலே; எலி பூந்து வெட்டித் தள்ளிப்புடுச்சி. ஒண்ணும் காணலே’ன்னான். பாவம், ரொம்ப கஷ்டப்படறான் போலிருக்கு. ‘நாளைக்கு வந்து தம்பியைப் பாரு; ஒத்தாசை பண்ணும்’ன்னு சொன்னேன். வருவான். கூடவோ கொறச்சலோ உட்டுப் புடிங்க, தம்பி.”

“சரிங்க, மாமா!”

அடுத்த நாள் வேம்புப் படையாச்சி வந்தபோது அவன் மிகுந்த தாராளத்தோடு நடந்துகொண்டான்.

“விதைக் கரும்பு தரேன். முன்பணம் தரேன். கூலியாளுங்க கொண்டாரப் பணம் வேணும்ன்னா அதுவும் தரேன். ஆனா, நீங்க விடாம கரும்பு போடணும்; அதான் எனக்கு வேண்டியது.”

வேம்புப் படையாச்சி எல்லாவற்றையும் தலை அசைத்து ஏற்றுக்கொண்டான். பணத்தை வாங்கிக்கொண்டு, “இன்னமே நம்ப நிலத்திலெ கரும்புதாங்க” என்று சொல்லிவிட்டுப் போனான்.

ஆனால், ஒரு மாதம் ஆகியும் அவன் ஒன்றும் செய்யவில்லை. அப்புறம் கால் காணியில் கரும்பு போட்டான்.

தான் ஏமாந்து போனது ஆத்திரத்தைக் கொடுத்தது, சிதம்பரத்திற்கு. அதோடு ஆற்றுப் படுகையை ஒட்டிய புறம்போக்கு நிலத்தைச் சுற்றி வேலி போட்டான்; பத்து நாட்கள் ஆகியும் யாரும் ஒன்றும் கேட்கவில்லை.

அவனே பட்டாமணியத்தைச் சென்று பார்த்தான்.

"கரும்பு ... இன்னும் வில்லியனூரிலிருந்துதான் வருதா? ரொம்பத் தூரமாச்சே!" என்று அனுதாபம் தெரிவித்தார் மணியக்காரர்.

"தூரந்தான், ஆனா வேற வழிங்க?"

"ஏன், இஞ்ச கரும்பு போடறதுதானே?"

"ஆரு போடறாங்க? எங்க மாமா கொஞ்சம் போட்டிருக்காங்க. வேம்புப் படையாச்சி கொஞ்சம் போட்டிருக்காங்க..."

"இஞ்ச சரியா வெளையாதுன்னு மத்தவங்க பயப்படறாங்க."

"எங்க மாமா வயல்லே, கரும்பு ரொம்ப ஜோரா ஜிகு ஜிகுன்னு விளையுதுங்க!"

"பாத்தேன். அடே எங்கப்பா! என்ன வெளச்ச! என் கண்ணே படும் போலிருக்கு ... அதைப் பாத்த உடனேயே, இந்த வாட்டி கரும்பு போடணும்னு ஆசை வந்திடுச்சு."

"நீங்க கரும்பு போட்டா எனக்கு ரொம்ப ஒத்தாசையா இருக்கும்ங்க."

"அப்பவே தீர்மானிச்சுட்டேன். கீழப் பங்கு மூணு வேலியும் கரும்புதான். எத்தனை வாட்டி சும்மாச் சும்மா நெல்லு போடறது? ஒரு வாட்டி மாத்திப் பாக்கறது..."

"கரும்புலெ அப்படியொண்ணும் நஷ்டம் வந்துடாதுங்க."

"நஷ்டமென்ன லாபமென்ன; எல்லாம் நம்பளா போட்டுப் பாக்கற கணக்கு."

"ரொம்ப சரியா சொல்லுறீங்க."

"வெல்லம் எப்படி?"

"தேவலாங்க. நல்லா வெலெயும் போகுதுங்க."

"நம்ப அலமேலுக்கு உன் வெல்லத்திலெ ரெண்டு தூக்கு அனுப்பி வெச்சேன். 'ரொம்ப நல்லா இருக்கு; இந்த வெல்லம் ஏது? இன்னம் நாலு தூக்கு அனுப்புங்க'ன்னு சொல்லி விட்டிருக்கா ... உன் வெல்லத்துக்கு அம்மாம் பேரு!..."

சா. கந்தசாமி

அவன் சிரித்தான்.

"இப்பப் போய், அரை மணங்கு அனுப்பறேங்க – நல்ல வெல்லமா பாத்து ..."

"ஒண்ணும் அவசரமில்லெ. மெல்ல அனுப்பலாம்."

"குழந்தை ஆசைப்படுது. அதுக்கு இல்லாத வெல்லங்களா! கும்மோணம் போற வண்டியை செத்தெ இப்படித் திருப் பிடறேன்."

"அப்ப வண்டியைக் குத்தாலத்துக்கே விட்டுடேன்."

"குழந்தை வீட்டுக்கேங்களா?"

"ஆமாம், போற வழிதானே?"

"அதுக்கென்ன, அனுப்பிடறேங்க."

சிதம்பரம் பட்டாமணியத்திடம் விடைபெற்றுக்கொண்டு வெளியே வந்தான்; மனம் திருப்தி உற்றது; எல்லாம் அனு சரணையாக இருக்கிறது.

கரும்புத் தோட்டத்தின் வழியே வீட்டிற்குத் திரும்பினான். சிறு கரும்பின் வளர்ச்சி நன்றாக இருந்தது. அடுத்த முறை தேவரின் எட்டரை வேலி நிலத்திலும் கரும்புத் தோகை அசைந் தாடும். பட்டாமணியத்தைப் போல ஒவ்வொருவரும் கரும்பு போட ஆரம்பித்துவிடுவார்கள். சாயாவனமெங்கும் கரும்பாய் இருக்கும்!

கோடைக்காலம் சென்று மழைக் காலம் வந்தது.

ஐப்பசி – தீபாவளிக்குப் பத்து நாட்களுக்கு முன்னே அடை மழை பிடித்துக்கொண்டது. இடைவிடாத மழை. இரண்டு நாட்கள் இரவும் பகலும் விடாது பொழிந்தது. காவிரியில் வெள்ளம் பெருக்கெடுத்தது.

கரும்பும் சர்க்கரையும் ஆங்காங்கே தங்கிவிட்டன. குறுக்காக ஓடும் ஆற்றைக் கடந்துதான் அக்கரைக்கும் இக்கரைக்கும் வண்டிகள் போக வேண்டும். அசாத்தியத் துணிச்சலோடு வண்டியை ஆற்றில் இறக்கிய பழனியாண்டி அப்படியே போய் விட்டான். ஒரு வண்டி கரும்பு முழுவதும் அவன் மீது சாய்ந்தது; சின்னப் பையன் – தாளாது ஆற்றோடு போய்விட்டான்; பிணம் கூடக் கிடைக்கவில்லை.

கொஞ்சம் தண்ணீர் வடிந்ததும் ப்ரம்மாண்டமான பாலத்தை அந்தக் கார் காலத்திலேயே அமைத்தான். ஏராளமான மூங்கிலும் மரங்களும் அதற்குப் பிடித்தது. பாலம் முடிவுற்றதும் புதுத் தெம்பும், உணர்ச்சியும் பிறந்தன. முதல் வண்டியைப்

பாலத்தின் மீது அவனே ஓட்டினான். பாரவண்டி வெகு நிதானமாகச் சென்றது. அவன் நெஞ்சம் களிப்புற்றது. மனத்தை அழுத்திக் கொண்டிருந்த ஒரு பிரச்சனை தீர்ந்து போயிற்று.

மழையை அடுத்து மூன்று வாரத்திற்குச் சந்தை கூடாமல் போயிற்று. ஆண்களும், பெண்களும், குழந்தைகளும் புளி வாங்கக் கடைக்கு வந்தார்கள். கனகசபாபதிச் செட்டியார் வீட்டிலிருந்தும், மேலகரம் லட்சுமணராவ் வீட்டிலிருந்தும் புளி கேட்டுத் தனியாக ஆட்கள் வந்தனர்.

புளி கையிருப்புத் தீர்ந்துபோயிற்று. உடனே அவன் வைத்தீஸ் வரன் கோவில், சீர்காழி, திருவெண்காடு, காவேரிப்பட்டினம் – இங்கெல்லாம் சென்று புளி வாங்கி வர ஏற்பாடுகள் செய்தான்.

இரண்டு வண்டிகள் புளியோடு மூன்றாம் நாள் திரும்பி வந்தன. பல்வேறு ரகம் – தித்திப்புப் புளி, புளிப்புப் புளி – எல்லாம் ஒன்றாகக் கலந்திருந்தது. செங்காயையும் அடித்துக் கலந்திருந்தார்கள். அரிந்து கொட்டையெடுத்துக் கோது நீக்கிய போது, பாதிக்குமேல் குறைந்துபோயிற்று.

கனகசபாபதிச் செட்டியார் வீட்டிற்குப் போன ஐந்து தூக்குப் புளி மறுநாளே திரும்பி வந்தது.

ஆச்சி காவிரிக் கரையில் சிதம்பரத்தைப் பார்த்ததும், "ஏண்டாப்பா, புண்ணியவானே! புளியெ வாயிலெ வைக்க முடியல்லே" என்று குறைப்பட்டுக்கொண்டாள்.

தான் ஊருக்குள் காலடியெடுத்துவைத்த அன்று நிறைந் திருந்து புளிய மரங்கள் நினைவில் படர்ந்தன.

"பாத்து, நல்ல புளியா அனுப்பறேங்க, ஆச்சி."

"அதான் எல்லாத்தியும் கருக்கிட்டியே! இன்னமெ எங்கெ யிருந்து அனுப்பப் போறே?"

ஆச்சி பட்டுப் புடவையைப் பிழிந்து தோளில் போட்டுக் கொண்டு பிள்ளையார் கோவிலுக்குள் சென்றாள்.

சிதம்பரம் ஆச்சி போவதையே பார்த்தபடி நின்றுகொண் டிருந்தான்.

○